அவதூதர்

அவதூதர்

க.நா. சுப்ரமண்யம்

டிஸ்கவரி புக் பேலஸ்
கே.கே.நகர் மேற்கு, சென்னை - 600 078.
(பாண்டிச்சேரி கெஸ்ட் ஹவுஸ் அருகில்)
Ph: 044-6515 7525 Mobile: +91 87545 07070

அவதூதர் (நாவல்)
ஆசிரியர்: க.நா.சுப்ரமண்யம்©

Avathoodhar (Novel)
Author: Ka.Naa.Subramanyam

First Edition: Dec - 2017
Pages: 232
ISBN: 978-93-86555-16-8

Discovery Book palace Pvt. Ltd
6, Mahaveer Complex, Munusamy Salai,
K.K.Nagar West,Chennai-600 078.
Ph: +91 - 44-6515 7525
Mobile: +91 87545 07070

E-mail: **discoverybookpalace@gmail.com,**
Website: **www.discoverybookpalace.com**

Rs. 200

முன்னுரை

இலக்கிய வட்டம் பத்திரிகை நடந்துகொண்டிருந்த சமயம் அதில் அநுபந்தமாக வெளியிட நடுத்தெரு என்று ஒரு நாவல் தமிழில் எழுதினேன். அதை முடித்தபிறகு அதில் சில பகுதிகள்தான் வெளியாயின. அதையே வேறு கோணத்தில் நின்று ஆங்கிலத்தில் எழுதிப் பார்க்கலாமே என்று தோன்றியது. அவதூதர் என்று பெயர் வைத்து சற்று விரிவான கண்ணோட்டத்துடன் ஒரு மாதத்தில் எழுதி முடித்துவிட்டேன்.

அந்த நாவலை டைப் செய்து அப்பொழுது விளம்பரப் படுத்தப்பட்டிருந்த ஒரு சர்வதேச நாவல் போட்டிக்கு அனுப்பினேன். நாவலுக்குப் பரிசு வரவில்லை. ஆனால் பிரசுரிக்க ஏற்றுக்கொண்டிருப்பதாகச் சொல்லி ஒரு ஆயிரம் டாலர் ராயல்டி முன் பணமும் ஒரு காண்டிராக்டும் அமெரிக்கப் பிரசுராலயத்திலிருந்து வந்தது. அச்சுக்கு நூலைக் கொடுக்கும் போது அதில் சில மாறுதல்கள் செய்ய வேண்டும் என்று எழுதினார்கள். முக்கியமாக, அவதூதர் சித்து விளையாடுவதாய் வருகிற இடங்களை மாற்ற வேண்டும், பகுத்தறிவுக்கு இந்த அதிசயங்கள் ஒத்து வரவில்லை என்றார்கள். நான் மறுத்து விட்டேன். இந்த நம்பிக்கைகள், அதிசயங்கள் இந்த சமுதாயத்தில் ஒரு பகுதியினரிடம் உள்ளவை என்று சொல்லி.

அவதூதர் என்கிற ஆங்கில நூலை நான் வேறு யாரிடமும் பிரசுரிக்க முயலவில்லை.

சென்னைக்கு 1985இல் திரும்பியபிறகு குமாரி லதா ராமகிருஷ்ணனிடம் என் டைப் பிரதியைத் தந்து தமிழில் மொழி பெயர்த்துத் தரச் சொன்னேன். நான் அதில் கை வைக்கவில்லை. அவர் மொழிபெயர்த்தபடி அந்த நாவலைப் பிரசுரித்திருக்கிறேன்.

நாவல் உங்கள் கையில் இருக்கிறது.

க.நா.சுப்ரமண்யம்
19.5.88

'அவதூதரி'ல் காணப்படும் அற்புதங்கள், மூடநம்பிக்கைகள் பற்றிய குறிப்பு

இந்திய கிராமப்புற மக்களின் வாழ்வு முறையானது இந்தப் புதினத்தில் பேசப்படும் பலப்பல அற்புதங்கள், மூடநம்பிக்கைகளுக்கு இடமளிக்கும் இயல்பினது. இவைகளை மதவழி நம்பிக்கை என்பதைவிட பரவலான வாழ்வியல்பு என்று கூறுவது பொருந்தும். ஒவ்வொரு சமூகமும் கூட்டமைப்பும் தமக்கென்று சில மூடநம்பிக்கைகளை வளர்த்துக் கொள்கிறது. எனில், இந்திய கிராமத்தானிடம் அவனுடைய வாழ்க்கையையே வழிநடத்திச் செல்லும்விதமாய் பல மூடநம்பிக்கைகள் முக்கியத்துவம் வகிக்கின்றன. உதாரணமாக, இரவு போஜனத்திற்கான இட்லி அல்லது தோசைக்காக மாவு அரைக்க எத்தனிக்கும் எளிய இல்லாளொருத்தி, சில குறிப்பிட்ட மனிதர்களின் பார்வையில் பட அரைக்க முற்படமாட்டாள். தீயபார்வை என்பதாய் பகுக்கப்படும் அம்மனிதர்களின் பார்வை படின் அம்'மா'வினால் வார்க்கப்படும் இட்லி அல்லது தோசை மிருதுவாக வராமல் கடினமாய் அமையும் என்பது அவர்களிடையே நிலவும் நம்பிக்கை. பரவலாக நிலவும் நம்பிக்கையின்படி, ஒரு குடும்பத்திலுள்ள நபர்களைக் கணக்கிடக் கூடாது. அப்படிக் கணக்கிடுவது, குடும்பத்தில் சாவைத் தருவித்து எண்ணிக்கையைக் குறைக்கும் என்ற விதமாய் பல நம்பிக்கைகள், குறிப்பாக இந்திய கிராமப்புறங்களில் இன்றும் ஆட்சி செய்கின்றன.

அற்புத ஜாலங்களைப் பொறுத்தவரையில், அற்புதங்களை விளைவிப்போர் அபூர்வப்பிறவிகளாய் இருக்கக்கூடும் என்றாலும் கிராம மக்கள் கற்பனையுலகில் அவர்களுக்கு என்றும் வாழ்வுண்டு. தற்கால நவீன எழுத்தாளர் புதுமைப்பித்தன், 'பேய் பிசாசினங்கள் உண்மையில் இல்லாமலிருக்கலாம். எனினும் அவை குறித்த பயம் நம்மிடையே நிச்சயமாக இருக்கிறது' என்று வேடிக்கையாகக் குறிப்பிட்டதுபோல, 'அற்புதங்கள் உண்மையில் நிகழாமலிருந்தாலும் அற்புதங்கள் நிகழ்கிறது; நிகழும்' என்பதான நமது நம்பிக்கை, அது நிலைத்திருக்கும் ஒன்று. அப்படிப் பரவலாக இந்தியர்களிடையே, நடப்பதாய் நம்பப்படும் சில அற்புத ஜாலங்கள் – கதவுகளை, சுவர்களை ஊடுருவிச் செல்வது, கூடுவிட்டுக்

கூடு பாய்வது, ஒரே நேரத்தில் ஒருவரே ஒன்றிற்கு மேற்பட்ட இடங்களில் சஞ்சரிப்பது, நீரின் மேல் நடத்தல், காற்றுவழி பறத்தல், நடந்ததை, நடக்கப் போவதை முன்னாடியே குறித்துக் கூறல், பார்வையினால் நோய், ஊனம் நீக்குதல், செயல்களை நடத்துதல் முதலிய பலப்பல. பல கிராம சமுதாயங்களில் இன்றும், அப்படிப்பட்ட அற்புதங்களில் இரண்டு மூன்று அல்லது அனைத்தையும்கூட நடத்திக் காட்டியவர்களாகப் பலரை நினைவு கூர்வதுண்டு. அற்புதங்கள் குறித்து ஆயிரம் கேள்விகள், ஐயப்பாடுகள் நம்மிடையே எழுந்தாலும், இன்றைய விஞ்ஞான வளர்ச்சியையும் மீறி அவை குறித்த நம்பிக்கைகள் நம்மிடையே நிலவி வருவதும் நடப்பு. இத்தருணத்தில், எதனாலும் அவரின் அற்புதம் விளைவிக்கும் சக்தியின் மீது நம்பிக்கையிழக்காத தீவிரமான பக்தர் கூட்டத்தைக் கொண்ட சத்யசாயிபாபாவின் அற்புத ஜாலங்களைக் குறித்து ஆய்ந்தறியவென பல்கலைக்கழக நிர்வாகத்தால் அமைக்கப்பட்டுள்ள விஞ்ஞானிகள் குழுவைக் குறிப்பிடலாம். அற்புதம் விளைவிப்போர் இத்தகைய இறை மனிதர்களாகத்தான் இருந்தாக வேண்டும் என்றில்லை.

கிராம மக்கள் என்று சொல்லுகிறேனே தவிர இந்த நம்பிக்கைகள் நகர வாழ் மக்களிடமும் இருப்பவைதான்.

அவதூதர் - அறிமுகம்

அவதூதர் – யார், அல்லது எது?
அவதூதர் ஒரு சந்நியாசி; ஞானி – புனிதர். லௌகீக ஆசைகளை, கவலைகளைத் தொலைத்து, அவற்றிற்கு அப்பாற்பட்டவர்களாய், உலகில் அபூர்வமாய் தட்டுப்படும் அறிவும், ஞானமும் தாங்கியவர்களாய், முழு நிர்வாணமாய் இந்தியாவின் பல்வேறு பாகங்களுக்கும் போய்வரும் பல புனிதர்களில் ஒருவர்.

அவதூதர்கள் அபூர்வப் பிறவிகளாக, தனிப்பிறவிகளாகக் கருதப்படுபவர்களா?
பொதுவாக அப்படியில்லை. எனினும் சில அவதூதர்கள் அவர்கள் வாழ்ந்த காலத்தில், இடத்தில், அந்நிலையை மேன்மையை அடைந்தவர்களாகிறார்கள். சாத்தனூர் வாசிகள் தங்களிடையே வாழ்ந்த அவதூதரை மிகவும் சிறப்பானவராக அப்படித்தான் நினைத்தார்கள்.

சாத்தனூர் வாசிகளால் அபூர்வப்பிறவி, தனிப்பிறவி, என்று கருதப்பட்ட அந்த அவதூதர் அவர்களிடையே எவ்விதத்தில் உபயோகப்பட்டார்?
ஒன்றுமில்லை. ஆனாலும் சாத்தனூரின் ஒவ்வொரு பெண்மணியும், அவளின் கணவனும் தங்கள் பிரச்சனைகளை அவதூதரிடம், முடிச்சவிழ்ப்பதற்காகக் கொண்டு வந்தார்கள்.

எங்கிருந்து அவர் சாத்தனூருக்கு வந்தார்? யாருக்கும் தீர்மானமாகத் தெரிந்திருக்கவில்லை. அவதூதராவதற்கு முன் அவர் என்னவாக இருந்தார்?
யாராலும் சொல்ல முடியாது. அவரும் அதைப்பற்றிப் பேச முனையவில்லை.

அவர் எவ்வளவு காலம் சாத்தனூரில் இருந்தார்?

நாடு சுதந்திரமடையும் சமயம் அவர் சாத்தனூரை வந்தடைந்தார் – அதாவது 1947ஆம் வருடம் ஆகஸ்ட் 14ஆம் தேதி. அதன்பின் எட்டு வருஷங்கள் கழித்து ஆகஸ்ட் 14, 1955 அன்று உடையுடுத்தி – மணமகனுக்கான ஆடை தரித்து அவதூதர் நிலையினின்று நீங்கினார்.

தன்னிடம் பிரச்சனைகளைக் கொணர்ந்த மனிதர்களின் குறைகளைப் போக்குமளவு அவர் படித்தவரா? அறிவாளியா? வெளிப்படையாக, இல்லை. தனக்குப் படிப்பறிவு இருப்பதாகவோ, பட்டறிவு இருப்பதாகவோ அவரும் கூறிக்கொண்டதில்லை. இன்னும் சொல்லப்போனால், தனக்கு எழுதவோ, படிக்கவோ தெரியாது என்றும் அவரே குறிப்பிட்டிருக்கிறார். அவரே ஒருமுறை நகைச்சுவையாகக் கூறியபடி, பெருக்கலும் கூடத் தெரியாது!

அவர் பிறப்பால் பிராமணனா? யாருக்கும் தீர்மானமாகத் தெரியாது. தெரிந்துகொள்ளும் ஆர்வமும் இல்லை. பொதுவாக அவதூதர்களுட்பட்ட எந்த இறையடியாருமே ஜாதி, மத பேதங்களுக்கு அப்பாற்பட்டவர்களாகக் கருதப்படுபவர்கள். ஜாதி, மத, இன வேறுபாடுகள், கௌரவம் முதலியன லௌகீக வாழ்வு நடத்தும் சாதாரண, சராசரி மனிதர்களுக்குச் சொந்தமானது. நம்மிடையே இறையடியார்கள் சாதாரண மனிதர்களாகக் கருதப்படுவதில்லை. அவர்கள் அசாதாரணர்களாக, கடவுளுக்கு நெருங்கியவர்களாக காணப்படுகிறார்கள்.

அவர் பிராமணனாக இல்லாதிருந்திருக்கும்பட்சத்தில் சாத்தனூர் பிராமணர்கள் அவரைத் தங்கள் இல்லங்களுக்குள் அனுமதித்திருப்பார்களா?

இந்த விஷயத்தில் பிராமணர்களுக்கோ, பிராமணரல்லாதவருக்கோ பேச வாய் இருக்கவில்லை. அந்த அவதூதர் தனது விருப்பம்போல்,

அழைக்கப்பட்டோ, அழையா விருந்தாளியாகவோ, பிடித்த வீட்டிற்குள் புகுந்து வெளியேறினார். யாரும் தடுக்கவில்லை. அவரை அவராகவே சாத்தனூர் வாசிகள், கேள்வி கேட்காமல் ஏற்றுக்கொண்டனர். அவர் முன்னிலையில், அந்தப் பிரசன்னத்தில் யாருக்கும் அவர் பிறப்பு குறித்த யாதொரு எண்ணமும் எழவில்லை.

அவருக்கு ஒரு குரு இருந்திருக்க வேண்டுமே...

இருந்திருக்க வேண்டும். ஆனால் அதுபற்றி அவர் சாத்தனூரில் எவரிடமும், எதுவும் பேசியதில்லை. அவர் வருகை நம்பிக்கையூட்டியது. சாத்தனூர் வாசிகள் அவரை இறையடியாரென நிச்சயமாக நம்பினார்கள். இவ்விஷயங்களில் ஒருவன் ஒன்று நம்புகிறான்; இல்லை நம்புவதில்லை. சாத்தனூர் வாசிகள் அவரிடம் நம்பிக்கை வைத்தார்கள். அவ்வளவுதான். எத்தருணத்திலும் அவர் அவதூதர்தானா என்ற விதமான அவநம்பிக்கை அவர்களிடம் எழுந்ததில்லை.

அவர் சாத்தனூர் வாசிகளைத் தன்னிடம் நம்பிக்கை வைக்கும்படி கேட்டாரா? தன்னை நம்பும்படி கேட்டுக் கொண்டாரா?

இல்லவே இல்லை. அவர் இருந்தார். அவ்வளவே. அவர் யாரிடமும், தன்னை நம்பும்படியோ, சந்தேகிக்கும்படியோ கேட்கவில்லை. யாரைக் குறித்த கவனமும், பிரக்ஞையுமின்றி கோயில் மாடுபோல், அவர் தன் வழி இயங்கி வந்தார்.

அவருக்கு அற்புத சக்திகள் இருந்தனவா? இருந்ததாக அவர் பேசியதில்லை. ஆனால் சாத்தனூர் வாசிகள், இந்தியக் கலாசாரம், அபூர்வப் பிறவிகளிடம் மட்டுமே இருப்பதாகச் சொல்லும் எட்டு அற்புத சக்திகளும், அவரிடம் இருந்ததாக நம்பினார்கள்.

எவ்வகை அற்புத சக்திகள் அவரிடம் இருந்ததாகக் கூறப்பட்டன?

எப்பொழுதும் கூறப்படுபவை – பார்வையால் நோய், ஊனம் தீர்த்தல், பறத்தல், காற்று வெளியில் மிதப்பது, நடக்கப் போவது குறித்து முன்கூட்டியே ஞானதிருஷ்டியால் அறிந்து கூறுவது, ஒரே நேரத்தில் பல இடங்களில் பிரத்யட்சமாவது, நினைத்தபோது இல்லாமலாகி பின் நினைத்த நேரம் திரும்பத் தெரிவது, நீர் மேல் நடப்பது போன்ற பலப்பல அதிசய சக்திகள் – மனிதர்கள், இருப்பதாக நம்பும் அபூர்வ ஆற்றல்கள்.

அவருக்கு இருந்ததாகக் கூறப்படும் எந்த அபூர்வ ஆற்றலாவது

நடத்திக் காட்டப்பட்டதற்கான ஆதாரமுண்டா?

எந்த ஆதாரம்தான் முடிவானதும், முழுமையானதுமாய் கூறப்படக் கூடியது? ஆனால் எவருமே, தாம் ஏதோ கேட்க அல்லது கூற வாயைத் திறக்கும் முன்னதாகவே, அவர் விரும்பினால், சொல்ல நினைப்பதை அறிந்தவராய் அதற்கான பதிலைத் தரும் ஆற்றல் அந்த அவதூதருக்கு இருந்ததை அறிந்தார்கள். மூடநம்பிக்கைகளற்ற பல திடசித்த மனிதர்கள், ஒரே சமயத்தில் வேறு வேறு, தொலைவிலுள்ள, மூன்று இடங்களில் அவதூதரைக் கண்டதாக அடித்துக் கூறியிருக்கிறார்கள். சாத்தனூருக்குள்ளே ஏன் அப்பாலுங்கூட ஓரிடத்தில் இல்லாமலே, யாரும் எதையும் கூறாமல், அங்கு நடந்ததை நேரில் காணாமல் குறிப்பிட்ட நேரத்தில், குறித்த இடத்தில் நடந்ததை அப்படியே அறிந்து கூறும் அபூர்வசக்தி அவதூதருக்கு இருந்தது. சாத்தனூர் வாசிகள் என்ன கேள்வி கேட்டாலும் அதற்கான பதில் அது அறிவுபூர்வமானதாக இல்லாமலிருக்கக் கூடுமென்றாலும் அவதூதரிடம் தயாராக இருந்தது!

அவருடைய வார்த்தைகள் கேட்க பிரயோசனமுடையவையா? அவற்றைக் கேட்பதில் அர்த்தமிருந்ததா?

சாதாரண வழக்கில், நிச்சயமாக இல்லை. எனில், அர்த்தமுள்ள பதில்களைத் தர அவர் மனம் வைத்தபோதெல்லாம் அவை பிரயோஜனமுள்ளவையாகவே இருந்தன. என்றாலும், அவர் அடிக்கடி சம்பந்தமில்லாமல் தெளிவற்றதாய் பதிலளிப்பதில் சந்தோஷப்பட்டார். சில சமயங்களில் அவர் பதில்கள் வெகுவாய் அர்த்தமற்று விழுந்தன. அதேபோல், பல சமயங்களில், நான்கைந்து முறை, திரும்பத் திரும்ப ஒரே கேள்வியைக் கேட்டாலும் அவரிடமிருந்து பதில் வராது. பல சமயம் புரியாததாய் எதுவோ முணுமுணுத்து திரும்பிக்கொள்வார்.

அவருக்கு தாடியிருந்ததா?

இல்லை, அவர் வாரம் இருமுறை – செவ்வாயும், சனிக்கிழமையும் – முகச்சவரம் செய்துகொண்டார். தலைமுடி நீளமற்று தலையோடு ஒட்ட வெட்டப்பட்டிருந்தது. தலை வாரமாட்டார் என்றாலும் மாதமொருமுறை முடி வெட்டிக்கொள்வார்.

கிராம நாவிதன் அவருக்கு சவரம் செய்து வந்தானா?

சந்தையிலிருந்த ஒரே ஒரு நாவிதன் கடைக்கு அவர் போய் வருவார். செவ்வாயன்றும் சனியன்றும் அந்த நாவிதன்

அன்போடும் அக்கறையோடும் அவதூதருக்கு சவரம் செய்வான். உண்மையைச் சொல்லப்போனால் நாவிதன் அண்ணாமலை செவ்வாயன்றும், சனியன்றும் தனது கடையை அவருக்குத் தொண்டாற்றுவதற்கென்றே திறந்து வைத்தான். ஏனெனில் அவ்விரு நாட்களும் இந்துக்களால் நல்லதல்லாத, கெட்டநாட்களாகக் கருதப்பட்டவை. சாஸ்த்ரோத்தமான இந்துக்கள் அவ்விரண்டு நாட்களும் முகச்சவரமோ, தலைமுடி வெட்டிக்கொள்வதோ செய்ய மாட்டார்கள்.

அவதூதர் நாவிதனுக்கு, அவர் பிறரிடம் வாங்கி வந்த தொகையைத்தான் அளித்தாரா?

இல்லை. அவரிடம் அண்ணாமலை காசு வாங்கிக்கொள்ள வில்லை. கட்டணமாய் வழங்குவதற்கான பணம் அவதூதரிடம் இருந்திருந்தாலும் அவரிடம் கட்டணம் வசூலித்திருக்க மாட்டான் அண்ணாமலை. அவதூதருக்கு இலவசமாக சேவை செய்வதன் மூலம் தனக்குப் பெருமையும், நற்கதியும் சேருவதாக எத்தனையோ முறை கூறியிருக்கிறான். அந்த நற்காரியத்தைச் செய்வதனால் தான் வாழ்க்கையில் வளம் பெறுவோமென்று வெகுவாக நம்பினான் அவன்.

வளம் பெற்றானா?

நிச்சயமாய்! நல்ல குடிமகனாக அடையாளம் காணப்பட்டான்; ஓரடுக்குடன் கூடிய சொந்த வீடு கட்டினான். கிராம பஞ்சாயத்து சபையின் உறுப்பினர்களுள் ஒருவராகத் தேர்தலில் ஜெயித்தான். அதைவிட, அவன் பிள்ளை ஆறுமுகம் ஒரு ஐ.ஏ.எஸ். அதிகாரி. நாவித குலத்திலிருந்து ஐ.ஏ.எஸ். அதிகாரியானவன் அவன் ஒருவன்தானென்று சாத்தனூர் நம்புகிறது. இவையெல்லாவற்றிற்கும் காரணம், தான் அந்த அவதூதருக்கு சேவை செய்ததே என்று அண்ணாமலை கூறுகிறான்.

இவ்வகை நிகழ்ச்சிகள் இன்னும் நிறைய பேரை அவதூதரை நாடச் செய்கின்றனவோ?

அப்படியில்லை. அந்த நல்ல நிகழ்ச்சிகளுக்கு சாத்தனூர் அவதூதரைக் காரணம் காட்டினாலும் அவற்றிற்கெல்லாம் முன்பிருந்தே சாத்தனூர் கிராமம் முழுவதுமே அவரை வணங்கி, அவர் காலடியில்தான் இருந்தது.

ஏன்?

யாராலும் இந்தக் கேள்விக்குப் பதில் சொல்ல முடியாது; யாரும் தமக்குத் தாமே இக்கேள்வியைக் கேட்டுக்கொள்ளவும் இல்லை. அவர்களுக்குத் தெரிந்ததெல்லாம் சாத்தனூரில் அவதூதர் இருக்கிறார் என்பதும், அது தங்களுக்கும் சாத்தனூருக்கும் நல்லது என்பதும்தான். அவர் சாத்தனூரில் இருந்தார் என்பதே அவர்களுக்குப் போதுமானதாக இருந்தது.

தான் சாத்தனூரில் இருந்து வருவது அக்கிராமவாசிகளுக்கு நன்மை பயக்கும் என்பதாய் – அக்கருத்தை எவ்வகையிலாவது – அவதூதர் விளம்பரப்படுத்தினாரா? பரப்பி வந்தாரா? இல்லவே இல்லை!

அவர் எத்தருணத்திலாவது, யாரிடமாவது தன்னால் அவர்கள் பிரச்சனைகளைத் தீர்த்துவைக்க முடியும் என்று கூறியிருக்கிறாரா? இல்லை. அதற்கு நேர்மாறாகத்தான் இருந்தார். பிறர் பிரச்சனைகளைத் தீர்த்து வைப்பதற்காய் தான் அழைக்கப் படுவதை அவர் தவிர்க்கவே முயன்றார். சில சமயங்களில் யாரும் கேட்காமலே சிலர் பிரச்சனைகளைத் தீர்க்கவும் செய்தார்! தன்னிடம் நேரடியாக, லௌகீக விஷயங்களைக் குறித்து அறிவுரைகள் கேட்க முயன்றவர்களை அவர் தவிர்க்கவே முயன்றார். யாராவது அவருக்கு நன்றி கூறினால் அவர் வழக்கத் திற்கு மாறாக, அவர்களிடம் கோபமாக நடந்துகொண்டார். ஆனால் விசித்திரமென்னவென்றால் அவருடைய கோபமும் அலட்சியமும்கூட சிலரால் நல்லதற்கு அறிகுறியாக எடுத்துக் கொள்ளப்பட்டன.

அவர் பிறரோடு நன்முறையில் பழகாதவரா? ஒருவருடனும் சரியாகப் பழகுவதில்லையா? சிலநேரங்களில் வெகுவாக சகஜமாக இருந்தார். சில சமயங் களில் அவர் பழகுவதற்கு இனிமையாகவும் இருந்தார் என்றாலும் அவர் பல நேரங்களில் கடுமையாகவும் அலட்சியமாகவும் நடந்துகொண்டார்; அந்த நேரங்களே அதிகம். எப்படியிருந்தாலும், அவர் எந்த நேரம் எப்படி நடந்துகொள்வார் என்பது எவருக்கும் தெரியாதிருந்தது.

பொதுவாக அவர் மனிதத் தொடர்பை தவிர்த்து வந்தாரோ? தங்களுடைய சுயநல காரியத்திற்காய் அவரை அணுகியவர்

களின் தொடர்பை அவர் தவிர்த்தார். அப்படித்தான் தெரிந்தது. மற்றபடி அவரை எந்த நேரமும், யாராலும் எளிதில் பார்க்க முடியும். முக்கியமாக அவர் சாத்தனூர் குழந்தைகளுக்கு சகல நேரமும் அணுகச் சுலபமானவராக இருந்தார்! மனமிருந்தால், அவர்களுடன் சரிசமமாக விளையாடிக்கொண்டும் சிரித்துக் கொண்டும் கண்ணைக் கசக்கிக்கொண்டும் அவர்களுள் ஒருவராகப் பொழுதைக் கழிக்கவும் செய்வார்.

எனினும், அவர் தேவைப்பட்டவர்களுக்கு சிறந்த ஆலோசனைகள் கொடுப்பவராக அறியப்பட்டவரோ?

ஆலோசனை என்று அதைக் கூற முடியாது. மக்கள் அவரிடம் சென்று ஏதாவது கேட்பார்கள். அவரும் ஏதாவது பதில் தருவார். அனேக சமயங்களில் அவர் சொல்வதில் அர்த்த மெதுவும் இருக்காது என்றாலும் அவை அறிவுரைகளாக பகுக்கப்பட்டன. அவர் சம்பந்தா சம்பந்தமில்லாமல் ஏதும் சொல்வார். அதுவும் அறிவுரையாக ஏற்கப்படும்! அவர் சொல்லும் ஒவ்வொன்றிலும் இல்லாத அர்த்தத்தை இனங்காண மக்கள் பிரயத்தனப்பட்டு, அவர் சொன்னதை பிரச்சனைக்கு சம்பந்தமுள்ளதாக்கப் பாடுபட்டதோடு, அவர் அறிவுரைகளைத் தாங்கள் பின்பற்றி பயனடைந்ததாகவும் பேசினார்கள். ஆனால், அவரைப் பொறுத்தவரை, தான் எந்த அறிவுரையும் அளித்ததாக அவர் கூறிக்கொண்டதில்லை. அவர் கூறியதாக நம்பிய எந்த அறிவுரையையாவது பின்பற்றி எவனாவது துன்பமடைந்தால் அது அவன் பாடு என்பதே அவதூதர் எண்ணமாக இருந்தது. தீயதற்கும் பொறுப்பேற்காதது போலவே தனது அறிவுரையின் வழி எவருக்கேனும் நல்லது நேர்ந்தால் அதற்கான பெருமையிலும் அவர் பங்கேற்க முயன்றதில்லை.

அவதூதரின் அறிவுரையைப் பின்பற்றி எவருக்கேனும் தீயது நேர்ந்ததாகத் தெரிய வந்ததுண்டா?

சிலருக்கு நேர்ந்திருக்கக்கூடும். ஒரு நிகழ்ச்சி அடிக்கடி பேசப்படுவதுண்டு. இவ்விதமாய் நடந்தது அது. ஊரிலே பிரபல மான ஒரு ரௌடி தனது பகைவன் ஒருவனைக் கொல்லும் முடிவுக்கு வந்தான். அவன் அவதூதரின் தீவிர பக்தன். அவதூதரிடம் விஷயத்தைத் தெரிவிக்காமலேயே, தான் நினைக்கும் காரியத்தை முடிக்க ஒரு நன்னாளைத் தேர்ந்தெடுத்துத் தருமாறு வேண்டிக்கொண்டான். நாளை மறுநாள் என்று மட்டும் கூறினார் அவதூதர். அந்த நாளில் தன் எதிரியைக் கொலையும் செய்து முடித்தான் ரௌடி. ஆனால் குறித்த நாள் ஊரிலுள்ள கோயிலொன்றின் திருவிழா நாளாக அமைந்ததால் அன்று

நிறைய காவல்துறையினர் ரோந்து சுற்றியவண்ணம் இருந்தனர். அந்த ரௌடி வேறு எந்த நாளில் கொலை செய்திருந்தாலும் தப்பித்திருக்கக்கூடும். மாட்டிக் கொள்ளக்கூடிய சந்தர்ப்பம் பாதிக்கும் பாதிதான் இருந்திருக்கும். ஆனால் அவதூதர் குறித்த திருவிழா நாளில் செய்ததால் வசமாக மாட்டிக்கொண்டு ஜெயிலுக்குப் போக நேர்ந்தது. வழக்கின் முடிவு குறித்து யாருக்கும் சந்தேகமிருக்கவில்லை. நிச்சயமாக ரௌடிக்குத் தூக்குமேடைதான் தீர்ப்பாகியது. ஆனால், அந்நிலையிலும் அந்த ரௌடியின், அவதூதர் மேலான மாறாத நம்பிக்கை ஆச்சரியப்படத்தக்கதாய் வெளியாகியது. அவனுடைய கடைசி ஆசையாக அவதூதரைத் திரும்பப் பார்க்க விரும்பினான் ரௌடி. ரௌடி தூக்குமேடைக்குச் செல்வதற்கு ஒரு நாள் முன்னதாக அவதூதர் சென்னைக்கு அவனைப் பார்ப்பதற்காக வரவழைக்கப்பட்டார். ரௌடி அவர் காலில் விழுந்து, "எனக்கு வருத்தமொன்றுமில்லை. என்னை ஆசிர்வதியுங்கள்" என்று கேட்டுக்கொண்டதாகவும், அவதூதரும் அவனை ஆசிர்வதித்ததாகவும் சொல்லப்படுகிறது!

அவதூதரே, கொலையாளியைப் பிடிப்பதற்குக் காவல் துறையினருக்கு உதவியிருப்பாரோ?

நிச்சயமாக இல்லை. நன்னாளைக் குறித்துக் கொடுத்த பிறகு அவர் எப்பொழுதும்போல் தனது வழக்கமான காரியங்களைச் செய்துகொண்டிருந்தார். வேறு எந்தவித சிந்தனையும் அவரிடம் இருந்ததாகத் தெரியவில்லை.

அவராக எதுவும் கூற முன்வரவில்லையா?

எதுவும் கூறவில்லை. சிலர் அவரிடம் எதற்கு அந்தக் குறிப்பிட்ட நாளை ரௌடிக்கு வினை முடிக்கக் குறித்துக் கொடுத்தார் என்று கேட்டதற்குப் பதிலாய் அவர் கூறியதெல்லாம், "சூரியன் தெற்கில் உதிக்கிறான்," என்பதுதான்.

ஒருவேளை அந்த அவதூதர் ஜென் வழிகளில் பயிற்சி பெற்றிருக்கலாமோ?

அதுக்கென்ன! சாத்தனூர் அவதூதர் ஜென் பற்றிய விவரங்களேதும் அறியாதவர். உலக வரைபடத்தில் ஜப்பானை எங்கு பார்ப்பது என்பதுகூட அவருக்குத் தெரியாமல்தான் இருந்திருக்கும். ஒருவேளை அவரிடத்தில் உலக வரைபடம் இருந்திருந்தாலும்கூட.

கடவுளைக் கண்டதாக அவர் கூறிக் கொண்டதுண்டோ! கடவுளற்றவராகத்தான் அவர் தன்னைக் கூறிக்கொண்டதாகத் தெரிகிறது.

அப்படியென்றால், அவர் நாத்திகரா? அதுவுமில்லை. உள்ளூரிலிருந்த பெரியாரின் சீடர்கள் – கடவுளில்லை என்று கூறி வந்தவர்களிடமிருந்து அவர் நீங்கியிருந்தார். தொடர்பேதும் கொண்டிருக்கவில்லை. நிச்சயமாகக் கடவுளர்கள் இருப்பதாகவும், ஆனால் அவர்களெல்லாரையும் அல்லது எந்த ஒருவரையும்கூட அவர் அறியாதவர் என்றும் கூறினார் அவதூதர். உலகத்திலுள்ள அனைத்து ஆண்களையும், பெண்களையும்கூட தனக்குத் தெரியாது என்றும் விளக்கம் தருவதாய் கூறியிருக்கிறார்.

அவர் இறைவழிபாட்டில் ஒரு கடவுளை இன்னொரு கடவுளைவிட அதிகமாய் வழிபடுவது என்ற ரீதியில் ஏதேனும் பாரபட்சம் பாராட்டினாரோ? சாத்தனூரில் ஏகப்பட்ட கடவுளர்கள் கோயில்களிலும், மடாலயத்திலும், மசூதியிலுமாக இருப்பதாகக் கேள்விப்பட்டிருக்கிறேன்.

சாத்தனூரில் ஐந்து கோவில்களும், ஒரு மசூதியும், ஒரு தேவாலயமும் இருக்கிறது. மிகத் தொன்மையானதாகப் பேசப்படும், ஆனால் சமீபத்தில் புனருத்திராணம் செய்யப்பட்ட ஜைனர் கோயிலொன்றும்கூட இருக்கிறது. அவதூதரைப் பொறுத்தவரை நினைத்தபோது விரும்பிய எந்தக் கோயிலுக்கும் போய் வருவதும், விழையாதபோது அழைத்தாலும் போக மறுப்பது மாய் பாரபட்சமேதுமின்றியே இருந்தார். எல்லாக் கடவுளரையும் ஏற்றதுபோலவே எல்லா மனிதர்களையும் ஏற்றுக்கொண்டார்.

அவர் சாத்தனூரிலுள்ள கோயில் எதற்காவது சென்று வழிபாடு செய்ததுண்டா?

எந்தக் கோயிலிலும் வழிபாடு செய்ததில்லை அவர். என்றாலும் அவ்வப்பொழுது கோயில்கள், தேவாலயம், மசூதி, ஜைனர் கோயில் முதலியவற்றிற்குச் சென்று வருவார். ஒரு சமயம், ஜைனர் கோயிலுக்குப் போய் மீண்டவர், ஜைனர் கடவுளும், தன்னைப் போலவே, ஆடைகளையெல்லாம் பறிகொடுத்து விட்டார் என்று வேடிக்கை பேசியதாகக் கேள்வி.

சாத்தனூரில் சமணர்கள் சிலரும், முகமதியர்கள், கிறித்துவர்கள் சிலரும்கூட அங்கிருந்த ஹிந்துக்களோடு வசித்திருக்க வேண்டும்.. அவர்களெல்லோரிடமும் அவதூதர் நட்பு பூண்டிருந்தாரா?

நிச்சயமாக! எல்லோரும் அவரைத் தங்கள் உறவாகக் கூறினார்கள். பிராமணர்கள், பிராமணரல்லாதவர்கள், முகமதியர்கள், கிறித்துவர்கள், சமணர்கள் (ஜைனர்கள்), ஏன், ஊருக்கப்பால்

வயல்களூடே குடில்களில் வாழ்ந்து வந்த ஹரிஜனங்களுக்குக்கூட அவர் உறவாக இருந்து வந்தார். பிராமணத் தெருவில் இருந்ததுபோலவே அடிக்கடி அவர் ஹரிஜனச் சேரியிலும் காணப்பட்டார்.

சாத்தனூர் பெரிய, வளம் வாய்ந்த கிராமமா? பெரியதும், சிறியதும் அல்லாத நடுத்தர அளவுள்ள கிராமம் சாத்தனூர். கிட்டத்தட்ட 20,000 பேர்களைக் கொண்டது. அவர்களில் பெரும்பாலோர் மத்தியதரத்திற்கும் குறைவான பொருளாதார மட்டத்தைச் சார்ந்தவர்கள். பிராமணரல்லாதவர்கள் ஏறக் குறைய 1,500 குடும்பங்கள். சாத்தனூரில் ஏறக்குறைய 200 பிராமணக் குடும்பங்கள் இருந்தன. அவற்றில் சில மத்திய தரத்திற்கும் உயர்வான பொருளாதார மட்டத்திலும், அவற்றை விட அதிக குடும்பங்கள், நடுத்தரவர்க்கத்தைச் சார்ந்தும், அதிக பட்ச குடும்பங்கள் நடுத்தரவர்க்கத்திற்கும் கீழான பொருளாதார ஸ்திதியிலும் உழன்றவை. சில பிராமணர்கள் மிகவும் வறுமையில் புழுங்கினார்கள். சாத்தனூரில் ஏறக்குறைய நூறு வளமான – நாளுக்கு நாள் வளம் பெருகிக்கொண்டு போகும் – முகம்மதிய குடும்பங்களும் முப்பது கிறித்துவக் குடும்பங்களும், ஐந்தாறு ஜைனக் குடும்பங்களும் இருந்து வந்தன. அவற்றுள் ஜைனக் குடும்பங்களே மிகவும் பழமையானதாகப் பேசப்பட்டன. சாத்தனூரின் ஜனத்தொகையில் மீதி, கிராம மக்களில் செல்வந்தர்களின் உடமையான வளமான நெல்வயலில் உழைத்து அதன் வழி வாழ்ந்து வந்த ஹரிஜனங்கள். அவர்கள் வயல்களின் இடையிலமைந்த சேரிகளில் வசித்து வந்தார்கள். சாத்தனூர் காவிரியின் டெல்டா பகுதியில் அமைந்திருந்ததாலும், வருடமிருமுறை வளமான நெல் அறுவடைகள் நடந்தமையாலும் சாத்தனூர் செல்வவளம் நிரம்பிய பிரதேசமாகவே இருக்கிறது. இங்குள்ளோருக்கு நெல் அறுவடையே முக்கிய ஜீவனம்.

பல்வேறு பொருளாதார நிலையிலான பல்வேறு சமூகத்தைச் சார்ந்த இந்த மக்கள் ஒற்றுமையாக வாழ்கிறார்களா?

ஒருவகையில் ஒற்றுமையாகத்தான் வாழ்கிறார்கள். சாத்தனூரைச் சேர்ந்தவர்கள் என்ற பெருமை அவர்களை ஒருங்கிணைத்திருக்கிறது. ஆனாலும், சமூகக் கலப்பு என்பது அபூர்வம்தான். அவ்வச் சமூகத்திற்கென வரையறுக்கப் பட்டுள்ள எல்லைகளை எவரேனும் தாண்டியதாகத் தெரிய வந்ததில்லை. சாத்தனூரில் சாதிக் கலகங்கள், சமூகச் சண்டைகள் இருந்ததில்லை. நிலச்சுவான்தாருக்கும், நிலத்தில் வேலை செய்யும் ஹரிஜனங்களுக்கும் இடையே மட்டுமே

பிரச்சனைகள் இருந்து வருகிறது. அது முக்கியமாக பொருளாதார சம்பந்தமானது. என்றாலும், எந்தப் பிரச்சனையும் என்றுமே பூதாகரமானதாக வளர்ந்து நீண்டதில்லை. முகம்மதியச் சிறுவன் பிராமணச் சிறுவன் படித்த அதே பள்ளியில் படித்து முன்னவனோடு பெஞ்சையும், எழுதுகோலையும் பகிர்ந்து கொண்டிருக்கக் கூடும் என்றாலும் அதற்குமேல் இருப்பிடத்தையோ, உணவையோ பகிர்ந்துகொள்ளும் தைரியம் அடைந்திருக்கவே முடியாது. பெருவாரியான பிராமணர்கள் கடின உழைப்பிற்கு அஞ்சாத முகம்மதியர்களுக்குத் தங்கள் நிலங்களை வாடகைக்கு விடத் தயங்கவே மாட்டார்கள். ஏனென்றால் முகம்மதியரின் கடின உழைப்பில் இரட்டிப்பு விளைச்சல் கிடைக்கும். நிலத்திற்கான வாடகையும் தவறாமல், பேரம் பேசலின்றி, கேட்ட அதிகமான தொகையே கிடைத்துவிடும். ஊரில் ஜைனர்களும், முகம்மதியர்களும்தான் சிறந்த பலசரக்குக் கடை நடத்தி வந்தார்கள். எடையில் தில்லுமுல்லு செய்யாத நாணயமும் அவர்களுக்கிருந்தது. எனவே அவர்கள் கடையில் சாமான்கள் வாங்கவும் சாத்தனூர் பிராமணன் யோசிக்க மாட்டான்.

ஆனால் ஒரு முகம்மதியனை தனது வீட்டிற்கு அழைப்பதோ, அவனுக்கு ஒரு கப் காபி அளிப்பதென்பதோ பிராமணன் கனவிலும் நினைக்காத ஒன்று. அதேபோல்தான் முகம்மதியனும். அது அவர்களிடையே ஏற்புடையதாக என்றும் இருந்ததில்லை. நாடு சுதந்திரமடைந்துவிட்ட இந்த நாளில் கூட, தீண்டத்தகாதவர் என்ற தாழ்குலப் பிரிவைச் சார்ந்தவன், சட்டத்தின் முன் பிற எந்த மனிதனுக்கும் அவன் சமமானவன் என்றாலுங்கூட, பிராமணத் தெருவில் தைரியமாக நடக்க முடியாது. அவன் அதை எப்பொழுதும் தவிர்த்து விடுவான். வேண்டுகோளாயிருந்தாலும் அதைக் கட்டளையே போல், தீண்டத் தகாதவனிடமிருந்து பத்து தப்படி தள்ளி நின்றபடியேதான் பேசுவான் பிராமணன். ஜைனர்கள் எண்ணிக்கையில் மிகவும் குறைந்தவர்களாயிருந்தபடியால் அவர்கள் தங்கள் மறைவிற்கு – அவர்கள் விரும்பும் சொர்க்கத்திற்காய் – காத்திருக்கிறார்களென்று சொல்லலாம். கத்தோலிக்கக் கிறித்துவர்கள் சாத்தனூர் வாசிகளிலேயே சமீப காலத்தில் வந்து சேர்ந்த இனத்தவர். போன நூற்றாண்டின் இறுதிப் பத்து ஆண்டுகளிலே டேவிட் மூப்பன் என்பவர் சாத்தனூரில் கொஞ்சம் நிலம் வாங்கிப் போட்டதன் வழி அங்கு வந்து சேர்ந்தவர்கள். கிறித்துவர்கள், செயல்திறனில், சமூக வேலைகளில் பிற இனத்தவர்களை விடச் சுறுசுறுப்பாயிருப்பவர்கள்.

பள்ளி நடத்துவது, மருத்துவமனை, தொழிற்கல்வி நிலையம் என்றெல்லாம் வைத்து நடத்தி வருகிறார்கள். அவர்களுடைய சேவை மனப்பான்மையும், ஊக்கமும் பிற சமூகத்தினரால் அங்கீகரிக்கப்பட்டவையென்றாலும்கூட பிராமணர் இல்லத்திலோ, பிராமணரல்லாதார் எனில் பிற ஜாதி ஹிந்துக்கள் இல்லங்களிலோ அவர்களைச் சகஜமாகப் பழக அனுமதிக்கப் படுவது அபூர்வம். முகம்மதியர்களுக்கும் கிறித்துவர்களுக்கு மிடையேகூடப் போக்குவரத்து கிடையாதிருப்பது விசித்திரம். முகம்மதியர்கள் சாத்தனூரில் நீண்ட நெடுங்காலமாக இருந்து வருபவர்கள். அவர்களின் மசூதி அந்த ஊரிலுள்ள புராதனச் சின்னங்களுள் ஒன்று. பதினாறாவது நூற்றாண்டின் ஆரம்ப காலத்தில் தஞ்சாவூரையாண்ட நாயக்க மன்னரின் பிராமண குலத்தைச் சார்ந்த மந்திரியொருவரால் வழங்கப்பட்டது. முகமதியர்கள் பரம்பரையாக இந்தியாவெங்கும் புகழ்பெற்ற சாத்தனூரிலிருந்து வரும் வெற்றிலையைப் பயிர் செய்யும் தொழிலில் ஈடுபட்டிருந்தார்கள். இந்த நூற்றாண்டிலோ, இதற்கு முன்பாகவோ, எந்தக் கால கட்டத்திலுமோ சாத்தனூரில் இந்து – முஸ்லீம் கலவரம் நிகழ்ந்ததில்லை.

இந்த சமூகங்களிடையே அனுசரிக்கப்படும் சாதிக் கட்டுப்பாடுகளை அவதூதர் அனுசரிப்பதில்லையல்லவா.

இல்லை. அவர் யார் வீட்டிலும் எவருடனும் இருப்பார். மனம் விரும்பியவாறு எந்த வீட்டிற்கும் போய் வருவார். எல்லோரிடமும் சகஜமாகப் பழகுவார். ஒவ்வொரு சமூகத்தைச் சார்ந்த பெண்டிரும் அவரைத் தங்கள் குடும்பத்து மூத்த பிள்ளை யாக அன்றிக் காணாமல் போய் திரும்பக் கிடைத்த தகப்பன் அல்லது தமையனாக, மகிழ்வோடு வரவேற்பார்கள். தங்கள் இல்லங்களில் சமைத்த பதார்த்தங்களில் சிறந்ததை அவதூதருக்கு உண்ணக் கொடுப்பதில் அவர்கள் ஒருவருக்கொருவர் போட்டி போடுவார்கள்!

சமூக ரீதியிலாய் அவர்களை ஒருவரையொருவர் நெருங்கி வரச் செய்ய அவதூதர் ஏதேனும் முயற்சி செய்வதுண்டா?

நாம் குறிப்பாக இனங்கண்டு கொள்ளும்படியாக எதுவும் செய்வதில்லை. ஆனாலும் அவருடைய இருப்பே, பிரத்யட்சமே, தாம் சாத்தனூர் வாசிகள் என்ற நினைப்பைப் போன்றே அவர்களை இணைத்து வைக்கிறது; அவர்களுக்கிடையே பாலமாகிறது.

பாகுபாடு எதுவுமே பாராட்டாமல், அவதூதர் முகமதியரோடும், கிறித்துவரோடும், ஹிந்துவோடும், ஹரிஜனங்களோடும் உணவருந்துவாரா?

நிச்சயமாகச் செய்கிறார்.

உணவைப் பொறுத்தவரை அவரிடம் ஏதேனும் கட்டுப்பாடுகள் உண்டோ?

இல்லை. அவ்வத்தருணம் அவருக்கு என்ன அளிக்கப்படுகிறதோ, அது என்ன என்பதைக்கூட அறிந்துகொள்ள முயலாமல் உண்டுவிடுகிறார். அது சமைத்த மாமிசமோ, பச்சைத் தசையோ, கெட்டு விட்டதோ, மீனோ, இல்லை சமைத்த அரிசியோ, பச்சைக் காய்கறிகளோ எது தரப்பட்டாலும் அதன் சுவையைச் சிலாகித்து ஏற்றுக்கொள்வார் அவதூதர்.

அவர் கோயில்களில் பூஜையும், மசூதியில் தொழுகையும், மடாலயத்தில் பிரார்த்தனையும் செய்ததாகக் கேள்வியுண்டோ?

அவர் வழக்கமாக அவையெல்லாம் செய்வாரென்றாலும் இடம் மாற்றிச் செய்வது அவர் பழக்கம்! முருகன் கோயிலில் தொழுகை நடத்துவார் – குரானைப் பாடி! இல்லை, மசூதியில் கிறித்துவப் பிரார்த்தனையில் ஈடுபடுவார். இல்லை, ஹிந்துக்களின் பாணியில் மடாலயத்தில் பூஜை புனஸ்காரங்கள் செய்வார்.

யாரும் இவற்றைத் தடுக்க முயலவில்லையா?

ஆரம்பத்தில் சிலர் எதிர்த்தார்கள்தான் என்றாலும் அவதூதரைத் தெரிந்துகொண்ட பிறகு அவர்களும் அதற்குப் பிறகு எதிர்ப்பதில்லை. அவதூதர் விரும்பியதைச் செய்யலாம்.

அவர் குரானைப் பாடியதாகக் கூறினீர்கள்? அவருக்குக் 'குரான்' தெரியுமா?

ஹிந்துக்களின் வேதங்களும் மந்திரங்களும், கிறித்துவர்களின் பிரார்த்தனைகளும் பைபிளும், ஜைனர்களின் மதவழக்கங்களும், ஹரிஜனங்களுடையதும்கூட அவர் அறிந்திருந்தார். பாதிரியார் தாமஸ் தனக்குத் தெரிந்ததைவிட நன்றாக, தெளிவாக அவதூதருக்கு பைபிளைத் தெரியும் என்கிறார்! சாத்தனூர் முகமதியர்களின் முல்லாகூட, அவதூதருக்குக் குரானைத் தெரிந்த அளவு, தன்னையும் சேர்த்தே, சாத்தனூரில் வேறு யாருக்கும் தெரியாது என்று அடித்துக் கூறுகிறார். ஆனால் சாத்தனூர் முல்லா அதிகம் அறிந்தவரில்லை. எனவே அவர் கூறுவதைப் பரீட்சித்துப் பாராமல்

அப்படியே ஏற்றுக் கொண்டுவிட முடியாது.

அது எப்படிச் சாத்தியமாகும்? அது எப்படி அவரே ஒப்புக்கொண்டபடி கல்வியறிவில்லாத அவதூதர் நியமிக்கப் பட்ட மதத் தலைவர்களை விடவும் அதிகமாக பைபிளையும், குரானையும், இந்துமத இறைநூல்களையும் எப்படிக் கற்றுத் தேர்ந்தவராக இருக்க முடியும்.

நான் சாத்தனூர்வாசி. அவதூதரால் எதுவும் முடியும் என்று நான் தீர்மானமாக நம்புகிறேன். அவதூதர் சம்பந்தப்பட்ட எதுவும் எனக்கு ஆச்சரியமேற்படுத்துவதில்லை.

அவரை மனிதாபிமானியாகக் கூற முடியுமா?

எனக்கும் சரி, அவருக்கும் சரி – நீங்கள் எந்தவிதத்தில் அந்த வார்த்தையைக் கூறுகிறீர்கள் என்று தெரியாது.

பின், அவருடைய தத்துவம் என்று எதைக் கூறுவீர்கள்?

தனக்கென்று ஒரு தத்துவம் வைத்திருந்தேயாக வேண்டும் என்பதாய் அவர் எண்ணியதில்லை. நீங்கள் எப்படி அவரைப் பகுத்தாலும் சரி – அவர்... அவர், அவ்வளவே.

தனக்கு யோக சக்திகள் இருப்பதாக அவர் கூறிக் கொள்கிறாரோ?

இல்லை. யோகிகளையும் அவர்கள் நிகழ்த்துவதாகக் கதைகளில் வரும் அசாதாரண காரியங்களையும் பார்த்துச் சிரிப்பார் அவர்.

வாழ்க்கையில், அவர் வாழ்ந்து வரும் முறையில் அவருடைய குறிக்கோளாக அவர் என்ன கூறுகிறார்?

ஒன்றுமில்லை. அவர் என்றுமே வாழ்க்கையைக் குறித்து குறிக்கோளோ, திட்டமெதுவுமோ தான் கொண்டிருப்பதாகக் கூறிய தில்லை. அவர் இந்த விதமாய் வாழ்கிறார். அவ்வளவு தான். அவர் தனக்காகவும், தனது விழைவிற்காகவும் தான் நினைத்தபடியும் மட்டுமே வாழ்கிறார். விளையாட்டாய், ஒவ்வொரு விநாடியையும், அதற்கு எவ்விதம் தோன்றுகிறதோ அவ்விதமே தனக்கு எதையும் கொண்டு வருவதை அனுமதித்து வாழ்கிறார். அவ்வளவுதான். அவர் முன்னாலும் பின்னாலும் பார்ப்பதில்லை. அந்தந்த விநாடி அவ்வமயம் அவர் என்ன செய்ய வேண்டும், எப்படிச் செயல்பட வேண்டும் என்று அவருக்குக் கூறுகிறது. அதன்படி நடப்பதே சரியானது என்று அவர் நிச்சயமாக நம்புகிறார். சந்தேகங்களோ,

மனசாட்சி மறுகலோ, நடந்தது, நடத்தியது குறித்த வருத்தங்களோ, குற்றவுணர்வோ, பரபரப்போ, கவலையோ எதுவும் அவரை அண்டுவதில்லை. அந்தந்த விநாடிகள் கொண்டு வருவது எதுவாயினும் அதை அவர் மனமார ஏற்றுக்கொள்கிறார்.

காசைக் கையாலும் தொடவும் கூடாது என்ற கொள்கை அவருக்குண்டோ?

அப்படியெல்லாம் இல்லை. சாத்தனூரில் உள்ள யாரையும் விடவும் தான் பணத்தை விரும்புவதாய் அவர் கூறுகிறார். ஆனால் அவர் செய்கைகள் அவர் கூற்றைப் பொய்யாக்குகின்றன. அவர் என்றுமே தனக்கு வந்து சேரும் அல்லது தான் பிறரிடமிருந்து பெறும் பணத்தைப் பூட்டி வைத்துக்கொள்வதில்லை.

அப்படியென்றால் அவர் பிறரிடமிருந்து பணம் பெற்றுக் கொள்கிறாரா?

செய்கிறார். ஆனால் அடுத்த நிமிடமே வேறு ஒருவருக்குத் தந்துவிடுகிறார்.

பணக்காரர்களிடமிருந்து வசூலித்து ஏழைகளுக்குக் கொடுப்பதாகவா?

அப்படிக் கட்டாயமில்லை. அவர் அடிக்கடி, ஏழையினரிடமிருந்து பணம் வசூலித்து, தந்தவரை விட உயர்ந்த தனஸ்திதி உள்ளவருக்கு அளிக்கவும் செய்கிறார்.

பணத்துக்காகப் பிச்சையெடுக்கிறாரா?

அவர் யாரிடமிருந்து வேண்டுமானாலும், தரப்படும் பணத்தை, தனக்குச் சேர வேண்டியதே போன்ற உரிமையுடன் எடுத்துக்கொள்கிறார். அதே போன்ற உரிமையுடன்தான் அவர் பணம் கேட்கவும் செய்வார்.

அவர் யாரிடம் பணம் கேட்கிறாரோ அவர்கள் மனமுவந்து கொடுப்பார்களா?

அவதூதர் யாரிடம் பணம் கேட்கிறாரோ அந்த மனிதர் கொடுப்பதைத் தவிர வேறு வழியில்லை என்றே எண்ணத் தலைப்படுகிறார். அவதூதர் பணம் கேட்கிறார். ஆனால், அவர் நினைத்தால் கேட்காமலே எடுத்துக்கொண்டிருக்க முடியும் என்பது ஒவ்வொருவருக்கும் தெரியும். அந்தப் பணத்தைப்

பத்திரமாகப் பூட்டி பீரோவுக்குள் வைத்துப் பாதுகாத்தாலும்கூட அது மறைந்துவிடும். அவதூதர் கேட்டும் கொடுக்க மனமின்றிப் பதுக்கியிருந்தால், அனேக சமயங்களில் ஒரு மனிதனிடம் அவன் வசம் என்ன பொருள் இருக்கிறது என்று அவதூதருக்குத் தெரியும், எதிரேயுள்ளவன் கைவசம் உள்ள தொகையை மிகச் சரியாகக் கூறிக் கேட்பார். கொடுக்கும் அக்கறையும் விருப்பமும் அந்த மனிதனுக்கு இருந்ததா என்றெல்லாம் அறிய அவதூதர் என்றுமே ஆர்வம் காட்டியதில்லை.

அவரின் இந்தப் பழக்கம் மக்களுக்கு அவரைப் பிடிக்காத வராக்கியிருக்குமே?

விசித்திரம்தான் என்றாலும், அப்படியெல்லாம் ஒன்றும் நேரவில்லை.

இரவு வேளைகளில் அவர் எங்கே உறங்குவார்?

உறக்கம் வருகையில் அவர் எங்கேயிருக்கிறாரோ அங்கேயே – செல்வந்தனின் பட்டுமெத்தையோ, வேலியோரமோ, பூங்காக்களிலோ, தெருவிலோ, ஏதாவது பள்ளத்திலோ, இடிந்த வீட்டின் இடிபாடுகளிலோ – இவை சாத்தனூரில் ஏராளம் இருந்தன – கோயில்புறத்தே, அன்றி மசூதியருகாமையில் ஏன் முழங்காலளவு தண்ணீரில்... மேலும், ஒரு நாளின் எந்த வேளையிலும் அது அதிகாலையோ, அஸ்தமனமோ, மதியமோ எப்பொழுது உறங்க விரும்பினாலும், உறக்கத்தில் ஆழ்ந்து விடுவார்.

எப்படி வழக்கம்? அவதூதரைப் பார்க்க வேண்டிய அவசியமுணர்பவர்கள் அவரைத் தேடிப் போனார்களா? இல்லை அவரை அழைத்துவர ஆளனுப்பினார்களா?

என்ன அத்தியாவசியத் தேவையானாலும், யாரும், அவராகத் திரும்பி வரும் வரை காத்திருப்பார்கள். ஏனெனில், குறிப்பிட்ட நேரத்தில் அவர் எங்கிருப்பார் என்று யாராலும் திட்டவட்டமாகச் சொல்லமுடியாது. அவரும், யாருடைய அழைப்பையும் மதிக்கமாட்டார்.

அவர் தத்துவ மத சம்பந்தமான உரைகள் ஆற்றியிருக்கிறாரோ?

இல்லை?

பற்றறுத்தல் பற்றி அவர் போதித்தாரோ?

அவர் ஒன்றையும போதிக்கவில்லை.

அவர் பழகுவதற்கு இனிமையானவரா? எப்பொழுதும் இனிமையாகப் பழகும் குணாதிசயம் அவருக்கிருந்ததா?

இல்லை. கோபக்குமுறல்கள், வெடித்து அழுவது, விடாமல் இடிஇடியென நகைப்பது எல்லாம் நிறைந்த மனிதன் அவதூதர்.

அவர் ஒரு நல்ல, பிறரை அவரிடம் பழக ஈர்க்கும் கவர்ச்சிகரமான மனிதன் என்று கூறுவீர்களா?

பார்வைக்கும் சரி, பழக்க வழக்கங்களிலும் குணாதிசயங் களிலும் சரி அவர் அப்படியில்லை. கவர்ச்சி, ஈர்ப்பு என்ற வார்த்தைகளுக்கான லோகாயுத அர்த்தத்தில் அவரை அப்படிச் சொல்ல முடியாது. அவர் தொந்தியும் தொப்பையுமாக கலைந் தடர்ந்த தலை முடியுடனும், முகத்தின் நடுவே நெளிந்து வளையும் பாம்பாகக் கோணிய மூக்கையும் கொண்டிருந்தார். அகன்ற வாயும், வரிசையற்ற, நுனியுடைந்த பற்களும் அவருக்கிருந்தன. அவர் கைகள் அளவுக்கு அதிகமாக நீண்டு கிடந்தன. சரீரமோ பச்சை ஈரமண்ணை நினைவுபடுத்தக்கூடிய பழுப்பு நிறமாக இருந்தது. கண்கள், தொலைதூரப் பார்வையில் வெறித்தன. கூனலிருந்தது. முழங்கால்கள் இரண்டு சதை யுருளையாக வீங்கி இருந்தன. இல்லை, அவர் கவர்ச்சிகரமானவரில்லை. ஆனால், அவர் உங்களைப் பார்த்தால் அந்தப் பார்வை நம்மை அவருக்கு மதிப்பளிக்க வைக்கும்.

பெண்களின் அண்மைக்கு அவர் ஏதேனும் முக்கியமளித்தாரா?

இல்லை. ஆனால் ஊர்ப் பெண்கள் அவர் முன்பாக இருக்கவும், ஒருவரோடொருவர் போட்டியிட்டு அவரைத் தாயாகப் பாராட்டவும், சீராட்டவும் பெரிதும் விரும்பினர். இளவயதுப் பெண்களும்கூட அவர் முன்னிலையில் தாய்மையுணர்வைப் பெற்றனர். தாயைப்போல் அவரைப் புரந்தனர்.

அவருடைய நிர்வாணம் ஊர்ப் பெண்களை தர்மசங்கடத்தி லாழ்த்தியதோ?

இல்லை. அவர் தன்னுடைய 'நிர்வாணம்' குறித்த பிரக்ஞையற்று இருந்தார். அதேபோல்தான், அவருக்கு எதிராக இருந்தவரிடத்தும் அவருடைய நிர்வாணம் எந்தத் தாக்கத்தையும் ஏற்படுத்தவில்லை. கன்னிப்பெண்களும்கூட அவர் பிறந்த மேனியுடன் இருப்பதைக் கண்டு சங்கடத்திலாழ்ந்ததில்லை. கலவரமடைந்ததில்லை. அதை அவர்கள் வழக்கமான ஒன்றாக ஏற்றுவிட்டிருந்தார்கள். தங்கள் குழந்தைகளின் நிர்வாணத்தைக் காண்பது போலவே பெண்கள்

அவதூதரின் நிர்வாணத்தையும் நேர்கொண்டார்கள்.

எச்சமயமாவது அவர் ஏதாகிலும் அவதூறில் மாட்டிக் கொண்டதுண்டா? அவ்விதமாய் அவர் பெயர் அடிபட்ட துண்டா?

எந்த சமயமும் இல்லை. அவதூறின் காற்றுகூட அவர் மீது பட்டதில்லை. குடும்பப் பெண்களல்லாதவர்களின் வீடுகளில் அவரைக் கண்டவர்கள்கூட அவ்விதமாய் அவர்மீது அவதூறு சுமத்தத் துணிந்ததில்லை. சாத்தனூரில் அப்படிப்பட்ட, குறிப்பிடத்தக்க பெண்கள் சிலர் இருந்து வந்தனர். ஆனால், அவர்களையும், அவர் முறை தவறாப் பெண்களை நேர் கொள்வது போன்றே நேர்கொண்டார்.

சாத்தனூர் வாசிகள் காமம், களவு, பாலுணர்வு, அது பற்றிய வம்புகள் – முதலியவற்றைப் பற்றியெல்லாம் அதிக பிரக்ஞை யுடையவர்களாக இருந்தார்களா? பாலுணர்வு குறித்த பழைய காலக் கட்டுப்பாடுகள் தங்களிடையே தீவிரமாய் கடைப் பிடிக்கப்பட வேண்டும் என்று அவர்கள் வற்புறுத்தி வந்தார்களா?

ஓரளவிற்கு அவர்கள் அப்படித்தான் செய்தார்கள் என்றபோதும் நவீனகால விதிமுறைகளின் பாதிப்பில் அவர்களின் பழங்காலக் கோட்பாடுகள் தளர்ந்து வருகின்றன. ஆண்கள், பெண்கள் இருபாலரிலும் களவொழுக்கம், திருமணத்திற்கு முன்பாக உடற்சேர்க்கை... போன்ற விஷயங்கள் சாதாரணமாகி வருகின்றன. மொத்தத்தில் அவற்றைப் பற்றியெல்லாம், அனுசரித்துப் போகத்தான் வேண்டும் என்ற ரீதியாகத்தான் ஊர் மக்கள் தங்களுக்குள் பேசிக்கொண்டார்கள். ஆனால், காமம் குறித்து நிகழும் குற்றங்கள் சாத்தனூரில் அரிதாகவே இருந்தது. காமம் காரணமாய் நிகழ்ந்த கொலையோ, அன்றி கற்பழிப்போ சாத்தனூரின் வரலாற்றிலேயே நினைவெட்டியவரையில் இல்லை. களவொழுக்கத்தை சாத்தனூர் சமூகம் அனுமதித்தது என்றில்லை எனில், அதை ஏற்கப் பொறுக்காத அளவு இறுக்கமானதும் அல்ல. சாத்தனூர் சமூக வாழ்வு எளிமையானதும், சுலபமானதுமாய் தம் இளைய குலத்தின் வழிமுறைகளை மேலும் மேலும் பொறுத்து, அனுசரித்துப்போவதாய் இருந்தது.

சாத்தனூரில் எவராவது அவதூதரால் சிறிதளவும் ஆகர்ஷிக்கப்படாது அவரை எதிரியாகக் கருதி, இருந்திருக் கிறாரோ?

இதுகுறித்துப் பதில் தருவது கடினம். யாரும் அவதூதருக்கு அதிக

காலம் எதிர்ப்பு தெரிவித்ததில்லை. பெருவாரியானவர்களின் எண்ணம் அத்தகைய எதிர்ப்புணர்விற்கு எதிராகவே இருந்தது. கொஞ்சம் பேர், அவதூதர் இல்லாத சமயம் அவரைக் குறித்த தங்கள் அதிருப்தியை வாய் வார்த்தையாகத் தெரிவித்திருக்கக்கூடும். ஆனால் அவர்களும் அவதூதர் முன்னிலையில் தங்கள் எதிர்ப்பைத் தெரிவித்ததேயில்லை. சர்வமான்ய அக்கிரஹாரத்தைச் சார்ந்த, முன்னாள் ஆசிரியரான மகாதேவ ஐயர் மாத்திரமே எப்பொழுதும் அவதூதருக்கு எதிராக இருந்தவர். மேலாக, மதிப்பிற்குரியவராகப்பட்டாலும் சாத்தனூரில் மகாதேவ ஐயரை யாருமே மதித்ததில்லை.

அவதூதர் புதிரான, சுவாரஸ்யமான மனிதர் என்று சொல்லுவீர்கள்?

அப்படித்தான். ஒரு விஷயத்தில் அவர் தனிப்பிறவியாக விளங்கினார். அவதூதர்கள், தாங்கள் அவதூத நிலையை அடைந்துவிட்டால், அதன்பின் எதற்கும் எவ்விதப் பொறுப்பும் ஏற்க மாட்டார்கள். பழையபடி வாழ்வு நடத்த முனைய மாட்டார்கள். பரிச்சயமான பழைய இடத்தில் தெரிந்தவர்கள் மத்தியில் வசிக்க மாட்டார்கள். ஆனால், சாத்தனூர் அவதூதர் ஒரு விதிவிலக்கு. எட்டு வருடங்கள் அவதூதராக வாழ்ந்த பின், சாத்தனூரில் வசிக்க வந்து, இன்று கௌரவமான இல்லற வாழ்வில் ஈடுபட்டிருப்பவர். சாதாரணக் குடும்பஸ்தனாக இன்று வசித்து வருபவர்.

அம்மாற்றம் எவ்வாறு நிகழ்ந்தது என்பதைக் கூறும் கதை இது.

1

1949 ஆம் ஆண்டு இறுதியில் குலாம் கவுஸ் சாத்தனூரின் சப்-இன்ஸ்பெக்டராக நியமிக்கப்பட்டார். அதுவரையில் அவர் வேலூரிலுள்ள போலீஸ் பயிற்சிப் பள்ளியில் காலங்கழித்து வந்தார். இந்த நியமனம்தான் அவர் தனிப்பட்ட முறையில் முதன் முதல் செயலாற்றக்கூடியது. தனக்கு வேலை கிடைத்ததற்கும் மனைவியான நஜ்மா பீவி கிடைத்ததற்கும் காரணமாக, கும்பகோணம் எல்லையில் அடங்கும் பகுதியின் சர்க்கிள்-இன்ஸ்பெக்டரான ஃபிரான்சிஸை நன்றியோடு நினைவு கூர்வார். மேற்குறிப்பிட்ட பிரதேசத்திற்குட்பட்ட காவல்துறை நிர்வாகத்தின் தலைமையகம் சாத்தனூரில் இயங்கி வந்தது. தந்தையற்ற நஜ்மாவிற்காய் தான் பொறுப்பேற்று ஃபிரான்சிஸ் அப்பொழுது பயிற்சிப் பள்ளியில் மாணவனாய் இருந்த குலாம் கவுஸின் நன்னடத்தையையும் அவன் எதிர்காலத்தில் முன்னேறுவான் என்பதையும் அறிந்தவராய் நஜ்மாவிற்கும், கவுஸிற்கும் திருமணம் முடித்து வைத்ததோடு தனது நேரடிக் கண்காணிப்பின் கீழ் கவுஸிற்கு வேலை நியமனம் கிடைக்கும்படியும் பார்த்துக் கொண்டார்.

குலாம் கவுஸ் ஆஸ்திகருமல்ல; நாஸ்திகருமல்ல. அவன் காலத்தைய இளைஞர்களைப் போலவே அவனும் மத வழி பாடுகள் குறித்த ஒருவித அலட்சியத்துடன் இருந்தான். குரானுக்குப் பதிலாகத் தான் நன்கறிந்த காவல்துறைப் புத்தகத்தையும் தனது தொழில் குறித்த சட்டதிட்டங்களையும் விதிமுறைகளையும் இஸ்லாமிய மதம் வகுக்கும் நன்னெறி முறைகளுக்குப் பதிலாக

மனங்கொண்டிருந்தான் அவன். முஸ்லீம் இனத்தைச் சார்ந்த வயதில் முதிர்ந்தவர்கள் அவனை ஒரு 'தேறாதவன்' என்பதாய்க் கருதி வந்தனர். என்றாலும் ஃபிரான்சிஸிற்கு அவன்மேல் நம்பிக்கையிருந்தது.

ஒரு காவல் அதிகாரி என்ற முறையிலும் சரி, மனிதன் என்ற விதத்திலும் சரி, முதன் முதல் அவதூதரைப் பார்த்த போது குலாம் கவுஸிற்குள் அந்த நிர்வாணத்தோற்றம் எதிர்ப்புணர்வைத் தோற்றுவித்தது. உடனடியாக அவன் அதுகுறித்து எதுவும் செய்யவில்லையெனினும் காவல்துறை ஷரத்துக்களடங்கிய புத்தகத்தைப் புரட்டிப்பார்த்து ஆடையின்றி வெளியே உலவுதல் ஒரு சிறு குற்றம் மட்டுமே என்று அறிந்து கொண்டான்.

எக்ஸிபிஷனிஸம் என்ற தலைப்பின் கீழ் 'தொல்லை' எனப் பகுக்கப்பட்டிருந்தது அத்தகைய நிர்வாண வீதிஉலா. அதற்கான தண்டனை ஒருநாள் சிறைவாசம் எனவும் காவல் ஏட்டில் குறிப்பிடப்பட்டிருந்தது. அதற்கடுத்த நாள் மாலை பிரதான கடைத் தெருவில் மக்கள் நெரிசலைப் பற்றிய பிரக்ஞை முற்றும் அற்றவராய் முழுநிர்வாணமாய் அவதூதர் போவதைப் பார்க்க நேர்ந்ததும் அவதூதரைக் கைது செய்தான், தன்னைத் தானே காட்சிப்பொருளாக்க அவர் முயன்றதாய்க் குற்றஞ்சாட்டி. அன்று ஏதோ திருவிழா சமயம். ஹிந்துக்கள் கோயில்களில் உற்சவம். சாத்தனூர் வீதிகள் அக்கம் பக்கத்துக் கிராமங்களிலிருந்து வந்த ஆண்களும், பெண்களுமாய் கூட்டம் நெருக்கியடித்துக் கொண்டிருந்தது. என்றாலும், சாத்தனூர் வாசிகளோ, விழா பார்க்க வந்தவர்களோ அவதூதரைப் பற்றிய எவ்வித புகாரும் தரவில்லை. என்றாலும் 'கவுஸ்' அவரைக் கைது செய்தான்.

அன்று, சாத்தனூரின் சப்-இன்ஸ்பெக்டராக குலாம் கவுஸ் பதவியேற்ற முதல் வாரத்தின் வெள்ளிக்கிழமை. அவதூதரை, புதிய எஸ்.ஐ. கைது செய்து கூட்டிக்கொண்டு போவதைக் குறித்து யாரும், எந்த எதிர்ப்பும் தெரிவிக்கவில்லை. புதிய சப்-இன்ஸ்பெக்டர் ஆறடி உயரமும், ஆஜானுபாகுவான தோற்றமும் கொண்டிருந்தாலும் தன்னைத் தானே காத்துக்கொள்ள, காப்பாற்றிக்கொள்ள அவதூதருக்கு முடியும் என்பது அவர்களுக்குத் தெரியும்! ஒரு பொட்டுத்துணியுமின்றி அவதூதரும், மொடமொடவென முரட்டுச் சீருடையுடன் புதிய இன்ஸ்பெக்டருமாகப் போவதை சிலர் ஆர்வமாகப் பார்த்துக் கொண்டு நின்றனர். அவதூதரின் தோளின் மேல் கைபோட்டுத் தன்னைத் தொடருமாறு அவருக்குக் கட்டளையிட்டு சாத்தனூர் காவல் நிலையத்திலிருந்த ஒற்றைச்

சிறையறையில் அவரை அடைத்து வைக்க நடத்திச்சென்றபோது, ஆட்டுக்குட்டிபோல், மறுப்பேதும் சொல்லாமல் சென்றார் அவதூதர். சிறைச்சாலையும் – பிற எந்த இடத்தையும் போலவே – தூங்குவதற்கு உகந்த இடம்தான் என்றார் அவர்!

எதிர்ப்பேதும் காட்டாத அந்தக் கைதி குலாம் கவுஸைக் குழப்பினார். மன்னிப்புக் கோருவதாகவும், சட்டத்தின்படி அவரைக் கைது செய்துகொண்டு போயாக வேண்டிய நிலையில்தான் இருப்பதாகவும் அவரிடம் கூறினான் குலாம் கவுஸ். "யாருடைய சட்டம்?" என்று நிமிர்ந்து பார்த்துக் கேட்டார் – குழைந்து, இனிமையாகப் பேச அறியாத அவதூதர்.

குலாம் கவுஸின் அறிவிற்கெட்டியவரை இந்தக் கேள்விக்குக் காவல் ஏட்டில் பதில் தரப்படவில்லை. இந்த நாட்டின் சட்டம் என்று அவன் பதில் கூறியிருக்க முடியும். ஆனால், அது மிகப் பொதுப்படையாகப் பேசுவதாய் தொனிக்கக் கூடியது. வேறு ஒரு விவாதத்திற்கு வழிவகுக்கும். அது அவனுக்குப் பிடிக்கவில்லை. மௌனமாகயிருந்தான். அது விவேகமான வழியாகப்பட்டது.

அவன் பேசாதிருப்பதைப் பார்த்து அவதூதர் மேலும் கேட்டார்: "நீ என்னைக் கைது செய்து கூட்டிப் போகிறாயா, அல்லது நான் உன்னையா?"

இந்தக் கேள்விக்கும் எஸ்.ஐ.யால் தக்க பதிலேதும் தர முடியவில்லை. சுலபமாக வந்ததை அவன் கூறினான். "சிறையில், சில்மிஷங்களேதுமின்றி, சௌகரியமாக இருக்கலாம் நீ."

காவல் நிலைய காம்பவுண்டிற்குள் திரும்பியபடி, அந்த அஸ்தமன வேளையில், அவதூதர் கவுஸிடம் இனிமையாகக் கேட்டார். "நீ என்னை என்னவாகக் குற்றஞ்சாட்டினாயோ அது நீ இல்லையென்று உன்னால் உறுதியாகக் கூற முடியுமா? பிரபல்யம் தேடுபவன் – காட்சிப் பொருளாக விரும்புபவன் – முழு நிர்வாணத்திலான என்னை விடவும் அதிகமாய்...?"

இப்பொழுது கவுஸிற்குத் தனது காக்கிச் சீருடை குறித்தும் தனது இளம் மனைவியின் கையால் செய்து தரப்பட்ட சலவை, இஸ்திரி குறித்தும் பெருமை உண்டாகியது. அவதூதரின் கேள்வி அவனுக்கு நடுவயிற்றில் சங்கடமுண்டாக்கியது. எண்ணவோட்டத்தைக் கட்டுப்படுத்திக் கொண்டு விரைப்பாக அவதூதரை நடத்திச் சென்று சிறையுள் நுழையச் செய்து குறுக்கிலோடிய இரும்புக் கம்பிகளையெல்லாம் இணைத்துப் பூட்டி வெளியேயான இரும்புக்

கதவையும் பூட்டி ஒரு விநாடி பூட்டையே பார்த்துக்கொண்டு நின்றான். சிறையினுள்ளே வெறித்துப் பார்த்தவன் கண்களுக்கு, அந்தச் சிறு அறையில் வெகு மங்கலாக எரிந்துகொண்டிருந்த மின்சார விளக்கு வெளிச்சத்தில், அவதூதரும் கம்பிகளினூடே தன்னையே ஆழ்ந்து பார்த்துக்கொண்டிருப்பது தெரிந்தது. அடுத்த ஒரு கணம் அவதூதர் கரைந்து காற்றில் கலப்பதுபோல் தோன்றியது. அதன் பின் அவதூதர் அங்கே இல்லவே இல்லாததுபோலவும் தோன்றியது. என்ன ஆகிவிட்டது? அவன் திரும்பவும் பார்க்க அவதூதர் சிறைக்குள் இருந்தார்! அவன் கண்ணைச் சிமிட்டிக் கொண்டான். கண்கள் தன்னிடம் ஏமாற்றுவித்தை செய்வதாய் கண்ணைக் கசக்கிக்கொண்டான். சிறையினுள்ளிருந்து வெளியேற அவதூதரால் முடியவே முடியாது என்று அவன் நிச்சயமாக நம்பியதால் திரும்ப உள்ளே பார்த்து ஊர்ஜிதப்படுத்திக் கொள்ள மறுத்து, தனது மேஜைக்குச் சென்று வழக்கமான வேலைகளில் மூழ்கினான்.

இரண்டு மணி நேரத்திற்கும் மேலாய்த் தனது அலுவல் களில் மூழ்கியிருந்தவன் பசியெடுப்பதை உணர்ந்தான். அவன் உணவருந்தும் நேரம் கடந்து வெகுநேரமாகிவிட்டிருந்தது. அவன் நேரம் கழித்து உணவருந்தச் சென்றால் அவன் இனிய நஜ்மாவிற்குக் கோபம் வருமே என்று எண்ணியவாறே நிமிர்ந்தவன், எதிரில் கேலியாக குறும்பாகச் சிரித்தபடி அவதூதர், எதிர்ப்புறம் போடப்பட்டிருந்த நாற்காலியில் அமர்ந்திருப்பதைப் பார்த்தான்.

திடுக்கிட்டுக் குதித்து, "நீ எப்படி வெளியே வந்தாய்?" என்று உரத்த குரலில் சப்தமிட்டான்.

"நான் எப்பொழுது உள்ளேயிருந்தேன்?" என்று எதிர்க்கேள்வி கேட்டார் அவதூதர்!

"ஆனால், நான் உன்னை உள்ளே வைத்து வெகு ஜாக்கிரதையாய்ப் பூட்டினேனே!"

"அப்படிச் செய்ததாக, யார் செய்தானோ அந்த 'நான்' மேல் சத்தியம் செய்வாயா?"

வேறு எதுவும் செய்ய வழியேயில்லாததை உணர்ந்தவனாய் கவுஸ் உள்ளங்கைகளை விரித்து அவற்றை வான் நோக்கிப் பரப்பி, அந்தத் தத்துவ விசாரணை எதில் முடியும் என்பதை அறிந்து அதனைத் தொடராமல் கைவிட்டான். "ஒரு ஒழுங்கான மனிதனாய் ஆடையணிந்துகொள்" என்று அழுத்தமாக உத்தரவிட்டான்.

அவதூதர் குறுக்கிட்டுக் கேட்டார். "ஆடையணிந்த மனிதர்களெல்லாம் எப்பொழுதும் ஒழுங்கானவர்களா? நீ உண்மையிலேயே அப்படி நினைக்கிறாயா?"

அந்தவிதமான தர்க்கவாதமும், சிந்தனாப் போக்கும் குலாம் கவுஸைத் திடுக்கிட வைத்தன. ஆனால், அதை வெளிக்காட்டிக் கொள்ளாமல், ஆரம்பித்த அதே விரைப்புடன் தனது வாக்கியத்தைத் தொடர்ந்தான். "இல்லை, உடனடியாக சாத்தனூரை விட்டுப் போ."

"உன்னால் சாத்தனூரை, என்னை விட்டு நீங்கும்படி உத்தரவிட முடியுமா? உன்னால் செய்ய முடிந்தால் நன்றாயிருக்கும்."

பதில் அளிக்க முடியாமல் எழுந்த குலாம் கூறினான். "சிறையினுள் செல். இப்பொழுது, நீ உள்ளேயே இருக்கும்படி பார்த்துக்கொள்கிறேன்."

"பூட்டையோ, கதவையோ திறக்கும் சிரமம் உனக்கு வேண்டாம்" என்று சொன்னார் அவதூதர். மறுகணம் இரும்புக் கம்பிகளுக்கப்பாலிருந்த சிறையினுள் அவர் இருந்தார்! அவர் கண்கள், "நான் இந்த உபகாரத்தை வேறு யாருக்கும் செய்ய மாட்டேன் தெரியுமோ!" என்று அவனைப் பரிகசிப்பது போல சிரிப்போடு பார்த்தன.

குலாம் கவுஸ் தலையை உலுக்கிக்கொண்டு தன் எண்ண வோட்டத்தை நேராக்க முயன்றான். இது, காவலியல் புத்தகத்தில் பேசப்படாத ஆழ்நிலை உறக்கமோ, மாயமந்திரமோ, அதுபோன்ற வேறு என்னமோ... இந்த மந்திர தந்திரங்களை எதிர்கொள்வது எப்படி என்று காவலியல் புத்தகத்தில் எந்தக் குறிப்பும் தரப்படவில்லை. கஷ்டம்... ஒரு சிறு குற்றவாளியைக் குறித்து இன்னும் அதிகமாகக் குழம்பவோ, கவலைப்படவோ, வேண்டாத எண்ணங்களில் உளைச்சலுற்று, என்னவாவது செய்து நேரத்தை விரயமாக்க மறுத்தவனாய் அவதூதருக்கு முதுகு காட்டித் திரும்பி, தனது புத்தம்புது சைக்கிளைக் கொண்டு வருமாறு உரக்கக் கூவி, டியூடியிலிருந்த இரண்டு கான்ஸ்டபிள்களிடம் அவதூதர் சிறையிலிருப்பதைக் கூறி அவர் தப்பி விடாமல் கவனமாகக் கண்காணிக்க வேண்டும் என்று உத்தரவிட்டான். கான்ஸ்டபிள்களில் ஒருவன் சாத்தனூர் வாசி. "அவதூதர் நம்மைக் கண்காணித்து கவனமாகப் பார்த்துக் கொள்வார். பயப்படாதீர்கள்!" என்று கூறினான் அவன். 'அவன் என்ன அர்த்தத்தில் அப்படிக் கூறுகிறான்?' என்று கவுஸ் கேட்டதற்கு,

'அது ஒரு பெரிய விளக்கமாகக் கூற வேண்டிய விஷயம் – ஏற்கனவே உணவருந்தும் நேரம் கடந்து, எஸ்.ஐ.யின் உணவு குளிர்ந்துபோய்க் கிடக்கும்' என்று மறுமொழி தந்தான்.

வீடு நோக்கிச் செல்லும் வழியில் அவதூதரைப் பற்றி நினைப்பு வராமல் தீர்மானமாகப் பார்த்துக்கொண்டான். கவுஸ் ஏற்கனவே நேரமாகியிருந்தும், பதினெட்டு வயதுகூட நிரம்பாத அவன் இளம் மனைவி சமைத்து முடித்தபின் தான் சிறிது நேரம் உறங்கிய சமயம் கண்ட கனவைப் பற்றிச் சொல்ல முயற்சித்து அவன் சாப்பிடுவதை இன்னும் கால தாமதப்படுத்தினாள். கனவில் தனது கணவன் கூச்சநாச்சமின்றி உடையணியாது தெரு வீதிகளில் உலாத்துவதாகக் கண்டதாகக் கூறினாள். நிர்வாண மாக நடைபயிலும் கணவன் எதிரில் வந்து அவன் நிலையைக் கண்டித்து அவள் அதட்ட, அவள் யாரென்றே அறியாதவனாய், பதில் கூறவும் மறுக்கிறான் அவன். கூறிக்கொண்டே வந்தவள், கனவென்பதையும் மறந்து அடக்கமாட்டாமல் அழ ஆரம்பித்து, கண்ணீர் பெருக்கினாள், கணவனின் உதாசீனத்தைத் தாங்க முடியாதவளாய். அவளைச் சமாதானப்படுத்தி அது வெறும் முட்டாள்தனமான கனவு என்று கூறி, கண்களைத் துடைத்து அழுகையை நிறுத்த பத்து நிமிடத்திற்கும் மேல் தேவைப்பட்டது குலாம் கவுஸிற்கு. ஏற்கனவே அவன் சாப்பிட்டு முடித்து திரும்பக் காவல் நிலையத்தை அடைந்து அன்று முடிக்க வேண்டிய வேலைகளில் ஈடுபடுவதற்கு அவசரப்பட்டபடி இருந்தான். பாவம் மனைவி – இன்னும் ஒன்றிரண்டு மணி நேரம் அவள் வீட்டில் தனியாக இருக்கவேண்டும். ஆனால் ஒரு காவல்துறை அதிகாரியின் மனைவி என்ற முறையில் அவள் இவ்வித வாழ்க்கைக்குத் தன்னைப் பழக்கப்படுத்திக் கொண்டு ஆகத்தான் வேண்டும்.

சாப்பிட்டு முடித்து வீட்டை விட்டு நீங்கி சாலை வழியே சைக்கிளில் போய்க் கொண்டிருக்கும்போதுதான் அவன் திரும்ப அவதூதரைப் பற்றி நினைவுகூர்ந்தான். உடன், தனது மனைவியின் கனவைப் பற்றியும் நினைத்து, தன்னால் சிறையிலடைக்கப் பட்டுள்ள அவதூதருக்கும், அக்கனவிற்கும் ஏதேனும் சம்பந்த மிருக்கக் கூடுமோ என்று எண்ணினான். அவனுக்குக் குழப்பமா யிருந்தது. ஆனால் அதுகுறித்து என்ன செய்ய வேண்டுமென்று தெரியவில்லை.

காவல் நிலையம் வந்து சேர்ந்ததும், அங்கிருந்த ஏட்டு களிடம், அவதூதரால் ஏதேனும் தொல்லை ஏற்பட்டதா என்று வினவினான். இருவருமே, ஒன்றுக்கொன்று முரண்பட்ட,

இரண்டு குறிப்பு தந்தனர். ஒருவன், குடிகார உதவாக்கரை கார்மலைட் சகோதரிகளால் நடத்தப்பட்ட பெண்கள் உயர் நிலைப் பள்ளியிருந்த திசை நோக்கி அப்பொழுதுதான் அவதூதர் அங்கிருந்து வெளியேறியதாகக் கூறினான். மற்றொருவன் அவதூதர் சிறையினுள் குறட்டை விட்டுத் தூங்கிக் கொண்டிருப்பதாகக் கூறினான். கவுஸ் உள்ளே சென்றதும் குறட்டைச் சப்தம் கேட்டது. திருப்தியடைந்து சிறையினுள் பார்த்தால் அவதூதர் அங்கேயில்லை. சிறை முழுக்க விளக்கு வெளிச்சம் இருந்தது. சிறிது நேரம் கழித்து குரானின் முக்கிய சுராக்களை உச்சரிப்பது கேட்டது. ஆனால் அது எங்கிருந்து வருகிறது என்றோ, அல்லது அவதூதரையோ அவனால் கண்டுபிடிக்க முடியவில்லை. சிறையைத் திறந்து, மிகக் கவனமாக எல்லாவிடத்திலும் பார்த்தும்கூட ஒன்றும் தென்படவில்லை. மந்திர உச்சாடனம் கடவுளின் பெருமைகளைப் பற்றிப் பேசும் உரையாக மாறியது என்றாலும் அவனால் அவதூதரைக் கண்டு பிடிக்க முடியவில்லை.

மிக விசித்திரம்தான். ஆனால் அவதூதரால் சப்-இன்ஸ்பெக்டருக்கும் போதும் போதும் என்றாகிவிட்டது. ஒழிந்தது என்று தலைமுழுகியவனாய் தனது அலுவல்களில் மூழ்கியவன் தனது தினசரி வேலைகளைச் செய்து முடித்தபின் சிறையினுள் எட்டிப் பார்க்க அங்கே அவதூதர் கள்ளங் கபடமற்ற சிறு குழந்தையைப்போல், குறட்டை விட்டபடி படுத்துத் தூங்கிக்கொண்டிருந்தார்! அவர் வெளியே செல்வதையோ, திரும்ப உள்ளே வந்ததையோ அவன் பார்க்கவில்லை. காவல் நிலையத்தைக் கவனமாகக் கண்காணித்திருக்கும்படி அந்த இரு ஏட்டுகளிடம் உத்தரவிட்டவன், அவதூதரைப் பற்றி ஏதும் வாய்விடாமல் இரவை மனைவியுடன் இன்பமாகக் கழிக்கவும், களைப்பு தீர உறங்கவும் வீடு திரும்பினான்.

அடுத்த நாள் காலை எட்டு மணிக்கு, சாத்தனூரின் மற்றொரு நாளை சந்திக்கத் தயாராய், காவல் நிலையம் வந்தடைந்தான். ஒற்றைச் சிறையறையுள் நிம்மதியாக அவதூதர் தூங்கிக் கொண்டி ருப்பதைப் பார்த்தான். தண்டனை முடிந்ததாய் விடுவிக்கப் பட்டதும், அவதூதர் எதுவும் பேசாமல் உற்சாகமாக வெளி யேறினார். தன்னிடம் அவர் ஏதாவது கூறுவார் என்று கேட் பதற்குத் தயாராய் எதிர்பார்த்துக் காத்திருந்த கவுஸ் வெகுவாக ஏமாற்றமடைந்தான்.

ஆனால் அவனுக்கு அவதூதரால் ஏற்படும் தொல்லைகள் தீரவில்லை. தீர்ந்தபாடில்லை இன்னும். முதல் தபாலில் தனது

வட்டத் தலைமையிடமிருந்து கடிதம் வந்தது. 'தங்கள் ஊருக்குப் புதிதாய் வந்திருக்கும் போலீஸ் இன்ஸ்பெக்டர் தனது அலுவல்கள் ஆற்ற ஆடையேதுமின்றி அங்குமிங்கும் போவதாக' – யார் என்று அடையாளம் கண்டுபிடிக்க முடியாத சில பல சாத்தனூர் வாசிகளின் புகார்கள் – மொட்டைக் கடிதங்களின் நகல்கள் அனுப்பப்பட்டிருந்தன. அத்தகைய மூன்று புகார்க் கடிதங்கள் மூன்று விதமாய் எழுதப்பட்டு மூன்று வெவ்வேறு நபர்களால் கையொப்பமிடப்பட்டு வந்திருந்தது. கவுஸைப் பற்றித் தங்களுக்கு நன்றாகத் தெரிந்திருந்தாலும், அக்கடிதங்கள் குறித்து தகுந்த விளக்கக்கடிதமொன்று கவுஸ் அனுப்பித் தரவேண்டுமென்று வட்டத் தலைமை கேட்டிருந்தார். இப்பொழுது அக்கடிதங்களின் பின்னணியில் அவதூதர் இருந்திருப்பது சந்தேகமறத் தெரிந்தது கவுஸிற்கு. எப்படி அத்தனை சீக்கிரம் அவதூதரால் செயல்பட முடிந்தது என்பது மட்டும் பெரிய புதிராக இருந்தது. எப்படி, தான் அவதூதரை சிறையில் தள்ள முடிவெடுக்கும் முன்பாகவே அந்தப் புகார்க் கடிதங்கள் எழுதப்பட்டிருக்க முடியும்? அது எப்படிச் சாத்தியம்? இதில் ஏதோ நிறைய விஷயம் மறைந்திருக்கிறது. இதுகுறித்து அவன் நிறைய துப்பு துலக்கவேண்டி வரும். திரும்ப அவதூதரோடு மோத வேண்டி வரும். தற்கால இளைஞர்களைப் போலவே குலாம் கவுஸிற்கு மந்திர தந்திரங்கள், அற்புத ஜால வித்தைகள் மேல் ஆரோக்கியமானதொரு அவநம்பிக்கை இருந்தது. அவன் தான், தனது அறிவையும் மீறி, சொல்லத் தெரியாத ஒன்றால், அறியாத ஏதோ ஒரு பிரதேசத்திற்கு ஈர்க்கப்படுவதாக வெகு நிச்சயமாக நம்பினான்.

ஆனால் எங்கெங்கோ, எப்படியெப்படியோ தேடியும் அடுத்த இரண்டு மூன்று நாட்களுக்கு குலாம் கவுஸால் அவதூதரைப் பார்க்க முடியவில்லை. எப்பொழுதெல்லாம் நேரம் கிடைக்கிறதோ, எங்கெல்லாம் தேட முடிகிறதோ அங்கெல்லாம் தேடினான், கவுஸ். அதுவும் அவதூதர் அவன் எண்ணத்தில் எப்பொழுதுமாக தங்கிவிட்டார். என்றாலும் கண்ணில் படவேயில்லை. பிறர், அவதூதர் தங்களோடு அப்பொழுதுதான் இருந்தார் என்றும், சற்று முன்னர்தான் விடைபெற்றுப் போனார் என்பதாகவும் கூறினார்கள். எஸ்.ஐ. மட்டும் பார்க்கவேயில்லை. ஆனால், நான்காம் நாள், கவுஸ் பார்த்துக்கொண்டிருந்த திசைக்கு எதிர்ப் புறமிருந்து வந்த அவதூதர், கவுஸைக் கைது செய்வதுபோல் அவன் தோளில் கை போட்டு அன்போடு கேட்பதாய், "மக்கள், நீ என்னை எதிர்நோக்கிக் காத்திருப்பதாய்க் கூறுகிறார்கள், ஏன்? திரும்ப என்னைச் சிறையினுள் அடைக்கப் போகிறாயா?" என்று கேட்டார்.

எண்ணம் பூராவும் வட்டத் தலைமை அனுப்பியிருந்த புகார்க் கடிதங்களைப் பற்றியும், அவற்றிற்கான தகுந்த விளக்கக் கடிதத்தை அன்றாவது தான் அனுப்பியே ஆக வேண்டுமே என்று கவலைப்பட்டுக் கொண்டும் இருந்த நிலையில், அவதூதரின் குரலைக் கேட்டு 'கவுஸ்' திடுக்கிட்டுப் போனான். தனக்கு எதிராக வந்து நின்ற அவதூதரிடம் எதுவும் சொல்ல வாயெழவில்லை.

"நீ இப்பொழுது தகுந்த முறையில் உடையுடுத்தி இருப்பதாக நீ நினைக்கிறாய்.. உண்மையில் அப்படியா? பார்..." என்று அவன் மௌனத்தை மொழிபெயர்த்ததுபோல் கூறினார் அவதூதர்.

குழப்பத்துடன் தன்னைக் குனிந்து பார்த்துக்கொண்ட கவுஸ், தான் காலையில் அணிந்துகொண்ட காக்கியுடை இல்லாமல் நிற்கக் கண்டான். அக்காட்சி, தன் கண்ணின் மூளையின் கண நேரக் கண்கட்டு வித்தை என்பதைப் புரிந்துகொள்ள, அவனுக்குத் தன்னைத் திரும்ப, இரண்டாம் முறையாகப் பார்த்துக்கொள்ள வேண்டியிருந்தது. அவதூதர் அவனுக்கு விளையாட்டுக் காட்டுகிறார்... அவனுடைய குழப்பத்தையும், கலவரத்தையும் கண்டு வாய்விட்டுச் சிரித்த அவதூதர், "நீ உன்னுடைய வட்டத் தலைமைக்கு, எழுது – நான் ஒரு ஆடையில்லாத மனிதனை ஒருநாள் சிறையிலடைத்தேன். அன்றிலிருந்து நான் ஆடையணியாமலே சுற்றிக் கொண்டிருக்கிறேன் என்று! அந்த அதிகாரி ஒருவேளை, காவல்துறையின் செலவில் உனக்கு புத்தம்புது காக்கிச் சீருடை நன்கொடையாக வழங்கக்கூடும்!"

ஒருவாறு தன்னைச் சமாளித்துக் கொண்டவனாய் சப்–இன்ஸ்பெக்டர் கூறினான்: "இதோ பார் – போதும் உன் வித்தைகள். எனக்கு சலித்துவிட்டது."

"என்னைத் திரும்பவும் சிறையிலடைக்க உனக்கு விருப்பமோ? வா! உன்னோடு வருவதற்கு நான் தயாராக இருக்கிறேன்."

குலாம் கவுஸிற்குப் பட்டது போதும் என்றாகிவிட்டது. "உன்னை எதற்கு நான் சிறையில் தள்ளவேண்டும்? நீ ஏற்கனவே உனக்கென்றிருக்கும் சிறையில்தான் இருக்கிறாய்!"

அவதூதருக்கு அந்த பதில் ஏகப்பட்ட ஆனந்தத்தைக் கொடுத்தது. பெரிதாக, வெகுநேரத்திற்கு, 'ஹோ ஹோ ஹோ – ஹா ஹா ஹா' என்று சிரித்தார். பாதசாரிகளின் கவனத்தை அவர் சிரிப்பு திருப்பியது கவுஸிற்குத் தர்மசங்கமுண்டாக்கியது. சிறிது நேரத்திற்குப் பின் அவதூதர் சொன்னார்: "நீ கிட்டத்தட்ட

தத்துவஞானியாக ஆகிக்கொண்டு வருகிறாய். ஒருவேளை வேதாந்தியாகக்கூட ஆகலாம்! உன்னிடத்தில் அதற்கு வேண்டிய அம்சங்கள் எல்லாம் சரியாக இருக்கின்றன. போ. போய் உன் மனைவி நஜ்மாபீவியிடம் அவள் இனி உன்னைப் பற்றி கவலைப்பட வேண்டியதில்லை என்று சொல்லு. நான் அவளை சமீபத்தில் ஒருநாள் வந்து பார்ப்பேன் என்றும் கூறு." பலமாகச் சிரித்தபடியே, கையில் மரத்தின் ஒரு இளம் தளிரைப் பிடித்துச் சுழற்றியபடியே அவதூதர் விடைபெற்றுப் போனார்.

சில நாட்கள் போன பின்னரே கவுஸ் கேள்விப்பட்டான், தன்னைக் காக்கியுடை அவதூதர் என்று அவதூதர் குறிப்பிட்ட தாக. அந்த பட்டப்பெயர் நிலைத்துவிட்டது. அது நாள் வரை வேற்றிடத்திலிருந்து தங்களிடையே வந்திருக்கும் அந்நியனாய் அவனை சாத்தனூர் வாசிகள் தள்ளி நின்றே பார்த்து வந்தார்கள். ஆனால் இப்பொழுது அவதூதர் இட்ட பட்டப்பெயர் அவனுக்கு நிலைத்துவிட்டதோடு கூட ஆச்சரியப்படும் வகையில் கட்டுப்பெட்டி சாத்தனூர் வாசிகளிடையே அவன் தங்களில் ஒருவனாக ஏற்றுக்கொள்ளப்பட்டும் விட்டதை உணர்ந்துகொண்டான் அவன். எல்லாராலும் ஏற்கப்படவில்லையென்றாலும், சாத்தனூரின் மரியாதைப்பட்ட பிரஜைகளால் அங்கீகரிக்கப்பட்டு விட்டான். தன்னுடைய காவல் வேலைகளில் கண்ணும் கருத்துமாக அவன் இருப்பதைப் பார்த்து சில சமயங்களில் அவர்கள் சிரித்தாலும், அந்தச் சிரிப்பில் அதுகாறுமிருந்து வந்த விரோதமோ, வெறுப்போ இல்லாதிருந்தது அவனுக்குத் திருப்தியாயிருந்தது. தங்களில் ஒருவனாக அவனை அவர்கள் ஏற்றுக்கொண்டாகிவிட்டது.

தன் கணவன் காக்கியுடை அவதூதர் என்று பேசப்படுவதை நஜ்மாபீவி எதேச்சையாகக் கேட்க நேர்ந்தபோது முட்டாள் தனமாக அவளது கனவை, கவுஸ் யாரிடத்திலோ உளறியிருக் கிறான் என்று எண்ணினாள். அப்படியில்லை என்று அவன் ஆசுவாசப்படுத்தியதில் அவளுக்கு நம்பிக்கை பிறந்தது. விரை விலேயே, தனது கணவனின் பட்டப் பெயருக்குக் காரணம் அவதூதர்தான் என்ற தீர்மானமும் ஏற்பட்டது. ஆனால் அவள் அப்படி முழுமையாக நம்பியது அவளே நேரிடையாக அவதூதரை சந்தித்தபின்தான். கவுஸ் எதிர்பார்த்ததற்கும் விரைவாகவே அந்த சந்தர்ப்பமும் வாய்த்தது.

ஒரு வாரத்திற்குள்ளாகவே அவதூதர் நஜ்மா வீட்டிற்கு வருகை தந்தார். ஒரு மதிய வேளை அவள் வீட்டுக் கதவைத் தட்டினார் அவதூதர். கதவைக்கூடத் திறக்காமல் நஜ்மாபீவி உரத்த குரலில்,

"வீட்டு ஆண் மகன் அலுவலகத்திற்குப் போயிருக்கிறான். கோஷா மட்டுமே வீட்டில். யார் அது?" என்று கேட்டாள்.

ஆனால், அதற்குள் மூடிய கதவைப் பயனற்றுப் போகச் செய்யும்படி அவதூதர் வீட்டினுள் வந்தாகிவிட்டது! எப்படி அவரால் முடிந்தது என்று மலைத்து நிற்கக்கூட நேரமிருக்க வில்லை நஜ்மாவிற்கு. அவள் கலவரமடைந்திருக்க வேண்டும். ஆனால் அவரை ஒரு பார்வை பார்த்ததுமே அவளுக்கு தான் இதுநாள் வரை எப்பொழுதுமே அடைந்திராத அளவு ஆனந்தம் ஏற்பட்டது! அவரைப் பார்க்கையில், ஐந்து வயதில் தான் இழந்துவிட்ட தந்தையின் ஞாபகம் வந்தது. என்ன செய்கிறோம் என்பது தெரியாமலே அவள் அவதூதரை 'அப்பா' என்று அழைக்க ஆரம்பித்தாள். இரண்டுமணி நேர அளவு அவதூதர் அவளிடம் பலதையும் பற்றிப் பேசிக்கொண்டு இருந்தார். குறிப்பாக, அவள் கணவனைக் குறித்து அவர் அதிகம் பேசியது அவளுக்கு மனமகிழ்ச்சியை வெகுவாகத் தந்ததோடு ஊரில் யார் யாரை சினேகம் கொள்ளவேண்டும் என்பது பற்றிய குறிப்புக்களையும் பெற ஏதுவாகியது! கவுஸ் இரண்டுமணி நேரம் கழிந்தபின்னரே வந்தான். வந்ததுமே அவனைப் பற்றிக் கூற வேண்டியது அத்தனையையும் அவன் மனைவியிடத்தில் கூறிவிட்டதாகக் குறும்புத்தனமாக உரைத்தபடியே அவதூதர் அவனை வரவேற்றார். சப்–இன்ஸ்பெக்டர் சாப்பிட விரும்பிய நேரம் அங்கே ஒரு தர்மசங்கடமான மௌனம் நிலவியது. ஆனால், தானும் குலாம் கவுஸ் வீட்டில்தான் சாப்பிட வேண்டும் என்று வற்புறுத்தினார் அவதூதர். முகம்மதியர்களின் உணவை அவதூதருக்குப் படைத்தால் தான் பாபம் செய்ததாய் ஆகும் என்று நஜ்மா மறுத்தாலும், அவர்கள் உணவையும் சாப்பிடத் தயாராய் அவதூதர் இருக்கக் கண்டு அவளால் வேறேதும் செய்ய முடியவில்லை. தானே தயாரித்த பிரியாணியை அவதூதருக்குப் படைத்தாள். பலத்த சப்புக் கொட்டலுடன் அதை ருசித்துச் சாப்பிட்டு அவளைப் பாராட்டி மனங்குளிர வைத்தார் அவதூதர். அத்தனை சிறந்த பிரியாணி உணவைச் சமைத்ததால் அவள் பாபங்கள் கரைந்துவிட்டன என்று கூறினார். "நான் தினமும் வருவேன்," என்று பயமுறுத்தினார்!

அவதூதர் அவர்களை விட்டு நீங்கியதும், தான் இல்லாத நேரத்தில், பர்தா இல்லாமல் ஒரு அந்நியன் முன்பு – அதுவும் முழு நிர்வாணமாயிருந்த மனிதன் முன்பு – வந்ததற்காக கவுஸ் தன் மனைவியைப் போலியாய் கடிந்துகொண்டான். ஆனால், தனது

நீளமான, நளினமான விரல்களால் அவன் வாயைப் பொத்தியபடி நஜ்மா, “அவதூதருக்கு எதிராக எதையும் சொல்லாதே! அவர் என் தந்தை. வெகு காலத்திற்கு முன்பாகவே நான் இழந்துவிட்ட என் அப்பா“ என்றாள்.

ஆனால், “அவர் எனக்கு அம்மா. நான் அறிந்தேயிராத என் அம்மா” என்று மறுத்துக் கூறினான் குலாம் கவுஸ்!

அவதூதர் நஜ்மாவிற்கு அப்பாவாகவும், குலாம் கவுஸிற்கு அம்மாவாகவும் ஒரு சமரசத்திற்கு வந்தனர் அவர்கள். அவதூதர் அவதூதராகவே தொடர்ந்தார் என்றாலும் அவர்கள் இருவரும் அவரிடம் வெகுவாக ஒட்டிக்கொண்டனர். அவர் நிலை அவர்களிடையேயான உறவு நிலையை எவ்விதத்திலும் பாதிக்கவில்லை.

தூதரை சிறைக்குள் அடைத்த ஒரு மாதத்திற்கெல்லாம் சாத்தனூர் வாசிகளெல்லாரையும்விட குலாம் கவுஸ் அவதூதரிடம் பெருமதிப்பும், மரியாதையும் காண்பிப்பவனாய் அவருடைய உண்மையான, தீவிரமான பக்தனாக மாறினான். சாத்தனூர் வாசிகளுக்கு இதனால் குலாம் கவுஸைப் பிடிக்காமலொன்றும் போய்விடவில்லை. நஜ்மாவோ அவதூதரிடம் கணவனைவிட அதிகப் பற்றுடையவளாக இருந்தாள்.

நஜ்மா, வெகுநாட்களாகக் காணாமல் போய்த் திரும்பக் கிடைத்த தந்தையைப்போல் அவதூதரிடம், எந்தக் கேள்வியும் கேட்காமல், அன்பையும், மரியாதையையும் வாரி வழங்க, குலாம் கவுஸ் அவரிடம் மணிக்கணக்கில் தத்துவ விசாரணையில் ஈடுபட்டு, வாழ்வின் நன்மை, தீமை, தர்மம், ஒழுங்கு, குற்றம், அதற்கான தண்டனை, பரிகாரம், மன்னிப்பு பற்றியெல்லாம் கேள்விகளாகக் கேட்டுத் தெரிந்துகொண்டான். தனது வேலை குறித்தெல்லாம்கூட, அனுபவத்தில், வயதில் மூத்த ஒரு சக காவல் அதிகாரியுடன் விவாதிப்பதுபோல காவல் துறையினருக்கான பிரச்சனைகளைப் பற்றியெல்லாம் பற்றி அவரிடம் பேசுவதில் சந்தோஷமடைந்தான் அவன். வட்டத் தலைமையிடமிருந்து விளக்கம் கேட்டு வந்திருந்த கடிதத்திற்கு மறுமொழியாக அனுப்பிய தன் கடிதத்தில் அவதூதரைப் பற்றி வெகுவாகப் புகழ்ந்து எழுதியதோடு பின்னால் வேறு இரண்டு மூன்று சமயங்களிலும் அவதூதரைப்பற்றி ‘ஓஹோ’ என்று வியந்து பேசியதில் வட்டத் தலைமைக்கே ஆர்வமுண்டாகி, குலாம் கவுஸின் அதிசய மனிதனைக் காண அவரே நேரில் வந்துவிட்டார்!

ஃபிரான்சிஸ் மூளைத்திறமையும், மனச்செம்மையும் கொண்ட முரட்டுக் காவல் அதிகாரி. அவர் ஒரு கிறித்துவர் ஆனதால் பிற கிறித்துவர்களிடம் அவதூதரைப் பற்றிய விவரங்களை ஆர்வமுடன் கேட்டு வந்தார். டேவிட் மூப்பனிடம் விவரங்களைக் கேட்டறியத்தான் அவர் விரும்பினார். என்றாலும் அந்த நேரம் வழக்கமான தனது நிறுவனக் கூட்டமொன்றிற்காக டேவிட் மூப்பன் சென்னைக்குப் போயிருந்தார். பெண்கள் பள்ளியை நடத்திக்கொண்டிருந்த கிறித்துவ சகோதரிகளின் உதவியை, அவர் ஒரு பெரிய மதவாதியில்லையாதலால் அவர்கள் மத்தியில் சங்கடமாக உணர்ந்தாலும், ஆர்வம் காரணமாய் நாடினார். ஆனால் அவர்களிடமிருந்து பெரிதாக விவரமொன்றும் கிடைக்கவில்லை.

கார்மெலைட் சகோதரிகள், சுதந்திரம் கிடைப்பதற்கு ஐந்தாண்டுகள் முன்னதாக, அந்தப் பெண்கள் பள்ளியை ஆரம்பித்தார்கள். டேவிட் மூப்பன் பள்ளி ஆரம்பிக்கத் தேவையான தொகையில் பெரும்பகுதியை நன்கொடையாக தாராள மனதுடன் தந்திருந்தார். தேவையான மீதித் தொகையை அவர்களின் தாய் நிறுவனம் அளித்தது. சாத்தனூரில் கொஞ்சம் நிலம் வாங்கி தட்டிக் கொட்டாய்கள் போட்டு பள்ளி ஆரம்பித்தனர். இரண்டு மூன்று வருடங்களில் படிக்க வரும் பெண்களால் பள்ளி நிரம்பி வழிந்தது. வளரும் பெண்ணுக்குப் புதிய ஆடை தேவைப்படுவதுபோல் என்று ஒருவர் குறிப்பிட்டார். பள்ளியைப் பெரிதாக ஸ்தாபிக்க தாய் அமைப்பிற்கு விண்ணப்பித்தனர். அவர்களால் திரட்ட முடியும் கட்டிட நிதிக்குச் சமமாய் தாமும் வழங்குவதாய் தாய் அமைப்பு உறுதியளித்தது. சுதந்திரத்திற்கு முன்பிருந்தே நிதி திரட்டும் முயற்சி களில் அவர்கள் ஈடுபட ஆரம்பித்தாலும் அவர்கள் முயற்சிக்குப் பெரிதாகப் பலனொன்றும் கிட்டவில்லை. ஆய்வுக்கூடம், நூலகம், விளையாட்டு மைதானம் முதலியவைகளுடன் கூடிய பள்ளிக் கட்டிடமொன்று மிகத் தேவையே என்று எல்லோரும் ஒப்புக்கொண்டனர் என்றாலும் நன்கொடை என்ற வகையில் சேர்ந்த பணம் அற்பசொற்பம்தான். என்ன செய்வது என்றே தெரியாமல் தவித்துக்கொண்டிருந்த வேளையில் ஏதோ ஒரு மாணவியின் பெற்றோர் யாரோ, அவர்கள் அவதூதரைப் பார்த்து பள்ளி குறித்துப் பேசினால் ஒருவேளை அவதூதர் அவர்களுக்கு – அவர் மனம் வைத்தால் – உதவலாம் என்று ஆலோசனை கூறினர். அப்பொழுதைய பள்ளித் தலைமையாசிரியை சிஸ்டர் தெரசா அதற்கு விரும்பாததால் இன்னுமொரு வருடம் பள்ளிக் கட்டிடம் எழும்ப வழியின்றி சென்று மறைந்தது. சிஸ்டர்

தெரஸா தயக்கத்தை விட்டு சிஸ்டர் ஆஞ்செலாவுடன் சென்று, கடைவீதியில் வந்து கொண்டிருந்த அவதூதரை நிறுத்தித் தங்கள் தேவையைப் பற்றிக் கூறினார்.

"உங்களுக்கு எவ்வளவு பணம் தேவை?" என்று கேட்டார் அவதூதர்.

மிகப்பெரிய தொகையென்று மனதில் பட்டாலும் ஒரு தொகையைக் குறிப்பிட்டார் சிஸ்டர் தெரஸா. "ஒரு லட்ச ரூபாய்" என்றார்.

அவதூதர் சிறிது நேரம் யோசித்தவாறு நின்றபின் கூறினார். "இல்லையில்லை. ஒரு லட்சம் போதாது, உங்களுக்கு மூன்று லட்சம் தேவைப்படும்."

அதற்குமேல் எதுவும் கூறாமல் நடந்து போய்விட்டார். ஆனால் அதற்கு ஒரு வாரம் கழித்து பள்ளி நிர்வாகிகளிடம் நன்கொடைகள் வந்து குவிய ஆரம்பித்தன! மூன்று லட்சம் எட்டியதும் மந்திரத்திற்குக் கட்டுப்பட்டதுபோல், அவை நின்று விட்டன. ஆக, சுதந்திரம் கிடைத்தபின் இரண்டு வருடங்கள் கழித்து முழுமூச்சுடன் பள்ளிக் கட்டிடம் எழுப்புவதில் முனைந்தனர் அந்த கிறித்துவ சகோதரிகள். ஒரு பரிசோதனைக் கூடம், ஒரு நூலகக் கட்டிடம் எல்லாம் அமைந்த பள்ளிக் கட்டிடத்தை அவர்கள் எழுப்பத் தக்கவாறு திட்டங்கள் தீட்டியிருந்தனர். உள்ளூர் காண்ட்ராக்டர் தனது பிற வேலைகளையெல்லாம் ஒதுக்கி, இவர்கள் விஷயத்திற்கு முதலிடம் தந்து, கடையில் சிமெண்ட் கிடைக்காத சமயங்களில் தான் பதுக்கி வைத்திருந்ததையே பயன்படுத்திக் கொள்ளவும் செய்தார்!

பள்ளிக் கட்டிடம் எழும்பும் நல்ல காரியத்திற்குக் காரணகர்த்தா அவதூதரே என்று அந்த சிஸ்டர்கள் வெகுவாக நன்றி தெரிவித்துப் புகழ்ந்தனர்.

வறண்டுபோயிருந்த பிஸ்கெட்டுகளையும், நீர்த்திருந்த டீயையும் சாப்பிட்டுக்கொண்டு உட்கார்ந்திருந்த வட்டத் தலைமை ஃபிரான்சிஸ் கேட்டார். "அதெப்படி நன்கொடை சேர்ந்ததற்கு அவதூதரை காரணங்காட்டி, சம்பந்தப்படுத்திப் பேசுகிறீர்கள்? அவரால்தான் அந்த மூன்று லட்சம் கிடைத்தது என்று உங்களுக்கு எப்படித் தெரியும்? அவர் உங்கள் பணியில் எவ்விதத் தொடர்பும் கொண்டிருக்கவில்லை, இல்லையா?"

சிஸ்டர் ஜூலியட்தான் பதில் கூறினாள். "அவதூதர் தனக்கும்,

நன்கொடைக்கும் எவ்வித சம்பந்தமுமிருப்பதாக, தன்னால்தான் தொகை சேர்ந்தது என்று பெருமை பீற்றிக் கொள்ளவில்லைதான். ஆனால் அவரால்தான் அது சாத்தியமாயிற்று என்று எனக்குத் தெரியும். கும்பகோணத்தில் வசித்து வரும் என் மாமா எக்கச்சக்கமான பணக்காரர் என்றாலும் ஒரு நல்ல காரியத்திற்கும் அவர் உதவியதாகப் பேச்சே கிடையாது. அவர், கட்டிட நிதிக்காக ஐயாயிரம் ரூபாய் நன்கொடை அனுப்பி வைத்ததும் நான் ஒரேயடியாக ஆச்சரியப்பட்டுப் போனேன். அடுத்த தடவை என் மாமியை சந்தித்தபோது, எப்படி மாமா மனசு வந்து பணம் அனுப்பினார் என்று கேட்டபோது மாமி என்ன சொன்னாள் தெரியுமா?"

"நீங்கள் குறிப்பிடும் மனிதரை எனக்குத் தெரியும். அது சரி, உங்கள் மாமி என்ன சொன்னார்கள்?"

"அவதூதர் ஒருநாள் அவர்களைப் போய் பார்த்து என் மாமாவிடம், ஒரு வாரத்திற்குள் ஐந்தாயிரம் ரூபாய் சாத்தனூர் பெண்கள் பள்ளிக் கட்டிட நிதிக்காக அனுப்பி வைக்க வில்லையானால் தான் திரும்பவும் வந்து அவர்களிடமிருந்து பத்தாயிரம் ரூபாயை எடுத்துக்கொண்டு போய்விடுவேனென்றும், எடுக்காதவரை விடமாட்டேனென்றும் சர்வசாதாரணமாய்க் கூறினாராம்! சொன்ன சொல் தவறாத மனிதர் அவதூதர் என்று அவர்களுக்குத் தெரியும். எனவே மூன்றாம் நாளே மாமா பீட்டர் எங்களுக்கு 'செக்' அனுப்பிவிட்டார்."

"இது சரியான நிரூபணம்தான். ஒப்புக்கொள்கிறேன். பீட்டரை எனக்குத் தெரியும். அப்படிப்பட்ட ஒரு பயமுறுத்தல், நெருக்கடி அவன் தலைக்கு மேல் இல்லையென்றால் அவன் பணத்தைப் பிரிந்திருக்கவே மாட்டான்." சொல்லி முடித்துக் கேட்டார் ஃபிரான்சிஸ், "வேறு ஏதாவது நிரூபணங்கள் உண்டோ?"

"உண்டு. நன்கொடை அனுப்பி வைத்தவர்களில் நிறையப் பேர் அவதூதரைப் பற்றி பக்தியுடன் குறிப்பிட்டு அவர் கேட்டுக் கொண்டபடி அனுப்பியிருப்பதாக எழுதியிருந்தார்கள். மொத்தப் பண வசூலுக்கும் அவரே காரணம் என்று எங்களுக்குப் புலப்படுத்த அதுவே போதுமானதாயிருந்தது."

அருகிலிருந்து சிஸ்டர் ஏஞ்செலா கூறினார்: "ஆனால் நாங்கள் ஒருமுறை அவதூதரைச் சந்தித்து நன்றி கூற முற்பட்டபோது அவர் தனக்கு அதுபற்றி எதுவுமே தெரியாதென்று மறுத்துவிட்டார். ஆனாலும் ஆர்வமாகக் கேட்டார். "உங்களுக்குத் தேவையான

மூன்று லட்சமும் கிடைத்தாகி விட்டதா? தலைமையகம், அதற்குச் சமமான தொகையை உங்களுக்கு அளித்துவிடும் இல்லையா? இனி கட்டிடம் எழும்ப முடியும்."

"மதர் சுப்பீரியர் அவருக்கு ஒரு நன்றியறிவிப்பு விழா நடத்த விரும்பி அவரை அழைத்தபோது, அதற்கு வரவும் மறுத்து விட்டார். ஆனால் அடிக்கடி பள்ளி பக்கம் வருவார். பள்ளி மாணவிகளோடு சேர்ந்து அமர்ந்து கற்றுத் தரப்படும் பிரெஞ்சு மொழி, அரபுமொழி, கணிதப் பாடங்களையெல்லாம் மிகத் திறமையாகக் கிரகித்துக் கொள்வார்!" என்று கூறினாள் சிஸ்டர் ஜீடித். அவள் அந்தப் பள்ளியில் பிரெஞ்சும், கணிதமும் கற்றுக் கொடுப்பவள்.

சிஸ்டர் தெரஸா கூறினார்: "அவர், எங்கள் பள்ளியில் அரபுமொழி கற்றுத் தரும் ஆசிரியருடனும் – அவர் ஒரு மேதை – தமிழ்ப் பண்டிட்டுடனும் நல்ல சினேகமாகிவிட்டார். ஆனால் சமஸ்கிருதப் பண்டிட் திருவேங்கடநாதனுக்கு அவதூதர்மேல் வெறுப்பு. அவதூதருக்கும் அப்படித்தான் என்று எண்ணுகிறேன். பரஸ்பர வெறுப்பு. அவதூதர் ஒரு போலி; நடிகன் என்று திருவேங்கடநாதன் கூறுவார். ஆனால், அவதூதரோ தான் நிறைய புத்தகங்களைத் தோளில் சுமப்பதாகக் கூறுகிறார்!"

சிஸ்டர் ஆஞ்செலா, "அவர் ஒரு புதிர்; அவரைக் குறித்து முழுமையாக அறிய முடியாதென்றாலும் சாத்தனூருக்கு அவர் ஒரு வரப்பிரசாதம். அவரில்லாமல் இந்தக் கிராமம் இப்பொழு திருப்பதைவிட இன்னும் மோசமாகப் போயிருக்கும்" என்று கூறினார்.

"எங்கள் சப்–இன்ஸ்பெக்டர் குலாம் கவுஸ்கூட அப்படித்தான் எண்ணுகிறார்" என்று அவர்களிடம் கூறிவிட்டார் ஃபிரான்சிஸ்.

"உங்கள் எஸ்.ஐ. சாத்தனூர் வாசிகளால் எப்படி அழைக்கப் படுகிறார் தெரியுமா?"

"எங்கள் துறையிலுள்ள சிறந்த ஊழியர்களில் அவனும் ஒருவன். ஊர்மக்கள் அவனை என்னவென்று கூப்பிடுகிறார்கள்?" என்று ஆர்வமாகக் கேட்டார் ஃபிரான்சிஸ்.

"காக்கியுடை அவதூதர் என்று!"

பதிலாய் புன்முறுவல் பூத்தார் ஃபிரான்சிஸ்.

இதற்குள் அவர்களுடன் வந்து சேர்ந்துகொண்ட சிஸ்டர்

ஜோஸப்பின் கூறினார். "நான் சரித்திரப்பாடம் சொல்லித் தருபவள். ஒருநாள் அவதூதர் எனது வகுப்பினுள் நுழைந்து மொத்த பாடமும் நான் சொல்லித்தரும் நேரம் பூராவும் உட்கார்ந்திருந்தார். நான் அன்று ஏழாம் நூற்றாண்டில் நடந்த ஏதோ ஒரு நிகழ்ச்சியைப் பற்றிப் பாடம் எடுத்துக்கொண்டிருந்தேன். எடுத்து முடிந்தவுடன் அவர் என்னிடம் வந்து, "டீச்சர், நீங்கள் பாடம் எடுத்துக் கொண்டிருக்கும்போது நான் உங்களைத் தொந்தரவு செய்ய விரும்பவில்லை. ஆனால், நீங்கள் சொல்லிக் கொடுத்த விதத்தில் அந்த நிகழ்ச்சி நடக்கவில்லை. அது இப்படி நடந்தது," என்று கூறி எனக்கு அந்நிகழ்ச்சி குறித்த நிறைய விவரங்களைக் கூறினார். அடுத்த நாள் நான் விஷயங்களைச் சேகரித்ததில் அவதூதர் சொன்ன விவரங்கள் வரலாற்றிலிருக்கும் நிரூபிக்கமுடியாத சரித்திர உண்மைகளே என்று தெரிந்து கொண்டேன். அடுத்த தடவை அவரைச் சந்திக்க நேர்ந்த சமயம், அந்த விவரங்களெல்லாம் அவருக்கு எப்படித் தெரிந்தது என்று கேட்டேன். வெகு இயல்பாக, "அந்த சமயம் நான் அங்கிருந்தேனே" என்றார்.

காவல்துறைக்கு வருவதற்கு முன்னதான தனது இளமைப் பருவத்தில் ஃபிரான்சிஸ் கார்லைல் அபிமானியாக இருந்தவர். "அவதூதர் என்னையும் உன்னையும்விட உண்மையான கிறித்துவன்," என்றார் சிஸ்டர் தெரஸா.

போகக் கிளம்பிய ஃபிரான்சிஸ் சிரித்தபடியே கூறினார். "எனக்கு உங்களைப் பற்றித் தெரியாது, ஆனால், நான் என்றுமே உண்மையான கிறித்துவனாக முடியாது சிஸ்டர்! அவதூதரைப்பற்றி விவரமறியக் கிளம்பியபோது அவருக்கு சாத்தனூர் கார்மலைட் சிஸ்டர்களிடையே இத்தனை தீவிர ஆதரவாளர்கள் இருப்பார்கள் என்று தெரியாது! அத்தனைப் பாராட்டும் அவருக்குத்தான். அவருடைய குணாதிசயங்களையும், ஆகர்ஷண சக்தியையும் வியந்தவண்ணமே அவற்றால் கவரப்பட்டவனாய் திரும்புகிறேன்."

குலாம் கவுஸ், சிஸ்டர்கள் கூறியதையே வேறுவிதமாகக் கூறினான். அவதூதர், குலாம் கவுஸைவிட என்றைக்கும் சரி - அல்லாவுக்கு அதிகம் நெருங்கியவர் என்றான். 'நிச்சயமாக அந்த மனிதனிடம் வேறு என்னவோ இருக்கிறது... வெறும் வாழையடி வாழையாக வந்து கொண்டிருக்கும் சமூகக் கட்டுப்பாடுகள், சம்பிரதாயங்களைப் பற்றிய எதிர்ப்பு மட்டுமல்ல....' என்ற ரீதியில் யோசித்தவண்ணமே ஃபிரான்சிஸ் நடந்து சென்று கொண்டிருந்தார்.

அவருடைய எண்ணவோட்டத்தைத் தடுத்து நிறுத்தும் வகையில் பள்ளியை, சாத்தனூர் கிராமத்துடன் இணைக்கும் சாலை வழியே அவதூதரே வந்துகொண்டிருந்தார்.

புன்முறுவல் பூத்தபடியே அவதூதர் "இன்று குலாம் கவுஸ் உரிய முறையில் உடுத்திக் கொண்டிருப்பதைப் பார்த்தீர்களோ?" என்று கேட்டார்.

"நீங்கள்தான் அத்தனை மொட்டைக் கடுதாசுகளையும் அனுப்பியிருக்க வேண்டும்" என்று ஒட்டுமொத்தமாக குற்றஞ் சாட்டினார் வட்டத் தலைமை.

"நான்? எனக்கு எழுதப் படிக்கத் தெரியாது. நான் பிறந்து வளர்ந்த இடத்தில் சிஸ்டர்கள் கிடையாது."

"எது அந்த இடம்?" என்று அவசரமாகக் கேட்டார் ஃபிரான்சிஸ்.

"எனக்குக்கூடத் தெரிந்துகொள்ள ஆசை" என, கிண்டலில்லாமல் இயல்பாகக் கூறினார் அவதூதர்.

"உன்னை நேரிடையான, சரியான பதிலைக் கொடுக்க வைக்க முடியும் என்னால்."

"நிச்சயம் உன்னால் முடியும். ஆனால் அந்தக் கேள்விகளைக் கேட்கும்படி உன்னை உன்னால் கட்டாயப்படுத்த முடியுமோ?"

அவதூதரைப் பார்த்தால் தற்பெருமை பீற்றிக் கொள்வதாகப் படவில்லை. அன்பாக, சாதாரணமாகத்தான் கேட்டார் அவர்.

ஃபிரான்சிஸிற்கும் அவரைக் கேள்வி கேட்க வேண்டாம் என்றுதான் தோன்றியது. அவரைப் பார்த்தாலே தெரிகிறது. வழக்கத்திலிருந்து மாறுபட்ட அசாதாரண மனிதராய்... அது குறித்து அதிகமாய்த் தூண்டித் துருவி ஆராயும் மனநிலையில் ஃபிரான்சிஸ் இல்லை. அதனால் அவர், "எங்கள் எஸ்.ஐ. குறித்து நீங்கள் என்ன நினைக்கிறீர்கள்?" என்ற கேள்வியைக் கேட்டார்.

அவன் நல்ல ஆசாமி. அவன் நஜ்மாவின் கணவன் என்ற முறையில் வெகுதூரம் முன்னேறிச் செல்வான். அவள் என்னை அப்பா என்று அழைக்கிறாள் தெரியுமில்லையா... நீரும் என்னை அப்துல்கரீம் என்று கூப்பிடலாம்."

ஃபிரான்சிஸ் திடுக்கிட்டார். அப்துல்கரீம் என்ற பெயர் அவருடைய கடந்த காலத்தோடு தொடர்புடையது. அவர் மனதில்

எப்பொழுதும் நிறைந்திருக்கும் பெயர். அவரும், அப்துல்கரீமும் ஒன்றாக வளர்ந்து ஏறக்குறைய ஒரே நாளில் காவல்துறையில் வேலைக்குச் சேர்ந்தார்கள். ஒருசமயம் ஃபிரான்சிஸ் கேட்டுக் கொண்டதற்கிணங்க அவருக்குப் பதிலாக அப்துல்கரீம் பரங்கிப்பேட்டையில் ஒரு கள்ளக்கடத்தல் கும்பலைப் பிடிக்கப் போனபோது சுடப்பட்டு இறந்தான். அவனுடைய குடும்பத்தைக் காப்பாற்றும் பொறுப்பை தன் தோள்மேல் ஏற்றிக்கொண்ட ஃபிரான்சிஸ் நண்பனின் மகள் நஜ்மாவைப் படிக்க வைத்து, நல்லவனாகத் தேடி குலாம்கவுஸிற்கு அவளைத் திருமணம் செய்தும் வைத்தார். அப்துல்கரீமின் இளைய மகனைப் பார்த்துக்கொள்வது, கட்டுப்படுத்தி வளர்ப்பது அவ்வளவு சுலபமாக இல்லை. இருவரும் சண்டை போட்டுக் கொண்டார்கள். தன் தந்தையின் சாவிற்கு ஃபிரான்சிஸ்தான் காரணம் என்று குற்றஞ்சாட்டினான் மகன். நடந்ததை மட்டும் அவரால் மாற்ற முடிந்தால்... தான் இறந்து அதன்மூலம் அப்துல்கரீம் மீண்டும் உயிர்பெற்று வரமட்டும் முடிந்துவிட்டால் எத்தனை நன்றாக இருக்கும்... அவதூதரின் வாயிலிருந்து அப்துல்கரீம் என்ற பெயர் வெளியாகியது ஃபிரான்சிஸைத் திகைக்க வைத்தது. உங்களிடம் நஜ்மா தனது தகப்பனைப் பற்றி கூறினாளா?

இல்லை. ஆனால் அவளுடைய தகப்பன் என் உருவில் திரும்பி வந்திருப்பதாக அவள் நம்புகிறாள். ஆனால் உனக்குத் தெரிந்த அளவு அப்துல்கரீம் பற்றி எனக்குத் தெரியும்.

உங்களுக்கு அப்துல்கரீம் பற்றி என்ன தெரியும்?

கெட்டதாக ஒன்றுமில்லை. நல்லது மட்டும்தான். நீங்கள் அப்துல்கரீமின் நண்பனாக இருந்தீர்கள். நான் குலாம் கவுஸிற்கு நண்பனாக இருக்கிறேன்" என்று கூறியபடி அவதூதர் தன்வழி நடக்க ஆரம்பித்தார்.

அவர் போவதையே பார்த்தபடி, ஒரு விநாடி யோசனையில் ஆழ்ந்தவராக அப்படியே நின்றார் ஃபிரான்சிஸ். பிறகு, காவல் நிலையத்தை அடைந்து குலாம் கவுஸிடம் சகஜமாக, அவதூதரைப் பற்றி அவர் என்ன விவரங்கள் அறிந்து கொண்டிருக்கிறார் என்பது பற்றியும், அவதூதரைச் சந்தித்தது பற்றியும் கூறினார்.

அன்றிரவு குலாம் கவுஸ் தன் மனைவியிடம் தனது அதிகாரி ஃபிரான்சிஸ் வருகை குறித்தும், கார்ம்லைட் சகோதரிகளிடமிருந்து அவதூதரைப் பற்றி அவர் அறிந்துகொண்ட விவரங்கள் பற்றியும் கூறினான். தான் அவதூதரை சந்தித்ததையும் கூறினான்.

"ஃபிரான்சிஸ் ஒரு நல்ல மனிதர். வட்டத்தலைமையாக இருப்பது சிறந்தது. ஆனால் அதைவிட உயர்ந்தது அவதூதராக இருப்பது" என்றாள் நஜ்மா.

அவதூதர் ஃபிரான்சிஸிடம் நஜ்மாவின் கணவனாக கவுஸ் சிறந்து விளங்குவான் என்று குறிப்பிட்டதைப் பற்றிக் கூறினான்.

"அப்படியே ஒழுங்காக இரு," என்று விளையாட்டாக எச்சரித்தாள் அந்த சூதுவாதற்ற பெண்.

2

சாத்தனூரிலும், சாத்தனூரைச் சுற்றியுள்ள பிரதேசங்களிலும் அவதூதரைக் குறித்து வழங்கி வரும் கதைகளும், குறிப்புகளும் அனேகம். அவை ஒன்றுக்கொன்று வித்தியாசமானவையாக இருக்கும். அவற்றை எல்லாம் தொகுத்துப் புத்தகமாக யாரேனும் வெளியிடுவாரெனில் அந்தப் புத்தகம் இந்தியப் புத்தகங்களிலேயே மிகப் பெரிதானதாகப் பேசப்படும். மகாபாரதத்தையும் தோற்கடித்து விடுமளவிற்குத் தடிமனாக இருக்கும் என்பதில் சந்தேகமில்லை. மகாபாரதக் கதைகளுக்கும் அவதூதரைப் பற்றிய கதைகளுக்கும் இடையேயான வேறுபாடு என்னவென்று பார்த்தால் முன்னது சரீர அழகிலும் செயல் திறனிலும் அசாதாரண ஆண், பெண்ணைப் பற்றியது. அவதூதரைப் பற்றிய கதைகளில் வரும் பாத்திரங்கள் சாதாரண கிராம மக்கள். அவதூதரேகூட கதாநாயக குணாதிசயங்கள் அற்றவர் – அவருடைய சக்திகளைப் பற்றியெல்லாம் கணக்கிலெடுத்துக் கொண்டாலும்கூட அவரைப் பொறுத்தவரை ஒரு சிறந்த மனிதாபிமானி; புதிரான, சாஸ்வதமாக சார்ந்திருக்க முடியாத க்ஷணப்பித்த மனிதன். ஒருவிதத்தில் உதவாக்கரை. ஆனால், அவர் அவராக இருந்தார். அப்படியே இருந்தும் வந்தார். உலகத்தையே தான் சீர்திருத்தியமைக்கப் போவதாக அவர் பறைசாற்றவில்லை. அவர் பல நேரங்களில் நடந்துகொண்ட விதமானது அவர் கண்ட உலகத்தில் ஒரு குறையும் இல்லாததாக – இருந்ததை அவர் புரிந்துகொள்ளாத வகையில் அமைந்தது. சண்டையிட்டுக் கொள்ளும் ஊர் மக்களுக்கிடையே நடுவராகப் புகுந்து தீர்ப்பு வழங்க அவர் முற்பட்டதில்லை.

நல்லது, தீயது பற்றி, தீயதை ஒழிக்க தான் அது செய்வேன், இது செய்வேன் என்பதாய், ஏழ்மையை ஒழிப்பேன், வளம் பெருக்குவேன் என்ற ரீதியிலெல்லாம் அவர் பேசியதேயில்லை. ஒவ்வொரு விநாடியையும் அவற்றைத் தான் நேர்கொண்டபடி வாழ்ந்து வந்தார் அவர். நேற்று பற்றியோ, நாளை பற்றியோ குறித்த பிரக்ஞை சிறிதும் இன்றி அவையவை வந்தவிதமாய் ஏற்கப் பழகியவராய் வாழ்வின் ஒவ்வொரு விநாடியையும் அனுபவித்து வாழ்வதைத் தவிர வாழ்க்கையில் வேறெந்தக் குறிக்கோளையும் அவர் கொண்டிருந்ததாகத் தெரியவில்லை.

அவதூதரைப் பற்றி வழங்கப்படும் கதைகள் முழுமை அடைய வேண்டுமென்றால் சாத்தனூர் வாசிகள் ஒவ்வொருவரைப் பற்றியும், சாத்தனூர் கோயில்களுக்கு வருகை தரும் ஏராளமான அயலார்களையும், சாத்தனூர் பகுதியில் மையங்கொண்டிருக்கும் வேறு பலரையும் பற்றிக் குறிப்பிடாமல் இருக்க முடியாது. அவதூதருடன் அவர்களுக்கெல்லாம் தொடர்பு இருந்ததோ, இல்லையோ எல்லோரும் அவதூதரைப் பற்றி அறிந்திருந்தார்கள். நமது கதையோட்டத்திற்கு இன்றியமையாத இன்னொரு முஸ்லீம், சாத்தனூர் வாசிதான் அவரும், மனிதனைப் பற்றிக் குறிப்பிடுவது அத்தியாவசியம். ஆர்க்காடு நவாபு வம்சவழி வந்து தற்சமயம் வாசனைத் திரவியங்கள் விற்பனைக் கடையொன்று சாத்தனூர் பிரதான சந்தையில் வைத்து நடத்திக்கொண்டிருக்கும் தாவூத் ஷாதான் அவர். அவருக்கு ஏராளமான நிலபுலன்கள் உண்டு. வாசனைத் திரவியங்கள் விற்பனை மூலம் அவன் நிறைய பொருளீட்டினான். அவன் விற்கும் சந்தனம் அந்தப் பகுதிகளிலேயே சிறந்தது என்று எங்கும் பெயர் பெற்றிருந்தது. தவிர, சாத்தனூர் முருகனுக்கு அந்தச் சந்தனம் மிகவும் உகந்தது என்பதாகவும் கருதப்பட்டு பக்தர்கள் தாவூத் ஷாவின் கடையிலிருந்து சந்தனத்தைப் போட்டி போட்டுக்கொண்டு வாங்கினார்கள்.

சாத்தனூரிலிருந்த பெரிய பணக்காரர்களில் ஒருவனாக இருந்தபோதிலும் தாவூத் ஷா எளிமையும், தாராள மனதும் கொண்ட மனிதன். மத வழிபாடுகளில் தீவிர ஈடுபாடுடையவர். மெல்லிய குரலில் எல்லோரிடமும் மரியாதை காட்டிப் பழகுவார். ஆண், பெண், குழந்தை என எல்லோரிடமும் அன்பாக நடந்து கொள்வார். அவருடைய செல்வம் வழி வழி வந்த பரம்பரைச் சொத்து. ஒரு நூறு ஏக்கர் வளமான நெல் வயல்களும், அதே அளவு புன்செய் நிலங்களும் கொண்டிருந்தது. பரம்பரைச் சொத்துதான் என்றாலும் அவற்றை விரயமாக்காமல் பாடுபட்டு கண்ணுங் கருத்துமாகக் காத்து மேலும் வளம் சேர்த்தார் தாவூத்

ஷா. சாத்தனூரின் மரியாதைப்பட்ட மனிதர்களில் அவரும் ஒருவர். மூன்று, மும்மூன்று வருட காலப் பஞ்சாயத்து தலைவராக ஹிந்துக்கள் அதிகமாயிருந்த சாத்தனூரில் ஒரு முஸ்லிமாயிருந்தும், தேர்தலில் வென்று பதவி வகித்தவர் அவர். நாலாவது முறையும் அவர் நிச்சயம் வெற்றி பெற்றிருப்பார். ஆனால் இளைய தலைமுறைக்கு வழி விட்டு, அவர் தேர்தலில் நிற்காமல் ஒதுங்கிவிட்டார். அந்த சமயம் அவருக்கு அறுபத்தைந்து வயது.

தாவூத் ஷாவுக்கு நான்கு மனைவிகள். அவர்கள் நால்வரும் உயிரோடிருந்தார்கள். குழந்தைகள், பேரக்குழந்தைகள் என்று ஒரு பெரிய கூட்டத்தோடு அவர்கள் அனைவரும் அவருடைய தந்தை வழி வீட்டிலே ஒற்றுமையாக வாழ்ந்து வந்தார்கள். அவருடைய இளைய மனைவி பாத்திமா பீவிதான் அவருக்கு அதிகம் பிடித்தவள். அவள் பணக்கார வீட்டிலிருந்து வந்தவள். சீதனமாக சில ஏக்கர் நன்செய் நிலங்களையும், புன்செய் நிலங்களையும் கொண்டு வந்திருந்தாள். பாதுகாக்கப்பட்ட குடும்பத் தொழில் ரகசியமான ஊதுபத்திகள் செய்வதில் நிபுணத்துவம் பெற்றவளாகப் பாராட்டப்பட்டவள். அவருடைய மனைவிகள் எல்லாம் நடுத்தர வயதைக் கடந்துவிட்டிருந்தாலும் கடைசி மனைவி பாத்திமாவிற்கே வயது ஐம்பதிற்கு மேலிருக்கும். இன்றும் பர்தா அணியும் வழக்கத்தை விடவில்லை. முதன் முதலில் அவதூதரை சந்தித்தபோது தாவூத் ஷாவிற்கே எண்பது வயதுக்கு மேலிருக்கும். அவர் சரித்திரத்தில் எம்.ஏ. பட்டம் வாங்கியவர். மாகாணத்திலேயே முதலாவதாக வந்தவர். பத்தொன்பதாம் நூற்றாண்டின் இறுதியில் படித்துப் பட்டம் பெறுகையில் மாகாண அளவிலான கிரிக்கெட் வீரராகவும் இருந்தார். வெகுவாக பல இடங்களுக்கும் பயணம் செய்திருக்கிறார். அவர் காலத்தைய பிரபுக்கள், கவர்னர்கள், சீமாட்டிகள், ஏன் அரசகுலத்தவர்களோடுகூட கைகுலுக்கிய பெருமை அவருக்கு உண்டு. ஆனால் அவர் தனது அந்த நாட்களைப் பற்றியெங்கும் பெருமை பீற்றிக் கொண்டதேயில்லை. அவர் மெக்காவிற்குப் புனிதப்பயணம் மேற்கொண்டார் என்றாலும் வரும்போது அவர்கூடச் சென்ற இன்னொரு யாத்திரிகனின் தகாத நடத்தையினால் மனது நொந்தவராய் திரும்பி வந்தார். அது பற்றியும் அவர் யாரோடும், எதுவும் பேசியதில்லை. தன்னிடம் யாசகம் கேட்டு வந்த முகம்மதிய யாத்திரிகன், துறவிகள் முதலியோரிடம் அவர் அக்கறை காட்டியதில்லை. அவர்களைத் தன் மனைவிகளிடம் அனுப்பிவிடுவார். ஒரு ஹிந்து யாசகனுக்கு அவர் தாராளமாகக் கொடுப்பார். முஸ்லிம் என்றால் கொடுக்க முன்வந்ததில்லை.

சாத்தனூரில் எந்தப் பொதுக்காரியமும் தாவூத் ஷா பங்கு பெறாமல் நடந்ததில்லை. ஏதாவதொரு கோயில் புதுப்பிக்கப்பட வேண்டுமென்றால், நிதி வசூலில் ஈடுபடுபவர்கள் நன்கொடை யாளர்கள் பட்டியலில் முதல் பெயராகத் தாவூத் பெயரை எழுதி விடுவார்கள். எந்த நல்ல காரியத்திற்கும் பண உதவி செய்ய மறுத்ததேயில்லை அவர். கார்மலைட் சகோதரிகள் பள்ளிக் கட்டிடத்திற்காக நிதி வசூலிக்க ஆரம்பித்த சமயம் அதற்காக ஆரம்பத்தில், ஆயிரம் ரூபாய் நன்கொடை வழங்கியிருந்தார் ஷா. ஆனால் அவதூதர் மூலமாக அவர்களுக்கு இன்னும் அதிகமாகப் பணம் தேவைப்படுகிறது என்று அறிய வந்தபோது இருபது ஏக்கர் புன்செய் நிலத்தை அவர்கள் கட்டிடத்திற்கு அளித்துவிட்டார் தாவூத் ஷா. அவ்வகையில் அவர் அளித்த நன்கொடை இருபதினாயிரம் ரூபாய். பள்ளியிருக்கும் நிலம் அஹமது ஷாவிற்குச் சொந்தமான ஏக்கர்கள். அஹமது ஷா, தாவூத் ஷாவின் வாப்பா.

எப்பொழுது முதன்முறையாக அவதூதரைக் கவனிக்க ஆரம்பித்தோம் என்று தாவூத் ஷாவிற்கு சரியாக நினைவில்லை. நிறைய தடவைகள் நிர்வாணமாகக் கடைத்தெருவில் அவதூதர் அலைந்து கொண்டிருப்பதையும் தனது கடையைத் தாண்டிப் போவதையும் அவர் பார்த்திருக்கத்தான் வேண்டும். ஆனால் தனது நீண்ட வாழ்நாளில் பலதரப்பட்ட பக்திமான்களை, இறைமனிதர்களை அவர் பார்த்ததுண்டு. அவர்களையெல்லாம் அவர் தவிர்த்து வந்திருக்கிறார். ஆதலால், இந்த அவதூதர் அவர் ஆர்வத்தைக் கிளறவில்லை. ஆனால் சாத்தனூர் வந்து சேர்ந்த ஒரு மாத காலத்திற்கெல்லாம் ஒரு நாள் அவதூதர் தாவூத் ஷாவின் கடைக்குள் வந்தார். சிறிது நேரம் அந்த முஸ்லீம் கிழவரையே உற்றுப் பார்த்தவாறு நின்று விட்டு, மௌனமாக வெளியேறிச் சென்றுவிட்டார். ஆனால் அதற்குப் பிறகு ஏறக்குறைய ஒரு வாரம் கழித்து அவதூதர் கடைக்குள் மீண்டும் நுழைந்து கடைக்குள் சுற்றிப் பார்த்து வரிசையாக அடுக்கிவைக்கப்பட்டிருந்த வாசனைத் திரவியங்கள் புட்டிகளைப் பார்த்தபடி நின்றார். அன்று செவ்வாய்க்கிழமை. வழக்கமாக செவ்வாய்க் கிழமைகளில் மாலை வேளைகளில் தான் வியாபாரம் களைகட்ட ஆரம்பிக்கும். அவதூதர் வந்த நேரம் நண்பகல் ஆதலால் தாவூத் ஷா ஓய்வாக இருந்தார். எனவே, வாங்க வந்தவராகத் தென்படவில்லையென்றாலும், வந்திருந்தவரை அசட்டை செய்யாமல், ஹிந்துக்கள் பாணியில் உள்ளங்கைகளை ஒன்று சேர்த்து மூக்கருகாய் உயர்த்தியபடி, “நமஸ்காரம்” என்றார். பதிலுக்கு “நமஸ்காரம்” சொல்லாமல்

அவதூதர் அந்த வயதானவரை நெருங்கி வந்து, "உங்களுடைய சந்தனம் மிகத் தரமானது என்று கேள்விப்பட்டிருக்கிறேன்" என்றார்.

"அப்படித்தான் சொல்லுகிறார்கள். உண்மையும் அதுதான். என் கவனத்திற்கெட்டிய வரையில் இதைவிடச் சிறந்ததாய் வேறு எதுவும் இல்லையென்றே நினைக்கிறேன்."

வாங்கக் கூடியவராய்ப் பட்டிருந்தால் தனது சந்தனத்தைச் சிறிது தந்திருக்கக்கூடும் ஷா. அவதூதர் அவ்விதம் தென்பட வில்லையாதலால் சந்தனம் எடுத்துத் தருவதற்காக அசைய முற்படவில்லை.

"எனக்குக் கொஞ்சம் தாருங்கள், நீங்கள் செய்வதிலேயே சிறந்ததை எனக்குக் கொண்டு வந்து காட்டுங்கள்."

அது ஒரு உத்தரவும் சவாலுமாகத் தொனித்தது. தவிர நேரிடை யாகக் கேட்டவரிடம் மாட்டேன் என்று மறுக்க முடியாது தாவூத் ஷாவால். எனவே, ஏக தடபுடலாக, விரிவாக பத்துப் பனிரெண்டு வாசனைத் திரவியக் குப்பிகளையெடுத்து வந்து பரப்பிக்கொண்டு திரவியங்களை ஊற்றிக் கலக்கி அந்தக் கலவையில் சந்தனக் குழம்பைக் கலக்கி ஒரு தேர்ந்த கைவினைஞனைப்போல் உருட்டி உருக்கொடுத்து ஒரு சிறு பந்து அளவு சந்தன உருண்டையைத் தன்னை நோக்கி நீண்டிருந்த அவதூதர் உள்ளங்கையில் வைத்து, "இதோ – இதுதான் சாத்தனூரிலிருந்து எங்கு சென்றாலும் உங்களுக்குக் கிடைக்கக்கூடிய சிறந்த சந்தனம்" என்றார்.

மூக்கின் நுனியில் ஒரு பொட்டுச் சந்தனம் ஒட்டி நிற்குமாறு உள்ளங்கையை வெகு அருகாமையில் எடுத்துச்சென்று சந்தனத்தை முகர்ந்து பார்த்தார் அவதூதர். பின்னர் தனது பானைவயிற்றின் மேலும் கரங்களின் மேற்பகுதியிலும் அந்தச் சந்தனத்தைத் தடவிக்கொண்டு கூறினார்: "நல்ல சந்தனம்தான் இது. ஆனால், நான் இதைவிட சிறந்ததைப் பார்த்ததுண்டு."

தானே தனது கையால் கரைத்து உருவாக்கும் சந்தனத்தின் தரம் குறித்து தாவூத் ஷாவிற்கு என்றுமே பெருமையுண்டு. அதுவும், அத்தகைய சிறந்த சந்தனத்தைக் கலக்கும் முறை தனது குடும்ப ரகசியம் என்பதில் அவருக்கு இன்னும் பெருமை. அதனால், அவதூதரின் பேச்சு அவருக்குக் கோபத்தையுண் டாக்கியது. "இதைவிட தரம் வாய்ந்த சந்தனத்தை வேறு எங்கு பார்த்திருக்கிறீர்கள் நீங்கள்?" என்று வெடுக்கென்று கேட்டார்.

“சிலசமயம் நீயே உன்னை விட நன்றாக சந்தனம் கரைக்க முடியும்” என்று சொன்ன அவதூதர் மேலும் தொடர்ந்தார். “ஆக்ராவிலிருக்கும் ‘ஆகா’ இதே அளவு தரமான சந்தனத்தைச் செய்து விற்பவர். மனம் வைத்தால் இதைவிடத் தரமான சந்தனத்தையும் அவரால் செய்ய முடியும்.”

ஆக்ரா, ஆகா என்ற இரு பெயர்களும் தாவூத் குடும்பத்தினரால் பெரிதும் மதிக்கப்படுபவை. ‘ஆக்ரா வாழ் ஆகா’ தான் தங்கள் தொழில்முறை ரகசியத்தை சொல்லித் தந்தவர் என்று தாவூதின் அப்பா கூறியிருக்கிறார். ஆனால் அது தாத்தா காலத்தைய விஷயம். குடும்பக் கட்டுப்பாடுகள் பிடிக்காமல் இளவயதிலேயே வீட்டை விட்டு வெளியேறிவிட்ட தாத்தா தனது இளமைப் பருவத்தை ஆக்ராவில் கழித்தவர்... ஆனால், அவதூதருக்கு எப்படி அந்த இரு பெயர்களும், மிகச் சரியாகக் கிடைத்தன. வெறும் தற்செயலாகத்தான். ஒருவேளை இப்பொழுதும் ஆக்ராவில் யாராவது ‘ஆகா’ என்று இருக்கிறார்களோ என்று தாவூத் ஷாவிற்கு சரிவரத் தெரியவில்லை.

“நீங்கள் ஆக்ராவிற்குப் போயிருக்கிறீர்களா?” என்று மரியாதை தொனிக்கும் குரலில் வினயமாகக் கேட்டார் தாவூத் ஷா.

“இல்லை. ஆனால், ஆக்ரா என்னிடம் வந்திருக்கிறது’’ என்று கூறிவிட்டுப் போய்விட்டார் அவதூதர்.

நினைவில் எட்டிய வரையில் அதுதான் அவதூதரை தாவூத் ஷா முதன் முதலில் சந்தித்தது. அவதூதர் கடையை விட்டுப் புறப்பட்டுப் போனபிறகு சந்தன விற்பனை மளமளவென்று பெருகியது. கைவசமிருந்த அரைத்த சந்தனமெல்லாம் சடுதியில் விற்றுத் தீர்ந்து, மேலும் சந்தனம் வேண்டி தாவூத் ஷா வீட்டிற்கு ஆளனுப்ப வேண்டி வந்தது. அவர் வீட்டில் இரண்டு பேர் அதற்கென்றுள்ள மிருதுவான வட்டக்கல்லில் நாள் முழுதும் இடைவிடாமல் சந்தனம் அரைத்தபடி இருந்தனர். நவீன முறைப்படி சந்தனக் கட்டையை அழுத்தம் கொடுத்துப் பொடியாக்கு கின்றனர் வாசனைப்பொடி தயாரிப்பில் ஈடுபட்டோர். ஆனால், இம்முறையைவிட அக்கறையுடன் கரங்களால் அதற்கென்றுள்ள மிருதுவான வட்டக்கல்லில் சந்தனக் கட்டையைத் தேய்த்து, நீர் தெளித்துச் செய்வதே சந்தனம் செய்வதில் சிறந்த முறை. இம்முறை கடினமானதென்றாலும் நல்ல பலன் அளிக்கக் கூடியது. தாவூத் ஷாவின் வீட்டில் பாத்திமா பீவியின் மேற்பார்வையில் இம்முறையில் சந்தனம் அரைத்தல் நடைபெற்று வந்தது. கடையை

மூடும்போது, கணக்குப் போட்டுப் பார்க்கவில்லையென்றாலும்கூட, கடையைத் திறந்த இந்த செவ்வாய்க்கிழமை மிக அதிகமாக சந்தன விற்பனை நடந்துள்ளதாக அவருக்குத் தோன்றியது. அவதூதர் ஆக்ராவிற்குப் போயிருக்கிறாரோ, இல்லையோ, ஆகாவைப் பற்றி அவருக்கு உண்மையில் ஏதேனும் தெரியுமோ, தெரியாதோ – அவர் வருகை அதிர்ஷ்டத்தையும் கொண்டு வந்துவிட்டிருக்கிறது என்று எண்ணிக் கொண்டார். சரக்குகளெல்லாம் நிறைய தீர்ந்துவிட்டதில் தனது இரண்டு கூலியாட்களையும் வழக்கத்திற்கு அதிகமான நேரம் அன்றிரவு வேலை செய்யச் சொல்லி, சந்தனத்தைப் பழைய அளவு சேமிப்புக்குக் கொண்டுவர வேண்டி வந்தது தாவூத் ஷாவிற்கு.

அதனால், அதற்கடுத்த நாள் அவதூதர் அவர் கடையைக் கடந்து சென்றபோது, அவரை அழைத்து, மிகத்தரமாக சந்தனம் கரைத்து முந்தின தினத்தைவிட சற்றுப் பெரிய உருண்டையை அவதூதருக்குத் தந்தார். கண்களில் தொலைதூரப் பார்வையுடன் நிமிர்ந்து அவரைப் பார்த்தார் அவதூதர். “ஆக, நான் உனக்கு அதிர்ஷ்டத்தைக் கொண்டு வருவதாக நினைக்கிறாய் அல்லவா? ஆனால் உனக்கு அதிர்ஷ்டம் என்னிடமிருந்து வருவதில்லை. பாத்திமா பீவியிடமிருந்துதான் கிடைக்கிறது.”

“அது உண்மைதான்” என்று கூறினார் தாவூத் ஷா. “உங்களுக்கு அவளைத் தெரியுமா?”

“நீ வீட்டிற்குப் போனதும் என்னைத் தெரியுமா என்று அவளைக் கேள்” என்று ஆலோசனை கூறினார் அவதூதர்.

அப்படியே கேட்க வேண்டும் என்று மனதிற்குள் குறித்துக் கொண்டார் தாவூத், ஆனால் அதற்கு அவசியமில்லை என்று அவருக்குத் தெரியும். ஊரிலுள்ள அனைத்துச் சாமியார்களையும் அவளுக்குத் தெரியும். வெளியிடங்களிலிருந்தும் தொலை தூரப் பிரதேசங்களிலிருந்தும் வந்திருப்பவர்களையும் – அவர்கள் இந்துவோ, கிறித்துவமோ, இஸ்லாமியமோ – எம்மதத்தைச் சார்ந்தவர்களாயினும் – அவள் அறிந்திருந்தாள்.

அவர் எண்ணவோட்டத்தைப் படித்தவர்போல் இருந்தது அடுத்தாற்போல் அவதூதர் கூறியது. “நான் கடவுளின் தூதன் அல்ல. நீ தவறாக எண்ணுகிறாய் கிழவனே. நான் முற்றிலும் மாறுபட்ட ஒன்று.”

“அது என்ன?”

“நானும் உன்னைப்போல் வாசனைத் திரவியம் கலப்பவன்”

என்றார் அவதூதர். "நான் மனிதர்களிடையே பரப்பும் வாசனை உனது சந்தனத்தைவிட மிக நுணுக்கமானது."

"உண்மையாகவா?" என்று, வேறு பதிலளிக்கத் தெரியாமல் கூறினார் தாவூத்.

வியாபாரிக்கு வியாபாரி என்ற முறையில் அவர், அவதூதரிடம் அதுகுறித்து இன்னும் அதிகம் விசாரித்திருக்கலாம்... ஆனால், அவர் ஆச்சரியத்திலிருந்து மீள்வதற்குள் அவதூதர் வெளியேறி மறைந்தாகிவிட்டது.

அன்றிரவு வீட்டில் மனைவி பாத்திமா பீவியைக் குறுக்கு விசாரணை செய்வதாய் துருவித் துருவி விசாரித்ததில் அவதூதர், தாவூத் ஷாவைவிடக் கைதேர்ந்த வாசனை சாதன விற்பனையாளர் என்பது உறுதிப்படுத்தப்பட்டது. ஒரு வாரம் அல்லது பத்து நாட்களுக்கு முன்னர்தான் ஊதுபத்திகள் தயாரித்துச் சுருட்டிக் கொண்டிருக்கும்போது அவதூதர் வந்ததாக பாத்திமா பீவி ஒரு நிகழ்ச்சியைக் கூறினாள். சற்று நேரம் அவள் ஊதுபத்தி சுருட்டுவதையே நின்று பார்த்துக்கொண்டிருந்த அவதூதர், "நீ நன்றாக ஊதுபத்தி தயாரிக்கிறாய். இருந்தாலும் உன்னைவிட நான் நன்றாகத் தயாரிப்பேன் என்று எனக்கு நிச்சயமாகச் சொல்ல முடியும்" என்றார். அந்த சவாலை ஏற்றுக்கொண்டவள்போல் பாத்திமா பீவி அதற்கு வேண்டிய பொருட்களை அவர்முன் கொண்டு வந்து வைத்ததும், க்ஷணத்தில் அதற்கென்றே பிறந்தவர்போல் அவர், அதே பொருட்களைக்கொண்டு பாத்திமா பீவி செய்திருந்த ஊதுபத்திகளை விட அதிக வாசனையுடன் கூடிய ஊதுபத்திகளைச் செய்து முடித்துவிட்டார். இந்நிகழ்ச்சியை பாத்திமா பீவி கூறக் கேட்டு தாவூத் ஷா ஆச்சரியமடைந்தார். என்றாலும் அதை அவரால் நம்ப முடியவில்லை.

"நிஜமாகவா? அவரால் செய்திருக்க முடியுமென்று நான் எண்ணவில்லை. நீ செய்வதுதான் உண்மையில் சிறந்தது என்று உனக்குத் தெரியுமில்லையா?"

"அவர் செய்து தந்த ஊதுபத்திகள் சிலவற்றை உங்களுக்குக் கொண்டு வந்து காட்டுகிறேன்" என்று மட்டுமே கூறி, பாத்திமா பீவி, விசேஷ காரியங்களுக்காகவென்று தனியாக வைத்திருந்த ஊதுபத்தியிலிருந்து சிலவற்றைக் கொண்டு வந்து கொடுத்தாள். அவற்றை ஆராய்ந்து, முகர்ந்து, ஏற்றியும் பார்த்த பின்னர் அவள் கூறியது சரிதான் என்று அவர் ஒப்புக்கொள்ள வேண்டி வந்தது. அவதூதர் செய்த ஊதுபத்திகள், தாவூத் இதுவரையில் பார்த்திருந்த எல்லாவற்றையும்விட அதிகத் தரமானதாக இருந்தன.

“அவர் கரங்கள் வாசனைப் பொருட்களைத் தயாரிப்பதற் கென்றே இருப்பவை. நீங்கள் அவர் கரங்களைப் பார்த்திருக் கிறீர்களோ?” என்று கேட்டாள் பாத்திமா பீவி. பின், ஏதோ ஒரு சக்தியால் ஆகர்ஷிக்கப்பட்டவளைப் போலப் பிரமிப்புடன் பேசினாள். “அவரை சந்தித்த பிறகு எனது மனதில் அதிகத் தெளிவு பிறந்தது. மனதில் அதிக வெளிச்சம் உண்டானது. சில சமயங்களில் அவர் மிகக் கொடூரமாய் நம்மிடையேயிருந்து பிரிக்கப்பட்ட, நமது மகன் அஹமத் தான் என்று எனக்குத் தோன்றுகிறது.''

தாவூத் ஷாவிற்கு தங்கள் மூத்த மகனைப் பற்றி ஞாபகம் வந்தது. இராணுவத்திலிருந்த அஹமத் இரண்டாம் உலகப் போரின்போது, இத்தாலியைக் கூட்டணிகள் கைப்பற்றி எதிரிகளை அழித்த சமயம் கொல்லப்பட்டவன். வீட்டிலிருந்து வெகு தொலைவில், தனது இளமைப்பருவத்தின் இனிய கட்டத்தில் இறந்த அன்பு மகனின் உடலைக்கூட அவர்களால் பார்க்க முடியவில்லை. அவர்களிருவரின் வாழ்விலுமான மிகத் துயரமான சம்பவம் இந்த இழப்பு. அஹமத்திற்குப் பிறகு எத்தனையோ பிள்ளைகளைப் பெற்று அவர்களெல்லாம் நல்லபடியாக வளர்ந்து சௌக்கியமாக வாழ்ந்து வருகிறபோதும் அவர்களைக் கண்குளிரக் கண்டிருந்தும், தனது வயதான காலத்தில் முதல் மகனை இழந்த சோகத்திலிருந்து பாத்திமா பீவி மீளவேயில்லை. அவதூதரைப் பற்றிப் பேசுகையில் அஹமதின் பெயரை அவள் கூறுவது அத்தனை எளிதாக ஒதுக்கக் கூடிய ஒரு விஷயமல்ல. தன்னால் முழுமையாக இன்னதென்று வரையறுத்துக் கூற முடியாத ஒன்று – நல்லதுண்டாக்கும், ஏதோ ஒரு சக்தி தனது வாழ்வில் நுழைந்துவிட்டதான எண்ணம் தாவூதிற்கு ஏற்பட்டது. அதற்குப் பிறகு, தனது இளம் மனைவியிடம் அவள் அவதூதரை எந்தத் தருணத்தில், எந்த சூழ்நிலையில் முதன்முதலாக சந்தித்தாள் என்பது பற்றியெல்லாம் கேட்க விழைந்தாலும், அவர் மௌனமாகிவிட்டார்.

அதற்கடுத்த நாள் அவதூதர் மீண்டும் தன் கடைக்கு வந்தபோது தாவூதிற்கு மிகுந்த சந்தோஷம் உண்டானது. மனம் விட்டுப் பல விஷயங்களை அவதூதருடன் பேச முற்பட்ட தாவூதை அவதூதர் பேசவிடாமல், சந்தனத்தைத் தனது உடம்பில் தடவிக்கொள்வது பெருத்த பாடாக இருக்கிறதென்றும், தாவூதால் தடவிவிட முடியுமா என்றும் கேட்டார்.

அப்படியே செய்தார் தாவூத். அப்படிச் செய்வதில் ஒருவித சந்தோஷத்தை உணர்ந்தார் அவர். அவருடைய திருமணத்திற்கு முன்பு, தனது வாலிப வயதில் அவர் ‘பெண்கள் இனப்பெருக்கத் திற்கு, பழங்கள் இன்பத்திற்கு, சிறுவர்கள் சந்தோஷத்திற்கு’

என்ற அராபியப் பழமொழிக்கேற்ப முழுவதுமாய் வாழ்வை அனுபவித்தவர். தனது காலத்தைய பிற முகம்மதிய இளைஞர்களைப் போலவே அவரும் இருந்து வந்தவர் என்றாலும் அவற்றையெல்லாம் பற்றி அடியோடு மறந்து பல காலமாகி விட்டது. ஆனால், இப்பொழுது அவதூதர் உடலில் சந்தனத்தைத் தடவுகையில் தனது பழைய வாலிபக் கிளர்ச்சியைத் திரும்பப் பெற்றதுபோல் உணர்ந்தார் தாவூத்.

அவதூதர் அமைதியாகக் கூறினார். "நாம் இருவரும் இப்பொழுது கிழவர்கள், சாஹேப். இளமைக்கால இன்பங்கள் நமக்கானதல்ல." அவர் கூறியது தாவூதிற்கு எச்சரிக்கையாக இருந்ததோடு தனது எண்ணவோட்டத்தைக் குறித்து சிறிது அவமானம் கொள்ளவும் செய்தது. அவதூதர் தொடர்ந்தார். "நமது இன்பங்கள் இப்பொழுது சரீரத்திற்கு அப்பாற்பட்டதாக இருக்க வேண்டும்."

குழப்பமடைந்தவராய் தாவூத் ஏதும் கூறாமல் இருந்தார். வழக்கம்போல் அவதூதர் எந்தவித ஆரவாரமுமின்றி திடுமென்று வெளியேறிப் போனார்.

அதற்குப் பிறகு இவ்வழக்கம் ஒரு தினசரி சடங்காக மாறியது. ஒவ்வொரு நாளும் பகல்பொழுதில் ஏதேனும் ஒரு நேரம் அவதூதர் வருவார். தாவூத் அவர் உடம்பில் சந்தனம் பூசிவிட்ட பின்னர் அவர் திரும்பிப் போவார். ஏதாவது பேச தாவூத் முயன்றாலும், அவதூதர் வழக்கமாக பேச்சைத் தவிர்த்து விடுவார். ஆனால், ஒருநாள் தன்னிடம் சந்தனம் தடவிக் கொண்ட சூட்டோடு அவதூதர், ராஜலக்ஷ்மி விலாஸ் காபி ஓட்டலிலிருந்து வெளியேறும் கழிவுகளெல்லாம் நிறைந்து நாற்றமெடுத்தபடி இருக்கும் ஆறடி ஆழ சாக்கடையில் குதிப்பதைப் பார்த்ததும் கோபமும் எரிச்சலுமாய் கடையிலிருந்து வெளியேறி, கடையைக் கவனிப்பாரின்றி விட்டு விட்டு, அவதூதரிடம் போய் சப்தமிட்டார். அவர் கூறுவதையெல்லாம், தலையை இடப்புறமாய் சிறிது சாய்த்த நிலையில் மரியாதையுடன் கேட்டுக் கொண்டார் அவதூதர். மூச்சு வாங்க தாவூத் சற்று நிறுத்தியபோது அவதூதர், தனது இடக்கரத்தின் முன்புறத்தை தாவூதை நோக்கி முகர்ந்து பார்க்கத் தோதாய் நீட்டினார். மூக்கைச் சுளித்தபடியே தாவூத் முகர்ந்து பார்க்க, அவர் ஆச்சரியத்தால் ஸ்தம்பித்துப் போகும்வண்ணம் அவர் படித்து அறிந்திருந்த அராபியநாட்டு வாசனைத் திரவியங்கள் அனைத்தின் நறுமணமும் அவர் நாசியுள் பரவியது! அவதூதரின் கைகளிலிருந்து வழிந்துகொண்டிருந்த சாக்கடை நீர் துர்நாற்றம் வீசவில்லை; மாறாக, அதில் தாவூதால் பெயர் சொல்லமுடிந்த, சொல்லத் தெரியாத எல்லா வகை வாசனைத் திரவியங்களின்

சுகந்தமும் வீசியது! ஆச்சரியத்தில் உறைந்துபோன தாவூத் ஷாவிற்குப் பேச்சே வரவில்லை. சிந்தனையில் ஆழ்ந்து, தலை குனிந்தபடி தனது கடைக்குத் திரும்பினார் தாவூத். இது ஒருவித மாயாஜாலமா? அவதூதரை வாசனைத் திரவியங்கள் கலப்பவர் என்று பாத்திமா பீவி கூறியிருந்தாலும் அவர் அது மட்டுமில்லை.

அதற்குப் பிறகு, அடிக்கடி அவதூதர் சந்தனம் தடவிக் கொண்ட கையோடு, தன் கடையிலிருந்து நேராகச் சென்று அந்தச் சாக்கடையில் குதித்து அமிழ்ந்ததைப் பார்த்ததும் போய் கண்டிக்கவில்லை தாவூத். அன்று, அவர் கரத்தில் முகர்ந்த வாசனைகளை நினைவில் நிறுத்திக்கொண்டார். இனம்புரியாத ஒரு சக்தியின் முன் தான் இருப்பதை உணர்ந்தார். அந்த சக்தியைப் புரிந்துகொள்ள அவருக்கு விருப்பமில்லை. அவர், பார்த்தாலே தெய்வீகமாகத் தோன்றும் பல இறைமனிதர்களைப் பற்றிப் படித்திருக்கிறார். ஆனால் இந்த மனிதனோ, மனிதர்களின் அனைத்து வாசனைகளையும் தன் சக்திக்குட்பட்டதாக வைத்திருக்கிறான். அவனிடம் யார் என்ன சொல்ல முடியும்? தனது வாழ்நாளிலேயே தான் இதுவரை எண்ணத் தலைப்படாத அளவு தாவூத், அவதூதர் முன்னிலையில் மிக எளிமையான மனிதரானார். அவதூதர் என்ன செய்தாலும் அது சரியே என்ற தீர்மானத்திற்கு வந்தார். அவர் எதற்குக் கேள்வி கேட்பது? அவர் யார் அதுபற்றிக் கேள்வி கேட்க...

அதேபோல், தெளிவாக நினைவுகூரத்தக்க இன்னொரு நிகழ்ச்சியும் நடந்தது. அவர்கள் தங்கள் தினசரிப் பழக்கத்தை ஆரம்பித்து சில மாதங்களுக்குப் பின்னர் அந்த நிகழ்ச்சி நடை பெற்றது. அன்று, பத்துப் பனிரெண்டு வாடிக்கையாளர்கள் காத்திருக்க, வழக்கம்போல் அவதூதருக்கு மார்பில் சந்தனம் தடவிக் கொண்டிருக்கையில் அனைவரும் கேட்கும்படியாக உரத்தகுரலில் அவதூதர் கூறினார். “நீ எப்பொழுதாவது எண்ணி யிருக்கிறாயா கிழவனே – இந்த சாத்தனூர் முருகன் எவ்வளவுதான் உன் சந்தனத்தை, பிறருடையதைவிட அதிகமாக விரும்புவதாகக் கூறினாலும், உன்னை அவன் தன் முன்னிலையில் வரவிடவே மாட்டான்; நீ அவனுக்குப் படைக்கும் உணவை உண்ணவே மாட்டான் என்பது பற்றி நீ எண்ணியிருக்கிறாயா?”

அது உண்மையே. சாத்தனூர் முருகனுக்கு அந்த முஸ்லிம் கிழவனின் சந்தனத்தில் வேண்டுமானால் தனி பிரியம் இருக்கலாம். ஆனால், அவன் தரும் உணவை முருகன் ஏற்க மாட்டான்தான். அவனுடைய கோயிலில் புனருத்தாரணத்திற்கு இந்த முகம்மதியனின் நன்கொடை தேவையாயிருக்கலாம். தாவூத் எப்பொழுதுமே

அதற்கு மனமுவந்து கொடுக்க முன்வருபவர். கொடுத்தும் இருக்கிறார் என்றாலும், அவரைத் தன் முன்னிலையில் நிற்க அந்த முருகன் அனுமதிக்க மாட்டான். அவருடைய நன்கொடையைச் சந்தோஷமாக ஏற்றுக்கொண்ட ஹிந்துக்கள் அவர் முருகன் கோயிலுக்குள் நுழைவதைத் தடுப்பார்கள்... "நீங்கள் சொல்வது உண்மைதான் ஸ்வாமி" என்றார் தாவூத், அடுத்து என்ன வரப்போகிறதோ என்ற பிரமிப்புடன்.

குலுங்கிச் சிரித்தபடியே அவதூதர் தொடர்ந்தார்: "உன் கடவுள் அல்லாவோ, நீ அத்தனை அன்புடன் உண்டாக்கும் சந்தனத்தைப் பூசிவிட பூதவுடல் இல்லாதவன்!"

"அதுவும் உண்மைதான்!" என்றார் தாவூத் ஷா. அவர் அது குறித்து எண்ணியதில்லை என்றாலும், அது உண்மைதான். 'இந்த ஆடையில்லா மனிதன் எதற்கோ அடிபோடுகிறான். இவன் தந்திரக்காரன்...'

ஆனால், தான் விரும்பியதைச் சொல்ல அவதூதர் படிப்படியே வருவதற்குள் பொறுமையிழந்த ஒரு இளம் வயது வாடிக்கையாளன், "அப்படியென்றால் இங்கே முருகனும் இல்லை, அல்லாவும் இல்லை என்று கூறுகிறீர்களோ ஸ்வாமி?"

"அல்லாவும், முருகனும் இருக்கிறார்களா என்று அறியேன். ஆனால் உன் தந்தை இல்லையென்று எனக்குத் தெரியும்" – என்று எடுத்தெறிந்தாற்போல் கூறிவிட்டு அவதூதர் வெளியேறிப் போய்விட்டார்.

கடையிலிருந்த பிறர் இந்தப் பதிலால் அயர்ந்து போய் நின்றாலும் அந்த வாலிபன் கூறினான். "போன மாதம் என் தந்தை இறந்துவிட்டார். அது உண்மைதான். ஆனால் இந்த நிர்வாண மனிதனுக்கு என் தந்தை இல்லையென்பது எப்படித் தெரிய வந்தது? எனக்குச் சாத்தனூரில் யாரையும் தெரியாது. நான் இப்பொழுதுதான் முதல் முதலாக இந்த ஊருக்கு வருகிறேன். இங்கே யாருக்கும் என்னைப் பற்றியோ, என் தந்தையைப் பற்றியோ தெரிந்திருக்க முடியாது! அவருக்கு எப்படித் தெரிந்தது என்பதுதான் ஆச்சரியமாக இருக்கிறது!"

அந்த மர்மம் விடுவிக்கப்படவேயில்லை. அந்த வாலிபன் அவதூதரைத் திரும்பப் பார்க்க விழைந்து, அதற்குப் பின் பல நாட்கள் தாவூத் ஷாவின் கடைக்கு வந்தும் அவதூதர் இன்னொரு முறை அவன் கண்ணில் படவேயில்லை.

விரைவில், தினசரி வழக்கமாகிவிட்ட அவதூதரின் வருகையை

எதிர்நோக்கிக் காத்திருக்க ஆரம்பித்தார் தாவூத். எப்பொழுதாவது, அபூர்வமாக, ஒருநாள் அவதூதர் வரவில்லையெனில் தனது வாழ்நாளில் ஒரு நாளை இழந்துவிட்டதாக எண்ணமேற்பட்டது அந்த வியாபாரிக்கு! எந்த சமயத்திலும் தன்னை அவதூதரின் பக்தன் என்றோ, சீடர் என்றோ தாவூத் கூறிக்கொண்டது இல்லையென்றாலும் அவர்களுக்கிடையேயான தொடர்பு இறுகிக்கொண்டே வந்தது அவருக்குப் புரிந்தது.

சாத்தனூருக்கு மின்சார விளக்கு வந்த புதிதில் தாவூத் ஷாவின் கடையும், ராஜலக்ஷ்மி விலாஸ் காபி ஓட்டலும் ஆகிய இரண்டிடங்களில் மட்டும்தான் நியான் விளக்குகள் பிரகாசித்தன. தாவூத் ஷாவின் கடையில் நியான் விளக்கு பொருத்தப்பட்ட அன்று அவதூதர் தாவூதிடம் வேடிக்கையாகக் கேட்டார், "ஒரு வாசனைத் திரவியக் கடையை விளம்பரப்படுத்த வேண்டியது அவசியமா?"

"அது வெறும் நவீன முறை விளம்பர யுக்திக்கு வரவேற்பு" என்பதாய் தாவூத் ஷா அடக்கமாய் பதிலிறுத்தும் விடாமல் தொடர்ந்து கேட்டார் அவதூதர். "ஏன் நீ வாசனையுடன் கூடிய நியான் விளக்கு வாங்கவில்லை?"

அதை நிஜமென்று நம்பி, தனக்கு விளக்கு விற்றவர்களிடம், 'வாசனையுடன் கூடிய விளக்கு அனுப்பிவைக்க முடியுமா?' என்று கேட்டுக் கடிதமெழுதினார் தாவூத். அப்படிப்பட்ட வாசனையுடன் கூடிய நியான் விளம்பர விளக்குப் பலகையெல்லாம் கிடையாது என்று மறுமொழி வந்தது. அதை அவதூதரிடம் கூறியதும் அவர், "இது எத்தனை முழுமையற்ற, பூரணமற்ற உலகம்? ஒரு வாசனைத் திரவ விற்பனையாளனுக்கு வாசனையுடன் கூடிய நியான் விளக்கு தரக்கூட அவர்களால் முடியவில்லை!"

அவர் சொல்வது வேடிக்கையாகவா, உண்மையாகவா என்று தாவூதினால் புரிந்துகொள்ள முடியவில்லை. ஆனால் பாத்திமா பீவி தீர்மானமாகக் கூறினாள். "அவதூதர் உங்களைக் கேலி செய்திருக்கிறார். அதுகூடப் புரியாத அளவு அப்பாவி நீங்கள்!"

அடுத்தநாள் அவதூதர் முதுகில் சந்தனம் பூசிக் கொண்டிருக்கையில் பாத்திமா பீவி கூறியதை அப்படியே கூறினார் தாவூத். அவதூதர் கூறினார்: "அவள் ஒரு நல்ல பெண்மணி." பின், கடுமையான குரலில் தொடர்ந்து "நீ அவளுக்கு லாயக்கில்லை" என்றார்.

என்ன சொல்வது என்று புரியாமல் மௌனம் சாதித்தார் தாவூத் ஷா.

அந்நிகழ்ச்சிக்கு சிறிது காலத்திற்குப் பிறகுதான் கார்மலைட் பெண்கள் பள்ளிக்கான கட்டிடம் கட்டுவதற்கான நிதி குறித்த பிரச்சனை எழுந்தது. அவதூதரின் உடம்பில் சந்தனத்தைத் தாராள மாகப் பூசிக்கொண்டிருந்த சமயம் நேரடியாக அல்லாமல் ஒருமாதிரி சுற்றி வளைத்து அவதூதர் தாவூதிடம் அவர் பள்ளிக் கட்டிடம் எழும்புவதில் அக்கறை கொள்ளவேண்டும் என்று ஆலோசனை கூறினார். அவதூதர் எந்தத் தொகையைக் குறிப்பிட்டாலும் அதைத் தரத் தயாராக இருந்தார் தாவூத். 'அவர் தனக்காகக் கேட்கவில்லை – தெரியுமில்லையா – அவர் ஒரு பொதுக் காரியத்திற்காய்தான் சேர்க்கிறார்...! ஆனால், அவதூதர் அவரை ஒன்றிரண்டு நாள் காத்திருக்கும்படி கூறினார். அப்பொழுது பள்ளி தாவூத் ஷாவிடமிருந்து 99 வருடங்களுக்கு கார்மலைட் கிறித்துவ சகோதரிகளால் குத்தகைக்கு எடுக்கப்பட்டிருந்த மேட்டு நிலத்தில் இருந்தது. அதற்குப் பின் ஓரிரு நாட்களில் ஏறக்குறைய நாற்பது ஏக்கர்களுக்கும் மேலாகப் பரந்திருந்த அந்த நிலத்தை முழுவதுமாக அந்தச் சகோதரிகளிடம் விற்று விடும்படி அவதூதர் ஆலோசனை கூறியபோது அதற்கும் மனமார முன்வந்தார் தாவூத். அது வெறும் புளியந்தோப்பு. அதிலிருந்து கிடைத்து வந்ததும் கொஞ்சம்தான். ஆனால், அந்நிலத்தை பாதி விலைக்கு பள்ளிக்கென விற்று விடுமாறு அவதூதர் கூறியபோது தயங்காமல் ஒப்புக்கொண்டார் தாவூத். பள்ளி நிர்வாகிகளோடு அதைக் குறித்துப் பேசி முடிக்கச் சொல்லி தாவூதை விட்டுப் போய்விட்டார். கார்மலைட் சகோதரிகள் ஆச்சரியமடைந்தார்கள் என்றாலும், யாருக்கு நன்றி தெரிவிப்பது என்பது அவர்களுக்குத் தெரியும்! தாவூத் ஷாவிற்கும் அவதூதருக்கும் சேர்ந்து நன்றி தெரிவித்தார்கள் அவர்கள்.

கணவனின் மிகப்பெரிய நன்கொடை குறித்துக் கேள்விப் பட்டதும் ஒருநாள் முழுவதும் பாத்திமா பீவி ஏதோ யோசனையில் ஆழ்ந்திருந்தாள். இரண்டாம் நாள் நிலம் கைமாறியதும் அதனை ஒட்டினாற்போல் விரிந்திருந்த ஏறக்குறைய பதினாறு ஏக்கர்கள் கொண்ட தனது மேட்டு நிலத்தையும் இலவசமாகவே பள்ளிக்குக் கொடுத்துவிடத் தான் விரும்புவதாகக் கூறினாள். அவதூதர் அவ்விதமாய் ஆலோசனை ஏதும் தந்திருக்கவில்லை என்றாலும் அவள் விருப்பத்தைக் கேட்டு, அவள் அவ்வாறே செய்யலாம் என்றும் ஆனால் அந்த நிலத்தில் ஒரு விளையாட்டு மைதானமும், திறந்தவெளி விளையாட்டரங்கமும் கட்டி அதற்கு இறந்த தனது மகன் அஹமதின் பெயரை வைக்க வேண்டு மென்று அவள் கூற வேண்டுமென்றும் ஆலோசனை சொன்னார்.

அந்த விளையாட்டு மைதானத்தைச் சுற்றிலும் வேலியிடப்பட்டு வாசல் கதவில் அரைவட்டமான பெரிய பலகை 'அஹமது விளையாட்டு மைதானம்' என்று அறிவித்தபடி தொங்கியது. கார்மலைட் கிறித்துவ சகோதரிகள், கூட ஒரு பித்தளைத் தகடையும் மாட்டினார்கள். அதில், 'அஹமது விளையாட்ட ரங்கம் பாத்திமா தாவூத் ஷாவால் நன்கொடையாக வழங்கப் பட்டது' என்று தேதியுடன் பொறிக்கப்பட்டிருந்தது. அந்தப் பெயர்த் தகடு மாட்டப்பட்டு விளையாட்டரங்கம் திறக்கப்பட்ட அன்று அவதூதருக்கும், பாத்திமா பீவிக்கும் அழைப்பு அனுப்பப் பட்டிருந்தது. பாத்திமா பீவி மட்டும் வந்திருந்தாள். படிப்பறி வில்லாத பெண்மணி என்றாலும் அவள் அந்தப் பெயர்ப் பலகையைத் தொட்டுத் தடவியபடி அன்போடு வெகுநேரம் பார்த்து நின்றிருந்தாள். அதைத் தனது மகன் பார்த்தால் மிகவும் சந்தோஷப்படுவான் என்று எண்ணிக் கொண்டாள். அவன் எப்பொழுதும் படிப்பைவிட விளையாட்டிலேயே அதிகம் ஈடுபாடு கொண்டவனாக இருந்தவன்... கல்லூரிப் படிப்பைப் பாதியிலேயே விட்டுவிட்டுப் பட்டாளத்தில் சேர்ந்தவன். அவனை இவ்விதம் மரியாதைப்படுத்த வைத்ததற்காய் அவதூதரிடம் நன்றி மிகுந்தது அவளுக்கு. ஏனோ, இம்முறையில் நினைவுகூர்வது அவளுக்கு மிகவும் திருப்திகரமானதாகத் தோன்றி கண்களில் ஆனந்தக் கண்ணீரைத் தருவித்தது. அந்த சமர்ப்பண நாளில் அவதூதர் வருகை தரவில்லை என்றாலும் அது எதிர்பார்த்ததுதான். அவர் வழி அது. அவர்கள் எண்ணங்களில் அவர் நிறைந்திருந்தார்.

அதற்கடுத்த நிர்வாகிகள் கூட்டத்தில், பள்ளி நிர்வாகிகள் கணவன், மனைவி இருவரையும் – தாவூத் ஷா, பாத்திமா பீவி, தவிர – அவதூதரையும் பள்ளியின் பொது மக்களிலிருந்து தேர்ந் தெடுக்கப்பட்ட அறங்காவலர்களாகத் தேர்வு செய்தனர். அவதூதர், தாவூத் ஷா இருவரும் அப்பதவியை மறுத்துவிட்ட போதிலும் பாத்திமா பீவியை வற்புறுத்தி சம்மதிக்க வைத்து விட்டார்கள். "நான் ஒன்றும் தெரியாதவள். பள்ளியில் கால் வைக்காத, எழுதப் படிக்கத் தெரியாதவள். நான் உங்களுக்கு எவ்வகையிலும் உதவியாக இருக்கமுடியாது. போர்க்களத்திலிருந்து வந்த அஹமதின் கடிதங்களைக்கூட வேறு யாராவதுதான் எனக்குப் படித்துக் காட்டுவார்கள் தெரியுமோ?" என்று கூறிய வண்ணமேதான் பாத்திமா பீவி அப்பதவியை ஏற்றுக் கொண்டாள்.

முகம்மதியர்கள் சம்பந்தப்பட்ட இன்னொரு கதைகூட அவதூதரைப் பற்றி, பாதி பிரமிப்பும், பாதி பாராட்டுமாக

சாத்தனூரில் நிலவி வந்தது. அதையும் இங்கே சொல்லலாம். முஸ்லிம்கள் சம்பந்தப்பட்டதாக இருந்தாலும் அந்நிகழ்ச்சி அவர் களைப் பற்றியது மட்டுமல்ல. சாத்தனூரிலிருந்த பிராமணர்களும், ஹரிஜனங்களும்கூட அதில் பங்கு பெற்றார்கள்.

ஒருநாள் மதியம், சாத்தனூர் சர்வமானிய அக்ரஹாரத்தில் ஏழு தலைமுறைகளாக வசித்து வந்த செல்வவளம் கொண்ட மாத்ருபூதம் ஐயர் வீட்டுச் சமையலறைக்குள் அவதூதர் ஏதோ ஒரு முகமதியர் வீட்டுப் பதார்த்தத்தைக் கொண்டு வந்து விட்டார். கொண்டு வந்தவர் அதை சப்தமில்லாமல் சாப்பிட்டிருக்கலாம். அப்படிச் செய்திருந்தால் யாருக்கும் அது குறித்துத் தெரிந்திருக்காது. ஆனால், அவர் அதை உரக்க சப்புக் கொட்டிச் சாப்பிட்டவாறே 'குலாம் கவுஸின் மனைவி சமையலில் கைதேர்ந்தவள்; அவள் சமைத்த மாமிச பிரியாணி இது. பிரமாதம்' என்று உரக்கக் கூறினார். அந்த வீட்டுப் பெண்கள் அவ்வேளை அங்கிருந்தாலாவது அவ்விஷயம் பெரிய விஷயமாகாது முடிந்திருக்கும். அன்று பார்த்து அந்தக் கிராமத்திலேயே வம்பளப்பதில் பேர்போன இரண்டு பெண்மணிகள் மாத்ருபூதத்தின் மனைவியிடமிருந்து எதையோ கடன் வாங்கிப்போக என்று சமையலறைக்குள் வந்திருந்தவர்கள் அவதூதர் கூறியதைக் கேட்டுவிட்டனர். விரைவில் அந்தச் செய்தி கிராமப் பொதுச் சொத்தாகிவிட்டது – அதாவது, அவதூதர் கொண்டுபோன முஸ்லிம் வீட்டு மாமிச உணவால் மாத்ருபூதம் ஐயர் வீட்டுச் சமையலறை களங்கப்பட்டுவிட்டது என்பதாய்.

மாத்ருபூதம் ஐயருக்கு, அந்தக் கிராமத்தின் தலைமைக் குருக்களாக விளங்கிய மங்களேஷ்வர தீட்சிதரை, பிராமண வீட்டுச் சமையலறைக்குள் முகம்மதிய மாமிச உணவு வந்த குற்றத்திற்கு என்ன பிராயச்சித்தம் செய்யவேண்டும் என்பது குறித்து ஆலோசனை கேட்பதைத் தவிர வேறு வழியிருக்க வில்லை. ஏழைப் பிராமணராயிருந்தால் அதிக செலவில்லாத பிராயச்சித்தத்தைக் கூறியிருப்பார் மங்களேஷ்வர தீட்சிதர். ஆனால் மாத்ருபூதம் ஐயரோ, ஊரிலுள்ள பணக்கார பிராமணர்களில் ஒருவர். எனவே, கிடைத்த சந்தர்ப்பத்தை நழுவவிடத் தயாரில்லை தலைமைக் குருக்கள். தனது வேத புத்தகங்களையெல்லாம், புரட்டிப் பார்த்து அந்த தெய்வ குற்றம் நீங்க, பரிகாரத்திற்கான ஹோமங்களைச் செய்து பின், சாஸ்திரங்களைக் கற்றுத் தேர்ந்த முப்பத்திரண்டு பிராமணர்களுக்குச் சாப்பாடு போடவேண்டும் என்று தெரிவித்தார்.

அதற்கான ஆயத்தங்கள் நடந்தேறின. பரிகார பூஜைகளின் போதோ, பிராமணர்களுக்கு விருந்து படைத்த சமயமோ

அவதூதர் அங்கு இல்லை. அக்கம் பக்கத்திலுள்ள பெரிய ஊரான கும்பகோணம் மற்றும் வேறு சில கிராமங்களிலிருந்து கொஞ்சம் சிரமத்தின்பின், பிராமணர்கள் சேர்க்கப்பட்டிருந்தனர். அவர்களுடன் கூட பூஜை புனஸ்காரங்களை நடத்தி வைக்கும் தலைமைக் குருக்களாய் மங்களேஷ்வர தீட்சிதரும், அவருடைய உதவியாளர் பஞ்சாபகேச சாஸ்திரிகளும் சேர்ந்து மொத்தம் முப்பத்தி மூன்று பிராமணர்கள் இருந்தனர். அந்த வைதீகச் சடங்குகள் அவர்கள் ஒவ்வொருவருக்கும் முப்பது ரூபாய்க்கு மேலாகவும் தலைமைக் குருக்களுக்கு அறுபது ரூபாய்க்கு மேலாகவும் வரவு வைத்தது. இடையில் அவதூதர் வந்து பிராமணர் விருந்தில் திரும்ப முஸ்லீம் பதார்த்தமெதையாவது கொண்டுவந்து குந்தகம் விளைவித்து விடுவாரோ என்று மங்களேஷ்வர தீட்சிதர் பயந்தபடியே இருந்தாலும் அப்படி எதுவும் நேராமல் காரியங்கள் சரிவர நடந்து முடிந்தன. அப்படி குறுக்கீடு நேரின் திரும்ப இன்னொருமுறை பிராமணர்களை அழைத்து விருந்து படைக்கவும், பிராயச்சித்தம் செய்யவும் அவர் தயாராகவே இருந்தார், என்றாலும் அவதூதர் அங்கு வரவில்லை.

ஆனால் உணவருந்தி முடித்து சிறிது நேரம் அந்த வீட்டிலேயே ஒருபுறமாக சின்னத் தூக்கம் போட்டுவிட்டு, பின் தங்கள் வீடு நோக்கி, வந்திருந்த பிராமணர்கள் கிளம்பிக் கொண்டிருந்த வேளையில் அவதூதர் அங்கு வந்தார். பிராமணர்களில் ஒரு பகுதியினர் மூன்று மணிக்கு வரும் கும்பகோணம் பஸ்ஸைப் பிடிப்பதற்காய் அவசரமாய் புறப்பட்டுக் கொண்டிருந்த சமயம் அங்கு வந்த அவதூதர் அவர்களை நிறுத்தி, 'தன்னால்தான் அவர்கள் அன்று அத்தனை பணம் சம்பாதிக்க முடிந்தது என்றும், தன்னுடைய செய்கையின் விளைவே அன்றைய சடங்குகள் என்றும் தெரிவித்து, அவர்கள் உண்டு முடித்துவிட்ட ருசியான அறுசுவை விருந்தைக் குறித்து தன்னால் எதுவும் செய்ய முடியாதாகையால் அவர்கள் ஒவ்வொருவரும் தன்னிடம் இருபது ரூபாயைத் தந்துவிட வேண்டும்' என்றும் இனிமையாகக் கூறினார். ஒரு பிராமணர் மெதுவாக நழுவி விடப் பார்த்தார். யாருமறியாமல் நழுவியும் இருப்பார்... ஆனால் பேசியபடியே அவதூதர் அந்த பிராமணர் திக்கில் கையை நீட்ட பிராமணர் தனது இடுப்பு வேட்டி மடிப்பில் ரகசியமாய், பாதுகாப்பாய் செருகி வைத்திருந்த மொத்தப் பணமும் அவதூதர் கைக்கு வந்துவிட்டது! அதிலிருந்து, ஊர் திரும்புவதற்கான பஸ் கட்டணத் தொகையைக் கருணையோடு அவதூதர் அந்தப் பிராமணருக்குத் திருப்பிக் கொடுத்தார்! இந்த நிகழ்ச்சியைக் கண்ணால் கண்ட பிறகு மற்ற பிராமணர்களுக்கு பணம் கொடுக்க மறுக்கும் துணிவு வரவில்லை. சீக்கிரமே

ஒவ்வொரு பிராமணரும் அள்ளிக் கொடுத்த இருபது இருபது ரூபாய்களாக கிட்டத்தட்ட அறுநூறு ரூபாய் வரை அவதூதரிடம் சேர, தனக்கு இவ்வளவு அதிக எண்ணிக்கை வரையில் கூட்டல் தெரியாது என்று கூறியபடி சேர்ந்த பணத்தை பிராமணர்களில் ஒருவரை விட்டே எண்ணித் தரச் செய்தார். ஏற்கனவே தங்கள் வீடு நோக்கிப் பொடி நடையாகக் கிளம்பிப் போய்க் கொண்டிருந்த ஓரிரண்டு பிராமணர்களையும் அவதூதர் வழிமறித்துக் கேட்க அவர்களும் அவர்கள் பங்கைச் செலுத்திவிட்டார்கள்.

அவதூதருக்குக் கப்பங்கட்டாமல் தப்பிவிட்ட இரண்டே இரண்டு பேர் உள்ளூர்வாசிகளான மங்களேஷ்வர தீட்சிதரும், அவர் உதவியாளனும். உதவியாளன் பஞ்சாபகேச சாஸ்திரி மிகவும் ஏழை. எனவே அவதூதர் அவனிடம் ஒரே ஒரு ரூபாய் மட்டும் கேட்டுப் பெற்றுக்கொண்டார் ஆனால் மங்களேஷ்வர தீட்சிதரிடம், அவர் அறியாமலே 'கப்பம்' பெற்றுவிட்டார் அவதூதர். அன்று சாயங்காலம் வரை மாத்ருபூதம் ஐயர் வீட்டு முன்புறமிருந்த கொட்டாய்க்குள்ளாகவே ஐந்து மணி வரை படுத்துறங்கி விட்டு பின் நிறையச் சர்க்கரை போட்டு ஒரு கப் காபி வேண்டுமெனக் கேட்டு வாங்கி, அதை ருசித்துக் குடித்து விட்டுப் போய்விட்டார் மங்களேஷ்வர தீட்சிதர். ஆனால் பணத்தை எடுத்து பத்திரப்படுத்தி வைப்பதற்காக தனது இடுப்பு வேட்டி மடிப்பை அவிழ்த்துத் தேடியபோது வைத்த பணத்தில் அறுபது ரூபாயும் – ஓரிரண்டு அதிகமுமாய் – குறைந்திருந்தது. அரக்கப்பரக்கத் தேடிப் பார்த்தார் தீட்சிதர். பிராமண சரித்திரத்திலேயே இடுப்பு வேட்டி மடிப்பில் முடிந்து வைத்த பணம் காணாமல் போனதாக அவருக்கு எட்டிய வரையில், நடந்ததேயில்லை. ஆனால் எத்தனை விழுந்து விழுந்து தேடியும் குறைந்த பணத்தை அவரால் கண்டுபிடிக்க முடியவில்லை. பணம் குறைந்த மர்மம் அவருக்குப் பல நாட்கள் தெரியவேயில்லை. பின், ஒருநாள் கிராமத்துவாசிகளில் ஒருவர் – அவதூதர் மற்ற பிராமணர்களிடமிருந்து பணம் வாங்கியதைப் பார்த்தவர் – அதுபற்றிக் கூறக் கேட்டு விஷயம் புரிந்தது. அடுத்தமுறை அவதூதரைச் சந்தித்தபோது மங்களேஷ்வர தீட்சிதர் நெடுஞ்சாண்கிடையாக அவர் கால்களில் விழுந்து வணங்கி நன்றி தெரிவித்தார்.

அவதூதர் போனபிறகு, தீட்சிதரின் உதவியாளர் அவரிடம், 'அவதூதருக்கு எதற்காக அவர் நன்றி தெரிவித்தார்?' என்று கேட்டபோது தீட்சிதர், "அவதூதர் நினைத்திருந்தால் எனது வேட்டியைக்கூட எடுத்துப் போயிருக்க முடியும். என்னுடைய வேட்டியை என்னிடம் விட்டுவிட்டு, பணத்தை மட்டும் எடுத்துக்

கொண்டு போனதற்காகத்தான் அவருக்கு நன்றி சொன்னேன்" என்றார். தீட்சிதரின் இந்த பதில் ஒருவிதத்தில் தனித்தன்மை வாய்ந்த இலக்கியமாகி சாத்தனூரில் வட்டமடித்தது.

அப்படி, அந்த பிராமணர்களிடமிருந்து கறந்த ஏழு நூறு ரூபாயை வைத்து அவதூதர் என்ன செய்தார்? அவதூதருக்கே உரித்தான தனிவழியில், அப்பணம் ஹரிஜனங்களை ஊரினுள்ளும், இந்நிகழ்ச்சியினுள்ளும் கூட்டி வந்தது. சேர்ந்த பணத்தை சாத்தனூர் முருகன் கோயில் பரிசாரகரான ராமச்சந்திர ஐயர் கையில் கொடுத்து, அதைக் கொண்டு பனிரெண்டு வயதிற்கு உட்பட்ட ஹரிஜனக் குழந்தைகளுக்கு அப்பணம் தீரும்வரை, வாராவாரம் விருந்தளிக்குமாறு கூறினார். உதவாக்கரை என்பதாய் ஊரார் கணித்திருந்த ராமச்சந்திர ஐயர் அவதூதர் தன்மேல் வைத்த நம்பிக்கைக்கும், பணிக்கப்பட்ட காரியத்திற்கும் உகந்தவராய் உயர்ந்த அக்கறையுடன் சிக்கனமாக அப்பணத்தைச் செலவழித்து வந்து எட்டு வாரங்களுக்கும் மேலாக ஹரிஜனக் குழந்தைகளுக்கு, அவர்கள் தங்கள் வாழ்நாளிலேயே அதுவரை உண்டறியாத சிறந்த விருந்தை அளித்தார். உள்ளூர்வாசிகள் அந்த விருந்துகளைக் குறித்து ஹரிஜனக் குழந்தைகளிடம் விசாரித்தும், பேசியும் பல நாட்கள் அவர்களுக்கு அடித்த அதிர்ஷ்டத்தைக் குறித்துப் பொறாமைப்பட்டார்கள்.

இவ்விதமாய், உயர் ஜாதியான பிராமணர் வீடொன்றின் சமையற்கட்டில் முகம்மதிய உணவுப் பதார்த்தம் கொண்டு வரப்பட்டதால் நேர்ந்த அபவாதம், அவதூதரால் தீர்த்து வைக்கப் பட்டது. குற்றவாளி தான் செய்த குற்றம் பற்றி மனம் வருந்தி பிராயச்சித்தம் செய்ய முடியும். இந்நிகழ்ச்சியில் அவதூதர்தான் முழுமுதற் குற்றவாளி. ஆனால் அதுகுறித்து அவர் மனம் வருந்தினாரா, குற்றவுணர்வு கொண்டாரா என்றெல்லாம் யாராலும் சொல்ல முடியவில்லை. அதைப் பற்றிச் சொல்ல முடிந்ததெல்லாம் அவதூதர், அத்தகைய செயலை அதற்குப் பிறகு, சாத்தனூர் மனிதர்கள் அறிந்த வரையில், திரும்பச் செய்யவில்லை.

•

3

சாத்தனூர் – அந்தப் பிரதேசத்திலிருந்த கிராமங்களிலேயே, ஆரம்ப காலத்திலிருந்து அதன் தொடர்ச்சியான சரித்திரத்தை வரிசைப்படுத்துவது சிரமமாக இருக்கும் என்றபோதிலும், தொன்மையானவைகளில் ஒன்று என்று நிச்சயமாகக் கூறலாம். சாத்தனூரிலுள்ள சிவன் கோயில் சோழர் காலத்தது. பராந்தகச் சோழனின் பெயர் பொறித்த கல்வெட்டு கண்டுபிடிக்கப்பட்டு சாத்தனூர் வாசிகளால் பரபரப்பாகப் பேசப்பட்டது. அங்கிருந்த சிவன் கோயிலும் சரி, விஷ்ணு கோயிலும் சரி, சைவ சமணத் துறவிகளால் போற்றிப் பாடப்பட்டுள்ளது. அந்தப் பாடல்களால் இந்தக் கோயில்கள் ஸ்தாபிதமான காலகட்டம் எட்டாவது அல்லது ஏழாவது நூற்றாண்டு என்று, இக்கோயில்களின் புராதனத்தன்மை நமக்குத் தெரியவருகிறது. முருகன் கோயில் எப்பொழுது வந்தது என்பது தெளிவாகத் தெரியவில்லை. எனினும் சாத்தனூர் வாசிகள் நினைவிற்கு எட்டிய வரையில் அவர்கள் தலைமுறைகளுக்கும் தெரிந்து அந்தக் கோயில் அங்கேயேதான் இருக்கிறது. தொன்மை வாய்ந்த சோழ பாணியிலோ, நாயக்கர் கால கட்டிட முறையைப் பின்பற்றியோ முருகன் கோயில் எழும்பியிருக்கவில்லை. அதனுடைய அமைப்பு முறை எந்த பாணியைப் பின்பற்றி அமைந்துள்ளது என்று கூறுவது சிரமமாகவே இருந்தது. பிரமாண்டமான கோயில் அது என்றாலும் அதன் அமைப்பிலும் சரி, பிற நுணுக்கங்களிலும் சரி – அது, இன்றிருப்பதைப் பொறுத்தவரையில் நவீன காலத்தையதாகவே காட்சியளிக்கிறது. பிரிட்டிஷ் காலத்தைய

இரண்டு அடுக்குகள் கொண்ட நவீன பங்களாவைப் போன்று இருக்கிறது முருகன் கோயில். குன்றுகளற்ற சமதள டெல்டா பிரதேசமான தஞ்சாவூர் ஜில்லாவில் இந்தக் கோயில் ஒன்றுதான் குன்றுப் பிரதேசத்தில் அமைந்துள்ளது. சிலர், இந்தக் குன்று மணலைக் குவித்து மனிதன் எழுப்பியது என்று கூறுவார்கள். அப்படி எழுப்பப்பட்ட மணல் குன்றின் மத்தியில் கோவில் கட்டப்பட்டு அதன் உச்சியில் முருகக் கடவுள் நிற்பதாகப் பேசுவார்கள். கோயிலைச் சுற்றி விரிந்து பரந்த தாழ்வாரங்கள் உண்டு. கோயிலை அடைய அகன்ற, அதிக ஆழமில்லாத எண்பது கற்படிகளில் ஏறிச்செல்ல வேண்டும்.

மற்ற கோயில்களின் தொன்மை குறித்து எத்தனைவிதமான செய்திகள் பெருமையோடு பேசப்பட்டு வந்தபோதிலும் முருகன் கோயிலின் மகிமையும், அதை தரிசிக்க வந்த பக்தர்கள் கூட்டமும் அந்தக் கோயில்களின் பெருமைகளையெல்லாம் பின்னுக்குத் தள்ளியது. முருகக் கடவுளைப் பற்றி மட்டுமே பிரத்யேகமாகப் பக்திப் பாடல்கள் பாடிச்சென்ற புலவர் ஒருவர் ஒரு குறிப்பிட்ட பகுதியிலுள்ள கோயிலில் குடிகொண்டுள்ள முருகக்கடவுளைப் பற்றி சில பாடல்கள் எழுதிவிட்டுப் போக, அந்தப் பகுதி சாத்தனூரே என்று உள்ளூர் வாசிகளால் அடையாளம் காணப்பட்டது. இந்த இனங்காணலை இன்று வரை பிறர் மறுத்துக் கூறியதில்லை. ஆக, சாத்தனூர் முருகக் கடவுளும் வளமான புலமைப் பரம்பரையைச் சார்ந்த புலவரொருவரால் பாடப்பட்டிருக்கிறார்.

பராந்தக சோழர் காலத்தையதும், அதைத் தொடர்ந்து வந்த ஆட்சியாளர்களின் காலகட்டத்ததும் ஆகிய அந்தக் கிராமம் என்ன ஆயிற்று என்பது பற்றி ஒன்றும் தெரியவில்லை. ஆனால் பதினேழாம் நூற்றாண்டு சமயம், தஞ்சாவூர் நிர்வாகத்தைக் கவனித்து வந்த அரசவை மந்திரி கோவிந்த ஐயன் என்ற பெயரைக் கொண்ட ஒரு பிராமண அமைச்சர். அவ்வமயம் தஞ்சாவூரை நாயக்க வம்ச அரசர்களில் முதல் மூன்று பேர் வரிசையாக ஆண்டு வந்தனர். அவர்கள் விஜயநகர மன்னரின் வைஸ்ராய்களாக ஆட்சி செலுத்தி வந்தனர். அவர்கள் கீழ் மந்திரியாக இருந்த கோவிந்த ஐயன் ஒரு கொடிய நோயிலிருந்து மீண்டதற்கு நன்றி செலுத்துவதாய் கிராமத்தில் ஒரு மசூதி கட்ட பணமும், நிலமும் கொடுத்தார். அவரை நோயிலிருந்து காப்பாற்றியது ஹகீம் என்ற ஒரு முஸ்லீம் என்று ஊரில் பேச்சிருந்தது. அந்த ஹகீம் என்பவர் சாத்தனூரில் வந்து குடியேறியவரா, அப்படியெனில் அவரின் குடும்பம் என்ன ஆயிற்று என்பது பற்றியெல்லாம் அறிய இப்பொழுது வழியில்லை. ஆனால் பதினெட்டாம் நூற்றாண்டின் ஆரம்பவாக்கில்

தஞ்சாவூரை அரசாண்ட நாயக்க மன்னர்கள் மகாராஷ்டிரத்தைச் சார்ந்தவர்களுக்கு தங்கள் குடையின் கீழ் இடமளித்தபோது பிராமண குடும்பம் இங்கே புதிதாக வந்து சேர்ந்து, தழைத்தது. தன்னை ஒரு பெரிய மேதை என்று பிறர் அறியச் செய்வதில் பெருத்த ஆர்வம் கொண்டிருந்த நாயக்க மன்னன் சாத்தனூர் கிராமம் முழுவதையும், வாடகை ஏதும் வாங்காமல் இலவசமாகவே (சர்வமானிய) ராம பண்டிட் என்ற புத்திமானுக்கு வழங்கிவிட்டார். இன்றும் சாத்தனூரில் காணப்படும் சர்வமானிய அக்ரஹாரம் என்று பெயர் வழங்கி வரும் பிராமணர் தெருவை ஸ்தாபித்தது ராம பண்டிட்தான். தஞ்சை மன்னனால் பல புத்தகங்கள் எழுதப்பட்டன என்றும் அவற்றையெல்லாம் உண்மையிலேயே எழுதியது மேதையான ராம பண்டிட் என்றும் கூறப்படுகிறது. தஞ்சை மன்னரால் எழுதி முடிக்கப்பட்ட காரியங்களில் இலக்கியம் மட்டும் என்றில்லை – இசை, தத்துவம், மருத்துவம், ஜோதிடம் முதலிய வேறு பல துறைகளும் அடங்கும்.

ராம பண்டிட்டின் குடும்பம் மிகப் பெரியது. அவருக்கு மட்டுமே ஒன்பது பிள்ளைகளும் ஆறு பெண்களும் இருந்தனர். அவருடைய புகழினால் ஈர்க்கப்பட்டு வேறு பல கல்விமான்களும் சாத்தனூருக்கு வந்து அங்கேயே முக்கியமாக சர்வமானிய அக்கிரஹாரத்தில் வசிக்க ஆரம்பித்தனர். அதனுடைய புகழின், வளப்பத்தின் உச்சத்தில் சர்வமானிய அக்கிரஹாரத் தெருவில் தொண்ணூறு வீடுகள் – அனைத்திலும் மனிதர்கள் நிரம்பி இருந்தனர் – என்று கூறப்படுகிறது. மன்னன், ராம பண்டிட்டிற்கு இரண்டு யானைகள் கொடுத்தான். அவற்றைக் கட்டி வைத்திருந்த கொட்டில்கள் இருந்த இடம் இன்னும் 'யானை இடம்' என்று கிராமத்தாரால் அழைக்கப்படுகிறது. அவருடைய பிள்ளைகளில் ஒருவன் மகாராஷ்டிர மன்னர்களின் படையில் சேர்ந்து பணியாற்றியவன். அவன்தான் குதிரைக் கொட்டடி என்று வழங்கப்படுவதற்கு அடிக்கல் நாட்டியவன். இன்று அந்தக் கொட்டடியில் இரண்டே இரண்டு நோஞ்சான் குதிரைகள் பூச்சி பொட்டு பிடுங்க, நின்றுகொண்டிருக்கின்றன. ஒரு பிள்ளையார் கோயிலும் ராம பண்டிட்டினால் நிறுவப்பட்டது. மன்னன் அதற்கு நிறைய நிலங்களும், தோட்டங்களும் வழங்குமாறு பார்த்துக் கொண்டார் ராம பண்டிட். சிறியதாக இருந்தாலும் அந்தக் கோவில் செல்வவளம் நிறைந்தது. ராம பண்டிட்டின் சந்ததியர் அந்தக் கோயில் நிர்வாகத்தை, கோயிலைச் சார்ந்த நிலபுலன்களை, கணக்கு வழக்குகளை நிர்வகித்து வருகின்றனர். என்றாலும், இந்தத் தலைமுறை சந்ததியான மகாதேவ ஐயர்

– பள்ளியாசிரியராக முன்னாளில் இருந்தவர் – கோயில் நிலங்களையெல்லாம் தன் குடும்ப லாபத்திற்காய், அவ்வப்பொழுது விற்றுக்கொண்டு வருகிறார்.

ராம பண்டிட், அவருடைய பெயரைப் பார்த்தால், பிறப்பில் தெலுங்கு பிராமணனாக இருந்திருக்க வேண்டும். ஆனால் சாத்தனூரில் தங்க ஆரம்பித்தபோதே அவர் எல்லா வகையிலும் தமிழனாகவே மாறியிருந்தார். அவருடைய பிள்ளைகளும் பெண்களும் – அவர்களில் சிலர் மிகத் தேர்ந்த அறிவாளிகளாக வளர்ந்தார்கள் – கொஞ்சம் சமஸ்கிருதம் தெரிந்து வைத்திருந்தாலும் அவர்களுக்கு சிறிதுகூட தெலுங்கு தெரிந்திருக்கவில்லை.

ராம பண்டிட் வாழ்ந்த காலத்தில்தான் கான்ஸ்டான்ஷியஸ் பெஷி சாத்தனூருக்கு வந்து அவர் காலடியில் அமர்ந்து தமிழ், தெலுங்கு, சமஸ்கிருதம் முதலான மொழிகளில் தேர்ச்சி பெற்றார். ஆனால் பெஷியால் சாத்தனூரில் ஒரே ஒருவரைத்தான் கிறித்துவ மதத்திற்கு மாற்ற முடிந்தது. மரமேறும் குடும்பத்தில் வந்த மூப்பர்கள் என்று இந்தப் பகுதிகளில் அழைக்கப்பட்டு வந்தவர் களில் ஒருவனை மட்டுமே கிறித்துவனாக மாற்றி தன்னுடன் திருச்சிக்கு அழைத்துக் கொண்டு சென்றார் பெஷி. அந்த மூப்பனின் கொள்ளுப் பேரன்தான், சாத்தனூரை தனது சொந்த ஊராக ஓரளவிற்கு நினைவு கூர்ந்து இங்கே வந்து வசிக்கத் தொடங்கி சில நிலபுலன்களையும், ஒரு வீட்டையும் வாங்கினான். அவனுக்கு முன் அவன் தந்தை சிங்கப்பூரிலும் கொழும்புவிலும் இருந்தது போலவே அவனும் வியாபாரத்தில் பொருளீட்டி, சேமித்து சிறந்த முறையில் வாணிகம் செய்து வந்தான். இப்பொழுது டேவிட் மூப்பனுக்கு சிங்கப்பூரிலும், கொழும்புவிலும் வியாபாரங்கள் உண்டு. எனினும் பம்பாயிலும், சென்னையிலும் வியாபாரம் செய்வதில் அவன் அதிக முதல் போட்டு அக்கறை காட்டி வந்தான்.

சாத்தனூர் முஸ்லிம் குடும்பங்கள் ஒன்றின் பெண்களில் ஒருத்தி ஆற்காடு இளவசரன் ஒருவனுக்கு பதினெட்டாம் நூற்றாண்டின் இறுதியில் திருமணம் செய்து வைக்கப்பட்டு அவளுக்குப் பிறந்த பிள்ளைகள், ஆற்காடு நவாப் தனது ஆஸ்திபாஸ்தியையெல்லாம் ஆங்கிலேயர்களிடம் தொலைத்த பிறகு, சாத்தனூரில் வந்து தங்கி அங்கேயே வசிக்க ஆரம்பித்தனர்.

ஏனைய சாதியினரில் செல்வவளமும், பெரிய இடத்து சம்பந்தங்களும் கொண்டவர்கள் எத்தனையோ பேர் இருந்தாலும் எல்லோருமே சாத்தனூரின் உயர்ந்த மனிதர்களாய் பிராமணர்களைத்தான் கொண்டிருந்தனர். அதுவும், சர்வமானிய

அக்ரஹாரத்தில் வசித்து வந்த பிராமணர்கள் 'உயர்ந்தவர்'களில் தலையானவராகக் கருதப்பட்டனர். அந்த உயர்வு கல்வி கேள்வி களின் வழி வந்த அறிவைப் பொறுத்து ஏற்பட்டது என்பதால் இந்த நூற்றாண்டின் பாதிக்கு முன் வரை அந்த உயர்விற்கு பங்கு கேட்க, அதனைக் குறித்துக் கேள்வி கேட்க யாரும் முனையவில்லை. இந்த நூற்றாண்டின் பாதியை எட்டும் சமயத்தில்கூட சாத்தனூரில் பிராமணர்களே படிப்பு, சொத்து முதலான அந்தஸ்துகளுக்கு அதிபதியாக இருந்தனர். ராம பண்டிட்டின் சந்ததியரில் ஒருவன் பிரிட்டிஷ் கிழக்கிந்திய கம்பெனியைத் தீவிரமாக எதிர்த்து வந்தான். ஒரு வழிப்பறிக் கொள்ளைக்காரனாக, முக்கியமாக கிழக்கிந்தியக் கம்பெனி அதிகாரிகளோடு சுமுக உறவு கொண்டிருந்தவர்களையும், வரி வசூலிக்கும் அதிகாரிகளையும் அச்சுறுத்தி தொல்லை கொடுத்து வந்தான். ஆங்கிலேய அரசு சாத்தனூரிலிருந்த இன்னொரு குடும்பத்தை ஊரின் தலைமைப் பொறுப்பை ஏற்கும்படி ஊக்குவித்தது. அந்தக் குடும்பத்தின் பிள்ளைகளில் ஒருவனுக்கு ஆங்கிலவழிக் கல்வி கற்பிக்க முன்வந்தது – அதன்மூலம் அவன் கிழக்கிந்தியக் கம்பெனிக்கு உண்மையான சேவகனாக இருப்பான் என்ற நோக்கத்தில். ஆனால் சாத்தனூர் வாசிகளால் லக்ஷ்மண பண்டிட் என்று அறியப்பட்ட அந்தப் பிள்ளை ஆங்கிலேய அரசின் வழிகளிலும், கொடுமைகளிலும், தந்திரங்களிலும் மிகவும் மனக் கசப்புற்று, ஏமாற்றமடைந்த கிழவனாகத் திரும்பி வந்தான். ஆனால் சாத்தனூர் வாசிகளில் அவன்தான் முதன்முதலாக ஆங்கிலம் கற்றவனாக இருந்தான். சில பல இளைஞர்களுக்கு ஆங்கில அறிவு கற்பித்தான். அதே சமயம் கும்பகோணத்திலும் இந்தப் புதியவழிக் கல்வி முறையை வளரும் சமுதாயத்திற்கு கற்பிப்பதற்கென்று சில பள்ளிகள் இயங்கி வந்தன. சாத்தனூர் சர்வமானிய அக்ரஹாரத்தில் இருந்த சிறுவர்களில் ஏறக்குறைய எல்லோருமே ஆங்கிலக் கல்வி கற்க ஆரம்பித்திருந்தனர். பதினெட்டாவது நூற்றாண்டு சமயத்தில் வேதபாராயண முழக்கங்கள் எதிரொலித்த அந்தத் தெருவில் பத்தொன்பதாம் நூற்றாண்டின் பிற்பகுதியில் 'கார்த்வெயித் ரீடர்ஸ்' ஐ மனப்பாடம் செய்வதற்காக சிறுவர்கள் உரத்துப் படிப்பது எதிரொலிக்க ஆரம்பித்தது. கார்த்வெயித் ரீடர்ஸ் என்பது அந்த நாளில் சிறுவர்களுக்கிருந்த பாடப் புத்தகங்கள். பத்தொன்பதாம் நூற்றாண்டின் இறுதிப் பத்தாண்டுகளுக்கு முன்னதான பத்தாண்டுகளில் சர்வமானிய அக்ரஹாரத்தில் ஒரு ஆங்கிலப் பள்ளி ஆரம்பிக்கப்பட்டு அதில் பிராமண சிறுவர்கள் மட்டுமே அனுமதிக்கப்பட்டனர். 1930களில்தான் சாத்தனூரில் ஒரு மேல்நிலைப் பள்ளி ஆரம்பிக்கப்பட்டு அதில் எல்லா ஜாதியினருக்கும் சமூகத்தினருக்கும் ஆங்கிலக்கல்வி

அளிக்கப்பட்டது. அதுவரையில் பிராமணரல்லாத பிற ஜாதி பையன்கள் கும்பகோணம் வரை சென்று அங்கிருந்த பல பள்ளிகளில் பயில வேண்டியிருந்தது. இப்படியாக பல்கலைக் கழகத்தின் முதல் ஆயிரம் பட்டதாரிகளில் கிட்டத்தட்ட நூறு பேர் கும்பகோணம் அரசாங்கக் கல்லூரியில் பயின்ற சாத்தனூர் இளைஞர்கள். இந்த முதல் நூறு பட்டதாரிகளும் சென்னை, கல்கத்தா முதலிய பல இடங்களில் அரசாங்கத்தின் பல்வேறு துறைகளில் வேலையில் அமர்ந்தனர். சிலர் வியாபாரம் செய்ய பம்பாய்க்குச் சென்றனர். அவர்கள் எல்லோருமே தங்களுடைய வேலைகளில் நன்கு உழைத்து பணம் சேர்த்து அதன் மூலம் சாத்தனூரின் செல்வவளத்தைப் பெருக்கினர். குறைந்தபட்சம் இருபது ஐ.சி.எஸ். அதிகாரிகளாவது, கடந்து சென்ற வருடங்களில் இந்திய அரசாங்கத்திற்கு சாத்தனூரரால் வழங்கப்பட்டவர்கள்; அவர்கள் எல்லோருமே சிந்தனைக் கூர்மைக்கும் செயல்திறனுக்கும் பெயர் பெற்றவர்களாக விளங்கி நற்பெயர் பெற்றிருந்தது சாத்தனூரின் பின் தலைமுறைகளைச் சார்ந்த இளைஞர்கள் தன்னம்பிக்கையோடு அரசாங்கப் பணிகளுக்கு விண்ணப்பித்து வேலைக்குச் சேர வழி வகுத்தது. சாத்தனூர் வாசிகளில் ஒருவர் பல மாநிலங்களின் மன்னர்களிடம் – மைசூர், பரோடா போன்றவை – வேலையிலிருந்து நற்பெயர் பெற்று, வேலையிலிருந்து ஓய்வு பெற்று மீண்டும் சாத்தனூருக்கே தனது மீதி நாட்களைக் கழிக்கத் திரும்பி வந்து ஒரு வீடு கட்டினார். அந்த வீடு ஊர்க்காரர்களால் திவான் வீடு என்று அழைக்கப்பட்டது. இன்னொரு சாத்தனூர் வாசி டெபுடி கலெக்டர் பதவிக்கு சிறப்பாக உயர்ந்து ஆங்கிலேய அரசிடமிருந்து திவான் பகதூர் பட்டம் பெற்று, அவரது சிறந்த பணிக்காக விருது வழங்கப்பட்டவர். அவர் சர்வமானிய அக்ரஹாரத்தில் ஒரு வீடு கட்ட அது காலப்போக்கில் 'திவான் பகதூர் இல்லம்' என்று வழங்கப்படலாயிற்று. அப்பாவி கிராம மக்கள் திவான் பகதூர் என்பது திவான் என்பதைவிட உயர்ந்த அந்தஸ்து என்று எண்ணியிருந்தார்கள். அது குறித்து அந்த திவானும், திவான்பகதூரும் தங்களுக்குள் வேடிக்கையாக விஷமமின்றி பேசிக்கொள்வார்கள். திவானின் மகன் தந்தையின் சொத்தில் வாழ்ந்து வந்தான். ஒரு தனிமனிதனாக அவன் எந்த விதத்திலும் தன்னை நிலைநிறுத்திக் கொள்ளவில்லை. அவன் சென்னையிலிருந்த அக்கவுண்டண்ட் ஜெனரல் அலுவலகத்தில் சாதாரண குமாஸ்தாவாக வேலையில் அமர வேண்டிய நிலையே விதித்தது. ஆனால், முன்னாள் கலெக்டர் அதிர்ஷ்டசாலி. அவருடைய மகள் ஒரு ஐ.சி.எஸ். அதிகாரிக்கு மனைவியாகி, அந்த மனிதன் சென்னையில் நீதி பரிபாலனத் துறையில் நியமனம்

செய்யப்பட்டு, படிப்படியே தலைமை நீதிபதி பதவி வரை உயர்ந்து சென்னை நீதிமன்றத்தின் தலைமை நீதிபதியாகப் பணியாற்றி ஓய்வு பெற்ற பின்னர், பிறந்த இடம் என்று கூறிக்கொள்ள தனக்கென்று இடமொன்றும் இல்லாததால் மனைவியின் சொந்த இடத்திற்கு வந்து சேர்ந்தார். நீதிபதி வீடு என்று வழங்கப்பட்ட அவர் வீடு திவான்பகதூர் இல்லத்திற்கு அடுத்தாற்போல் இருந்தது. திவான்பகதூர் இல்லம் சர்வமானிய அக்ரஹாரத்தின் மத்தியிலும் திவானின் வீடு தெருவில் நுழைந்ததும் இடப்புறமாய் கண்ணில் படும் முதல் வீடாக, பிள்ளையார் கோயிலை அடுத்தாற்போலும் இருந்தது.

தாசில்தார்கள், பள்ளிகளின் தலைமையாசிரியர்கள், ஒரு வக்கீல், ஏடென், ரங்கூன், கல்கத்தா மற்றும் பல இடங்களில் பணியாற்றிய போஸ்ட்மாஸ்டர் ஒருவர், வேறு பலரும், ஆங்கிலக் கல்வியின் தாக்கம் அதிகரித்துக் கொண்டே வரவர கஷ்டகாலத்தில் மாட்டிக்கொண்டு பிழைப்பு தேடி ஊரை விட்டு நீங்கிய ராம பண்டிட் சந்ததியர்களின் சரிவிற்குப் பின்னர், அவ்வூரில் வீடு வாங்கினார்கள். தங்கள் அதிர்ஷ்டம் தேடி வெளியூர் சென்றவர்களிடமிருந்து வீடுகளை வாங்கி, அதனைத் தேவைப்பட்டபோது புதுப்பித்து புதிதாகக் கிடைத்த பூரிப்புணர் வுடன் சாத்தனூர் கிராமத்தில் வசிக்க ஆரம்பித்தார்கள். ராம பண்டிட் காலத்தில் சர்வமானியத் தெருவில் அதிக ஜனத் தொகை இருந்திருக்கலாம். ஆனால் முன்னெப்பொழுதையும்விட இப்பொழுது, குறிப்பாக சொல்லப்போனால் 1930 முதல் 1950 வரைக்குமான இடைப்பட்ட பகுதியில், அத்தெரு செல்வவளம் மிக்கதாகத் திகழ்ந்தது. 1950க்குப் பின்னர் சிறிது சிறிதாக மற்ற தெருக்களுக்கும், சமூகத்தினருக்கும், செல்வ வளப்பம் நகர்ந்து செல்ல ஆரம்பித்தது.

சாத்தனூரிலிருந்த முகம்மதியர்கள் என்றுமே வளம் நிறைந்த சமூகத்தினராய் இருந்தார்கள். அவர்களுடைய செல்வவளம் உள்ளூர் நிலவரத்தைச் சார்ந்திராமல், அவர்களில் சிலர் சிங்கப்பூரில் வியாபாரம் செய்து சம்பாதித்த பொருள் வளத்தைப் பற்றியதாகவே இருந்து வந்தது. தங்களின் வீடுகளை அடிக்கடி பச்சை, சிகப்பு வர்ணம் தீட்டி அழகுபடுத்துவதிலும், புதுப்பிப்பதிலும் அவர்கள் ஈடுபட்டிருந்தனர். நிலம் வாங்கி தங்களுக்குச் சொந்தமான நிலபுலன்களையெல்லாம் குத்தகைக்கு விட்டுவிட்டு வெற்றிலைக்கொடி பயிரிடுவதில் கவனம் செலுத்தி வந்தனர். இந்த விளைச்சலில் அதிக லாபம் கிடைக்கும் என்றாலும் கடுமையான, இடைவிடாத உழைப்பும் அதற்கு இன்றியமையாததாய் இருந்தது.

அவர்கள் கல்வியறிவில் சிறந்து விளங்கவில்லை. 1930இன் இறுதி வரைக்கும்கூட அவ்வூரிலேயே தாவூத் ஷா ஒருவர்தான் அவர்கள் சமுதாயத்தின் முதலும், கடைசியுமான பட்டதாரியாக இருந்தார். இவர்களுக்கு மாறாக, சாத்தனூரிலிருந்த ஜைனர்கள் அதிக செல்வவளம் பெற்றிராதவர்களாக இருந்து வந்தபோதிலும் சாத்தனூரிலிருந்த எந்தச் சிறு வியாபாரமும் அவர்கள் கைகளில்தான் இருக்கிறது. ஏதோ ஒரு சரித்திர காலகட்டத்தில் மிகச் சிறந்த பட்டு தயாரிக்கும் கைவினைஞர்களாக அவர்கள் திகழ்ந்தார்கள் என்றாலும் இப்பொழுது அவர்களிடையே ஒரு தொய்வு காணப்படுகிறது.

நீட்ஷே, மனுநீதியைத் தவறாகப் புரிந்துகொண்டு, பின்னவர் மக்கள் தொகையைப் பற்றியதாய், ஹரிஜனங்களை அடியோடு ஒழிப்பது குறித்து ஆர்வம் கொண்டிருந்தார் என்பதாகக் கருத்து கொண்டிருந்தாலும் சாத்தனூரின் செல்வநிலையின் காரணிகளாய், அதன் பின்னணியில் – வயல்களில் கடுமையாக உழைத்து விளைச்சல்களை அதிகரிப்பதன் மூலம் – சாத்தனூர் ஹரிஜனங்களும் இருந்து வந்திருப்பது, வருவது நடப்புண்மை. நெல்வயல்களில் அவர்களின் உழைப்பு மிகக் கடுமையானது. சாத்தனூரின் மற்ற சமூகங்களெல்லாம் புதிதாக வரும் சமூகங்களுக்கு வழி விடுவதாய் மறைந்துகொண்டே வரும்போதிலும், ஹரிஜன சமூகம் மட்டும் இப்பொழுது இருப்பது போலவே தொடர்ந்து இருந்து வருவதற்கு சாத்தியக்கூறுகள் உள்ளன. ஆனால் மகாத்மா காந்தியடிகளின் இயக்கம் அவர்களிடையே ஓரளவு விழிப்புணர்வும் தன்மானவுணர்வும் கல்வியறிவும் கொண்டு வந்தது. அவர்கள் கல்வியில் முகம்மதியர்களோடு போட்டி போட்டனர். 1939ஆம் ஆண்டில், அதிசயிக்கத்தக்க வகையில் அவர்கள் குலத்தைச் சேர்ந்த கடவுள் குடும்பன் பட்டதாரியாகும் வரை அவர்களுக்கும் கல்வி வரும் என்று யாரும் நினைத்ததேயில்லை. அதற்குப் பின் 1942இல் கடவுள் குடும்பன் ஒரு வக்கீலும் ஆகி, சிறிய பிராமணர் தெருவைச் சேர்ந்த இராதாகிருஷ்ணர் தலைமையில் ஆங்கிலேய ஆதிக்கத்தை எதிர்த்து நடந்த விடுதலைப் போரில் கலந்து கொண்டு சிறைக்கும் சென்று இன்னமும் அதிகமாய் பிறரை ஆச்சரியப்படுத்தினான்.

1920இல் இருந்தே, மகாத்மா காந்தியடிகளின் இயக்கம் சாத்தனூரின் பல்வேறு பிரிவுகளைச் சார்ந்த மக்களிடமிருந்தும் தீவிர ஆதரவாளர்களைப் பெற்றிருந்தது. பிராமணர்கள், பிராமணரல்லாதவர்கள், முகமதியர்கள், ஜைனர்களில்கூட ஒருவரும், ஹரிஜனங்களும் ஆகப் பல பிரிவுகளிலும் காந்தியடிகளின் இயக்கத்திற்கு ஆதரவாளர்கள் இருந்தனர். சாத்தனூர்

வாசிகளில் ஒருவர் ஆரம்பகால ராஜாஜி மந்திரி சபையில் இடம் பெற்றிருந்தார் என்றாலும் அதைத் தவிர வேறு எந்த விதத்திலும் அவர் சிறப்புப் பெற்றவராக இருக்கவில்லை. ஓய்வு பெற்ற பின்னர் அமைதியாக சாத்தனூரில் தனது, பரம்பரைச் சொத்துக்களைப் பராமரித்துக்கொண்டும், கடந்த காலத்தைப் பற்றி பேசிக்கொண்டும் எப்பொழுதெல்லாம் சொல்ல முடியுமோ, ஆனால் சொல்லக் கூடாதோ அப்பொழுதெல்லாம் ராஜாஜியின் வார்த்தைகளைக் குறிப்பிட்டும் கொண்டிருந்தார். அவர்மீது மற்ற சாத்தனூர் வாசிகளுக்கு பெரிதாக அபிமானம் ஏதும் கிடையாது என்றாலும் அவரின் இருப்பை அவர்கள் பொருட்படுத்தவில்லை. ஆனால், சில வருடங்களுக்கு முன் விமான விபத்தொன்றில் இறந்துபோன அவருடைய ஒரே பிள்ளையின் ஒரே மகளாகிய, கால் ஊனமான பேத்தி ஹேமாவை கிராமத்தார் அனைவருக்கும் ரொம்பவும் பிடிக்கும். பேத்தியும் மருமகளும் மகன் இறந்ததில் இருந்து இவருடைய பாதுகாப்பில்தான் வாழ்ந்து வருகிறார்கள். அவர்களுடைய வீடு திவான் பகதூரின் வீட்டிற்கு மறுபுறத்தில், நீதிபதியின் வீட்டிற்கு அப்பால் உள்ளது.

சாத்தனூரில் மற்ற சமூகங்களின் பலப்பல கிளைப் பிரிவு களும் உண்டு. அவை பலவகைப்பட்டதாய், ஒவ்வொரு பிரிவிற்கும் தனித்தனி குணாம்சங்களும், தொழில்களும் வாழ்க்கையில் வரையறுக்கப்பட்ட அந்தஸ்துகளும் உண்டு. பிராமணரல்லாதவர்களில், சாத்தனூரில் பிள்ளை, முதலியார், செட்டியார், ஓதுவார், இசை வேளாளர் – கோயிலில் தினமும் நாதஸ்வரம் ஊதுபவர் – பொற்கொல்லர்கள், இரும்புத் தொழிலாளிகள் நெசவாளர்கள், ரெட்டியார், வேறு பிறர் எல்லோரும் இருந்தனர். முகமதியர்களுக்கிடையே இருந்த பிரிவுகள் பற்றித் தெளிவாகத் தெரியவில்லை என்றாலும் அவர்களில் பரவலாகப் பேசப்படும் 'லப்பைகள்' என்ற பிரிவினரே மிகவும் ஏழையான பிரிவாக இருந்தனர். கிறித்துவர்களைப் பொறுத்தவரை சாத்தனூரில் கத்தோலிக்கப் பிரிவைச் சார்ந்தவர்கள் மட்டுமே இருந்தனர். பிராடஸ்டண்ட் பிரிவில் ஒருவர்கூட சாத்தனூரில் இருக்கவில்லை. ஹரிஜனங்களிடம்கூட பலப்பல பிரிவுகள் இருந்து, ஒவ்வொரு பிரிவினரும் தங்களுக்குள்ளாகவே, பிற பிரிவினரோடு கலக்காமல், வாழப் பிரயத்தனப்பட்டபடி இருந்தனர். என்றாலும், தற்காலப் பொருளாதார நெருக்கடி தேவைப்பட்டபோதெல்லாம் இந்த வரைமுறைகளை அழித்து வந்தது. இந்த மாற்றம் வரவேற்கப்பட வேண்டிய ஒன்று என்று சிலர் கருதினாலும், பல கட்டுப்பெட்டிகளைப் பொறுத்தவரையில் அது தீயதாகவே எண்ணப்பட்டு வந்தது.

அரசியல் ரீதியாகவும்கூட சாத்தனூர் கிராமம் காங்கிரஸ், இந்து மகாசபை, கம்யூனிஸ்ட், தி.க., தி.மு.க. ஆகிய பல கட்சிகளாகப் பிரிந்திருந்தது. கடைசியாகக் கூறப்பட்ட கட்சி, எண்ணிக்கையளவில் எல்லாவற்றிலும்விட நாம் பேசும் காலகட்டத்தைப் பொறுத்தவரை, மிகப் பலவீனமானதாக இருந்தது. அதாவது, சுதந்திரம் கிடைத்த பின்னான ஆரம்ப வருடங்களில். அப்பொழுது காங்கிரஸ் கட்சி சென்னையைத் தலைநகரமாகக் கொண்டு தமிழ்நாட்டை ஆண்டு கொண்டிருந்தது. சாத்தனூர் பஞ்சாயத்து அதிகாரபூர்வமாய் காங்கிரசாரின் ஆட்சியின் கீழ் என்றாலும் வேறு சில கட்சிகளைச் சேர்ந்த உறுப்பினர்களும் பஞ்சாயத்து போர்டிற்காகத் தேர்ந்தெடுக்கப்பட்டிருந்தனர்.

ஒரு வார்த்தையில் கூறுவதானால், இந்தியாவெனும் ஒரு விசித்திரமான கலவைக்கு சாத்தனூர் ஒரு சிறந்த எடுத்துக்காட்டு. ஆனால், பல்வேறு பிரிவுகளையெல்லாம் ஒன்று சேர்ப்பதாய் ஓர் இழை அவ்வூரின் இடையே ஓடிக்கொண்டிருந்தது. அது தான், சாத்தனூர் வாசி என்பதில் அந்த ஊர்மக்கள் ஒவ்வொருவரும் கொள்ளும் பெருமிதம். சாத்தனூரில் இருப்பதில் அவர்கள் பெருமைகொள்ள வேண்டிய அவசியமென்ன என்று கேட்டால் யாருக்கும் பதில் சொல்ல முடியாது. என்றாலும் அந்தப் பெருமை அங்கே இருந்தது. தொலை தூரத்தில் தில்லியில் பணிபுரிந்து கொண்டிருந்தவர்களிலும் சரி, மாஸ்கோ, வாஷிங்டன், பியூனோஸயர்ஸ், டோக்கியோ முதலிய அயல்நாடுகளின் தலை நகர்களில் இந்தியத் தூதர்களாகப் பணியாற்றி வந்தவர்களிலும் சரி, ஆண்களிலும், பெண்களிலுமாக சில சாத்தனூர் வாசிகளும் இருந்தனர். இவர்கள் எங்கு வேலைசெய்து வந்தாலும் எப்பொழுதேனும், சிறிய விடுமுறையிலோ, நீண்ட விடுப்பிலோ, தமது குழந்தைகளுக்குத் திருமணம் செய்து முடிக்கவோ, கோயிலில் பிரார்த்தனை நிறைவேற்றவோ, பூஜை செய்யவோ சமயங்களில் கடைசித் தடவை வந்துபோன பின் சம்பாதித்து சேர்த்திருந்த நாகரீகத்தை தலைக்கனத்தையெல்லாம் தொலைத்து எளிமையாகவும், வேறு எங்கேயும் தங்களால் நினைத்துக்கூடப் பார்க்க முடியாதபடிக்கு தாம் தாமாக இருக்கவும் சாத்தனூருக்குத் தவறாமல் வருவதை கட்டாய வழக்கமாகக் கொண்டிருந்தனர். தங்கள் சொந்த ஊரான சாத்தனூரில்தான் மனதிற்கு சந்துஷ்டி கிடைத்தது அவர்களுக்கு. சில சமயங்களில், இம்மாதிரி விடுமுறைக்கு ஊர் நாடி வரும் சாத்தனூர் வாசிகளால் சாத்தனூரின் ஜனத்தொகையில் இருபது சதவிகிதம் அதிகமாகும். வேறு சமயங்களில் ஐந்து சதவிகிதம் மட்டுமே உயரும்.

சாத்தனூருக்கு அவதூதரின் வருகை, சாத்தனூர் வாசிகள் தங்கள் ஊரைப் பற்றிப் பெருமைப்பட்டுக்கொள்ள இன்னுமொரு விஷயமாயிற்று! சாத்தனூருக்கு வந்து இரண்டு மாதங்களுக்குள்ளாகவே அவதூதர் ஊரிலுள்ள ஒவ்வொரு வீட்டிற்கும் போய் வந்து, தீண்டத்தகாதவர் என்று ஒதுக்கப்பட்டு இருந்த ஹரிஜனங்கள் குடில்களுக்கும் போய் வந்து, எவ்வித பேதவுணர்வுமின்றி எல்லா குடும்பத்தினரோடும், அவர்களுடைய எதிர்கால நம்பிக்கைகள், எதிர்பார்ப்புகள், பிரச்சனைகள், தொல்லைகள் ஆகிய எல்லாவற்றுடனும் பரிச்சயமேற்படுத்திக் கொண்டுவிட்டார். எல்லோரையும் தனது உறவாகக் கூறிக்கொண்டார். நடக்கவே முடியாத அவரது கூற்றை யாரும் மறுத்துப் பேசவில்லை. சர்வமானிய அக்ரஹாரத் தெருவில் அவருடைய முதல் பிரவேசம் அந்தஸ்திலும், இருந்த இடத்தைப் பொறுத்தும் முதலாவதாகத் திகழ்ந்த திவான் இல்லத்திற்குக் கிடைத்தது. அங்கே அவர் அன்போடு, இரு கரங்களும் நீண்டு விரிய, வரவேற்கப்பட்டார். இவ்விதமாய் தனது நற்பெயரையும் தொடர்பையும் உறுதிப்படுத்தி ஸ்தாபித்தவர். அதற்குப் பின் அந்தக் கிராமத்திலிருந்த ஒவ்வொருவரையும் – ஊர்ப் பெரிய மனிதர்களிலிருந்து முஸ்லிம் தெருவில், ஜைனர்கள் மத்தியில், கிறித்துவர்கள் மத்தியில், ஹரிஜனங்களின் சேரியில் உள்ள கடைநிலை மனிதர்கள் வரை – போய் பார்த்து பரிச்சயமுண்டாக்கிக் கொண்டார்.

தங்கள் ஓய்வுக் காலத்தில் வேதாந்த விசாரணையில் ஈடுபட்டிருந்த திவான் பகதூரும், முன்னாள் நீதிபதியும் அவதூதரை எந்தவித மனச்சுளிப்பும் இன்றி, சுலபமாக ஏற்றுக்கொண்டு விட்டார்கள். அவர்கள் வாழ்வின் பல்வேறு நிகழ்வுகளை, போக்குகளைக் குறித்து மிகுந்த அனுபவமடைந்தார்கள். தவிர, அவதூதரையொத்த மனிதர்களைப் பற்றி அவர்கள் கேள்விப் பட்டிருந்தார்கள். ஆகையால் அவதூதர் அவர்களிடம், பிறரிடம் பேசுவதைவிட அதிக நேரம் விரிவாக, அடிக்கடி சம்பாஷித்து வந்தார். அடிக்கடி ஆரம்ப காலத்தில் அவதூதர் தனியாக, அடுத்த வீட்டிலிருக்கும் நீதிபதி மனைவியான தனது மகளின் மீது நிரம்ப அன்பும், அக்கறையும் கொண்டு, தனது வீட்டில் தனியனாக வாழ்ந்து வந்த திவான் பகதூரின் வீட்டில் இரவில் படுத்துத் தூங்கியதுண்டு. இருவருமாக இரவு முழுக்க நேரம் போவதே தெரியாமல் பேசிக்கொண்டிருப்பார்கள்.

திவான் பகதூரின் பேரப்பிள்ளை, அவருடைய ஒரே பெண்ணின் ஒரே மகன், தனது பள்ளிப் படிப்பை சாத்தனூரில் புதிதாக நிர்மாணிக்கப்பட்ட பள்ளியில் படித்து முடித்து,

கும்பகோணம் கல்லூரியில் பௌதிகவியலில் பட்டப்படிப்பு முடித்து, சென்னையிலுள்ள மாநிலக் கல்லூரியில் பௌதிக வியலிலும், ரசாயனத் துறையிலுமாய் முதுகலைப் பட்டம் பெற்று, ஆல்பர்ட் எய்ன்ஸ்டீனின் பிரசன்னத்தால் ஈர்க்கப்பட்டு பிரின்ஸ்டன் சென்று அங்கு படித்துப் பட்டம் பெற்று முதலாவதாகத் தேர்வு பெற்றான். பல ஆய்வுக் கட்டுரைகளைச் சமர்ப்பித்து 1940இன் இறுதி ஆண்டுகளில் உலக நவீன விஞ்ஞானத்தின் தலைசிறந்த அறிவாளிகளுள் ஒருவனாக இடம் பிடித்தான். ஜவஹர்லால் நேரு அவனை, பம்பாயில் நிறுவப்படப்போகும் அணுசக்திக் கூடத்திற்குத் தலைவராக நியமிக்கப் போகிறார் என்று வதந்தி கிளம்பியபோது அவனுக்கு முப்பது வயதுகூட ஆகியிருக்கவில்லை. அகில உலக விஞ்ஞானக் கருத்தரங்குகளில் அவன் மிகவும் இன்றியமையாதவனாகக் கருதப்பட்டு உலகின் பல்வேறு பகுதிகளுக்குப் பறந்துபோவதிலேயே பொழுதைக் கழிக்க வேண்டியிருந்தது. 1947, 1948 இரண்டு வருடங்களிலும் அவனால் சாத்தனூருக்கு வர முடியவில்லை. அதனால், 1949இன் ஆரம்பத்தில் அவன் சாத்தனூருக்கு வந்தபோது ஒரு மாத விடுமுறையைச் சாத்தனூரில் கழிக்கவேண்டும் என்ற தீர்மானத் தோடு வந்தான். ஒரு ஜனவரி மாதம் ஒரு நாள் காலையில் அவன் சாத்தனூரை வந்தடைந்தான். அன்று மத்தியானம் அவதூதரை சந்திக்க நேர்ந்தது. அந்த சந்திப்பு, அவன் அம்மாவிற்கு அதிர்ச்சி தருவதாகவும், அவதூதரையும் தனது மகனையும் நன்றாகப் புரிந்து வைத்திருந்த தந்தைக்கு தமாஷாகவும், ஒருவித சண்டையாய் அமைந்தது.

அவதூதரை முதன் முதலாகப் பார்த்ததும், அவருடைய நிர்வாணத் தோற்றம் ராமன் என்ற அந்த விஞ்ஞானியினுள் பெருத்த எதிர்ப்பை உண்டு பண்ணியது. ஆத்திரமும், கோபமு மாய் தனக்குத் தெரிந்த எல்லா மொழிகளிலும் – ஆறு இந்திய மொழிகள் மற்றும் ஏழு ஐரோப்பிய வகைகள் – உள்ள கேவல வார்த்தைகளால் ராமன் அவதூதரைத் திட்டினான். உதவாக்கரை, பொறுக்கி, ரௌடி, பத்மாஷ், புரட்டன், போலி, பெண்களை ஏமாற்றுபவன், பச்சோந்தி... மூடன், முட்டாள் போன்ற சில வார்த்தைகள் தெரிந்த வார்த்தைகளாக இருந்தன. அவனுடைய அம்மா, நல்லவன், எப்பொழுதும் அமைதியாக இருக்கும் தன் பிள்ளையா இப்படி வெடித்து அலறுகிறான் என்று அதிர்ச்சியுடனும், அவதூதர் அவனை ஏதாவது சபித்துவிடப் போகிறாரே என்ற பயத்துடனும் பார்த்துக்கொண்டிருந்தாள். அவதூதர் பதில் ஒன்றும் கூறவில்லை. தனக்கு எதிராக நின்று

கத்திக்கொண்டிருக்கும் இளைஞனை பொருட்படுத்தாது ஊஞ் சலில் நீட்டிப் படுத்து குறட்டை விட ஆரம்பித்தார். அதைப் பார்த்ததும், வேறு வழியின்றி தனது அலறலை நிறுத்தி வெளியே போனான் அந்த விஞ்ஞானி. தனது தாத்தாவுடன் இது குறித்துப் பேச முயற்சித்து இம்மாதிரி வேலையற்ற மனிதனையெல்லாம் வீட்டில் அனுமதித்து வரவேற்பது எத்தனை விவேகமற்ற செயல் என்பதாகக் கூறியபோது அவனுடைய தாத்தா அவதூதர் அப்படிப்பட்ட உதவாக்கரை என்று அவனால் நிச்சயமாகக் கூற முடியுமா என்று கேட்டதோடு, எல்லா விஷயங்களையும் நினைத்துப் பார்த்தால் உலகப்புகழ் பெற்ற சிறந்த விஞ்ஞானி யான அவன்கூட அப்படிப்பட்டவனில்லை என்று கூற முடியுமா என்று எதிர்க் கேள்வி கேட்க அலுப்புடனும், கோபத்துடனும், மன அமைதியைத் திரும்பப் பெற வேண்டி தென்னந்தோப்பிற்குச் சென்றான். எஜமானன் வருவதைப் பார்த்த தோப்புக் காவல்காரன் புதிதாகப் பிறந்திருந்த தனது குழந்தையை ஆசிர்வாதத்திற்காய் ராமனிடம் கொண்டு வந்து காட்டினார். அவன் அருகில் தாய்மைப் பொலிவோடு அவன் மனைவி பெருமைப் பூரிப்புடன் நின்று கொண்டிருந்தாள். குழந்தையின் நிர்வாணம் அந்த விஞ்ஞானியின் மனதில், பார்த்ததும் பெருத்த அதிர்ச்சியுண்டாக்கிய, எதிர்க்கத் தூண்டிய, அவதூதரின் தோற்றத்தை நினைக்கத் தூண்டியது. குழந்தையை ஆசிர்வதித்துவிட்டு, தனது வேலையாளிடம் தனக்கு சில இளநீர்களைப் பறித்துத் தரச் சொன்னான். இரண்டு இளநீரைக் குடித்துவிட்டு இரண்டு காயை வீட்டிற்கு எடுத்துச் சென்றான்.

ஒரு மணி நேரம் கடந்துவிட்டிருந்தது. அவதூதர் இன்னும் ஊஞ் சலில் குறட்டை விட்டுக்கொண்டிருந்தார். அவரையே பார்த்தபடி சிறிது நேரம் ஏதோ யோசனையில் நின்றவன் அவர் கண்களைத் திறந்து தன்னையே பார்ப்பதை சட்டென்று உணர்ந்தான். பிறகு என்ன நடந்ததோ, அவனுக்குத் தெரியாது. அவதூதர் காலடியில் நெடுஞ்சாண் கிடையாக விழுந்து தான் கையில் கொண்டு வந்திருந்த இரண்டு இளநீர் காய்களை அவர் முன் வைத்தான். அதே சமயம், அவதூதர் விரும்பி ருசித்துக் குடிக்கும் தன் கைக் காப்பியை விசேஷமாகத் தயாரித்து எடுத்துவந்த அவன் அம்மா இந்தக் காட்சியைக் கண்டாள். அவதூதரும், தன் மகனும் சமரசமாக ஒருவரையொருவர் ஏற்றுக் கொண்ட அந்தக் காட்சி அவளுக்குப் பெருத்த மகிழ்ச்சியையும், மன நிறைவையும் தந்தது. ஏன் என்று தெளிவாகச் சொல்ல முடியவில்லை என்றாலும் – அவளுடைய கணவன், மகன், தான் என்ற மூவரில் யாரேனும்

ஒருவர் மேல் தான் அவள் அன்பு செலுத்தவேண்டும் என்று அவதூதர் கட்டளையிட்டிருந்தால் அவள் அவதூதரைத்தான் தேர்ந்தெடுத்திருப்பாள் என்று பட்டது. அவர் அப்படியெல்லாம் அவளை எந்தக் காலத்திலும் இக்கட்டிற்குள்ளாக்க மாட்டார் என்று அவளுக்குத் தெரியும்!

ராமன் பிளந்து தந்த இளநீர்களை அவதூதர் அவன் அம்மா கொண்டு வந்து தந்த காபியை ஒதுக்கிவிட்டு ஏற்றுக் கொண்டார். அவரேதான் காபியைக் கேட்டிருந்தார். பிறகு கூறினார். "நீ கூறிய எல்லா வார்த்தைகளும் எனக்குப் பொருந்தும் தெரியுமா? ஆனால் நீ கூறியதில் சில வார்த்தைகளின் அர்த்தம் எனக்குத் தெரியாது!"

வெட்கத்தால் தலைகுனிந்து மௌனமாக நின்றான் விஞ் ஞானி ராமன்.

அவதூதர் தொடர்ந்தார். "நீ கல்யாணம் செய்துகொள்ள வேண்டும். உனக்குப் பிடித்த பெண்ணைப் பண்ணிக்கொள். அது உன் அம்மாவின் மனதை சந்தோஷப்படுத்தும், தெரியுமில்லையா?"

"நான் செய்துகொள்கிறேன்" என்று பணிவாகப் பதில் கூறினான் அந்த விஞ்ஞானி. "மனதிற்குப் பிடித்த ஒரு பெண்ணும் இருக்கிறாள். அடுத்தமுறை வரும்போது அவளையும் கூட்டி வந்து அம்மாவிடம் காட்டி சம்மதம் பெற விரும்புகிறோம்" என்றான்.

அவன் அம்மாவிற்கு சந்தோஷமாயிருந்தது. அந்தப் பெண்ணைப் பற்றிய விவரங்களையெல்லாம் மகனிடம் கேட்டுத் தெரிந்துகொள்ள அவளுக்கு ஆசைதான் என்றாலும் பேசாமலிருக்கும்படி அவதூதர் சைகை காட்டியதால், மௌனமாயிருந்தாள். மகன் குறிப்பிட்ட பெண்ணைப் பற்றிய சந்தேகங்கள் எழுந்தாலும், இப்போதைக்கு மகன் திருமணம் செய்து கொள்வதாக வாக்களித்ததே போதும் என்று திருப்திப்பட்டுக் கொண்டாள்.

விஞ்ஞானி ராமன் யாரிடமும் அவதூதரைப் பற்றிய தனது ஆரம்ப எண்ணத்தைத் தான் ஏன் மாற்றிக்கொண்டோம் என்பது பற்றிக் கூறியதேயில்லை. அவனுக்கே ஏன் என்று தெரியாது. அவதூதரின் கண்களைச் சந்தித்ததும் தனக்குள் ஏதோ மாற்றம் நிகழ்வதை அவனால் உணர முடிந்தது. அவரைக் குறித்த தனது எண்ணம் அடியோடு மாறுவதை அவனால் புரிந்துகொள்ள முடிந்தது. பலன், விடுமுறையின் முக்கால்வாசிப் பொழுதை அவதூதரிடம் பேசுவதிலேயே கழித்தான் அவன். அதாவது, அவன் பேச அவர் கவனித்துக் கேட்டபடி, ஆங்காங்கே சம்பந்தமில்லாமல் ஓரிரண்டு வார்த்தைகள் பேசுவார். ஆனால்,

அவரின் அண்மையொன்றே மனதின் கவலைகளைக் களைந்து அமைதியுண்டாக்கியது என்பதை அவன் அனுபவபூர்வமாக உணர்ந்துகொண்டான்.

அடுத்த இரண்டு தடவைகளில் சாத்தனூருக்கு வந்தபோதும், தான் விரும்புவதாகக் கூறிய பெண்ணை அந்த விஞ்ஞானி தன் அம்மா பார்ப்பதற்கு அழைத்துக்கொண்டு வரவில்லை. அந்த இரண்டு பயணங்களும் அவன் அவதூதரை சந்தித்த ஒரு வருடத்திற்குள் மேற்கொண்டது. முக்கியமாக அவதூதருடன் இருப்பதற்காகவென்றே மேற்கொள்ளப்பட்டது. ஆனால் யாருக்கும் அவனுடைய மனப்போராட்டங்களும் அமைதிவேண்டும் ஆர்வமும் தெரியாத ரகசியங்களாகவே இருந்தன. ஆனால், அதற்கடுத்த தடவை, மூன்றாம் முறையாக 1951 நவம்பரில் சாத்தனூருக்குப் பயணப்பட்டபோது அவன் தன்னுடன், தான் விரும்பிய பெண் ஹேமாவையும் அழைத்துக் கொண்டு வந்தான். அகில உலகக் கருத்தரங்கொன்றில் கலந்து கொண்ட கையோடு அவர்கள் இருவரும் 'ஹெல்சிங்கி' யிலிருந்து நேராக சாத்தனூர் நோக்கிப் புறப்பட்டார்கள்.

அவர்கள் வரப்போகும் செய்தியை அவதூதருக்குத் தெரிவித்த நீதிபதி மனைவி, அந்தப் பெண் எப்படிப்பட்டவளோ, இந்தியாவைச் சேர்ந்தவள்தானா, பிராமண குலப் பெண்ணா, தன் மகனுக்கு ஏற்ற மனைவியாக இருப்பாளா என்றெல்லாம் தனது சந்தேகங்களை சஞ்சலங்களை வாய்விட்டுக் கூறினாள். அவன் சிறந்த விஞ்ஞானிதான், சந்தேகமில்லை. ஆனால் தனக்குச் சரியான பெண்ணைத் தேர்ந்தெடுத்துக்கொள்ளும் திறன் அவனுக்கு இருக்கிறதா, தெரியவில்லை. புலம்பிக் கொண்டே இருந்தவளுக்குத் தெரியும் – அவதூதருக்கு அவற்றைப் பற்றியெல்லாம் அறியும் சக்தி உண்டு, அவர் அறிந்து வைத்திருப்பார் என்று. ஆனால் அவர் எதையும் கூறாமல், "பொறுத்திருந்து பார்ப்போம்" என்று மட்டுமே கூறினார். என்ன நேரப்போகிறதோ என்ற கிலேசத்துடன் முள்ளின்மேல் இருப்பதாகத் தவித்துக்கொண்டிருந்தவள் தனது மகனுடன் வந்த பெண்ணைப் பார்த்து அவள் இந்தியன் மட்டுமல்லாது பிராமண குலத்தைச் சேர்ந்தவள் என்பதோடு கூட தங்களுக்கு ஒரு வகையில் தூரத்துச் சொந்தம் என்பதும் தெரியவர ஏகமாய் மகிழ்ந்து போனாள்.

அவர்கள் சனிக்கிழமையன்று வந்தார்கள். விரைவிலேயே நயமாய் கேள்விகள் கேட்டு ஹேமாவின் பூர்வீகம் பற்றியெல்லாம் விவரமாக அறிந்துகொண்டுவிட்டாள் – கவலைப்பட்டுக்

கொண்டிருந்த அந்தத் தாய். மிகச் சிறிய வயதிலேயே ஹேமா அனாதையாகி சில கிறித்துவ சகோதரிகளால் பராமரிக்கப்பட்டு வந்தாள். அவர்களே அவளைப் படிக்க வைத்து கல்லூரியிலும் சேர்த்தனர். சமூக அறிவியல் துறையில் பட்டப்படிப்பு முடித்து தனது பாடத்தில் நன்றாகத் தேர்ச்சி பெற்றவளாய், இரண்டு அமெரிக்கப் பல்கலைக்கழகங்களிலிருந்து இரண்டு டாக்டர் பட்டம் பெற்று அகில உலகக் கருத்தரங்குகளில் அத்தியாவசிய மான ஒரு அங்கத்தினராகப் பலராலும் அழைக்கப்பட்டு வந்தாள். அப்படி ஒரு கருத்தரங்கில்தான் அவளும் ராமனும் சந்தித்து, குணாம்சங்களாலும் பௌதிக ரீதியாகவும் பரஸ்பரம் ஈர்க்கப்பட்டார்கள். சுதந்திர இந்தியாவில் புதிது புதிதாக வந்த வண்ணமிருந்த பல புதிய கல்விக்கூடங்களில் பம்பாயில் இருந்த ஒன்றில் அவள் இருந்தது அவர்களிருவரும் அடிக்கடி சந்திக்கும் வாய்ப்பை ஏற்படுத்திக் கொடுத்தது. இதுவரையில் அவர்கள் திருமணம் குறித்துப் பேசியதில்லை என்றாலும் அவன் என்ன நினைக்கிறான் என்று அவளுக்குத் தெரிந்திருந்தது. தனது எண்ணத்தை அவள் எதிர்க்கவில்லை என்று அவனும் அறிந்திருந்தான். அம்மாவையும், அவதூதரையும் சந்திப்பதற்கென அவளை அழைத்துக்கொண்டு வருவது திருமணம் குறித்த பேச்சின் முதற்கட்டம். ஹேமாவும் அவனோடு அவன் கிராமத்திற்கு வந்து அவனுடைய அம்மாவையும் ஊரெங்கும் பேசப்பட்ட அவதூதரைத் தரிசிப்பதற்கும் மகிழ்வோடு ஒப்புக்கொண்டாள். ராமன் அவளிடம் அவதூதரைப் பற்றி நிறைய பேசியிருக்கிறான் என்றாலும் அந்த விஞ்ஞானியின் மனதில் விழுந்துவிட்ட இறையுணர்வு குறித்து அவள் அறிந்திருக்கவில்லை.

முதல் முதலாக அவதூதரைப் பார்த்ததும் அவளுக்கு வியப்புண்டாகியது. அவதூதர் சென்றபின் ராமனிடம், "அவர் ஆடையுடுத்த மாட்டார் என்று நீங்கள் என்னிடம் கூறிய தில்லையே" என்று கேட்டாள்.

தான் அவளிடம் அதுபற்றிக் கூறியதில்லை என்று ஒப்புக்கொண்ட ராமன், தொடர்ந்து, "ஆனால், அவதூதர்கள் நிர்வாண மனிதர்கள் என்று உனக்குத் தெரியுமில்லையா" என்றான்.

"ஆனால் நான் எத்தனையோ அவதூதர்களைப் பட்டுடுத்திப் பார்த்திருக்கிறேன்" என்று திருப்பிக் கூறினாள் ஹேமா.

இரண்டு மூன்று சந்திப்புகளுக்குப் பிறகு ஒருநாள் அவதூதர் முன்னிலையிலேயே ஹேமா ராமனிடம் கூறினாள்: "நீங்கள் என்னிடம் அவதூதரின் கருத்துகளைக் குறித்து நிறைய

கூறியிருக்கிறீர்கள். ஆனால் நீங்கள் அவர் கொண்டிருப்பதாகக் கூறிய ஒரு கருத்தும் உண்மையில் அவருக்கு இல்லை என்று இப்போது எனக்குத் தெரிகிறது."

அவதூதர் பதிலளிக்கட்டும் என்பதாய் ராமன் மௌனம் சாதித்தான். அவதூதர் கூறினார்: "உண்மையில் இந்தக் கில்லாடி தனது கருத்துகளை எனது கருத்துகளாக உன்னிடம் கூறி வந்திருக்கிறான் என்று புரிகிறது!"

சொல்லிவிட்டு, அவர்கள் இருவருமே தனது பதிலால் குழம்பி நிற்பதைப் பார்த்து சந்தோஷமாக உரக்கச் சிரித்தார்.

'தனது மௌனத்தின் மூலமாகவே தான் பேசுவதாக' வழக்கமாகப் பேசப்படும் வசனம் எதுவும் அவதூதர் பேசாதது மனதிற்குத் திருப்தியான நிறைவைத் தருவதை அவளால் உணர முடிந்தது. அவதூதரின் அருகாமை தன் மனதிற்குப் பெருத்த நிம்மதி அளிப்பதை தனக்குள்ளாகவே அவளால் உணர முடிகிறது... அவளுடைய பாட சம்பந்தமாய் உலகத்தின் பலதரப்பட்ட மனிதர்களைப் பற்றி அறிந்திருந்ததில் அவளுக்குள் அவர்களைக் குறித்து – தன்னைப் பற்றியோ, தன் எதிர்காலத்தைப் பற்றியோ அல்லாமல் – அவர்கள் பிரச்சனைகளைக் குறித்துக் கவலையும், கரிசனமும், ஏற்பட்டு மனதைத் தொல்லைப்படுத்திய வண்ணமே இருந்தது. அவதூதரைப் பார்த்ததால் ஒருவித சாந்தியேற்பட ஆரம்பித்திருந்தது. இத்தகைய மனிதர்கள் இந்தியாவில் உலவி வரும் வரை அதனுடைய எதிர்காலத்திற்கு எந்தக் குந்தகமும் விளையாது என்று மனதிற்குள் தீர்மானமான நம்பிக்கை பிறந்தது. அதன் ஜொலிப்பில் மற்ற பயங்கள் பறந்து போயின. எதிர்காலம் என்பது இத்தகைய மகான்களை, மகாத்மாக்களை சார்ந்திருக்கிறது. சின்னச் சின்ன விஷயங்களுக்காக சில்லறைத்தனமாக செயல்படும் அரசியல்வாதிகளிடமோ, ஒரு சமூகத்தின் கழிவுகள் என்று ரோமானியப் பேச்சாளன் ஸிஸெரோ குறிப்பிட்ட தற்காலிகப் பெரிய மனிதர்களிடமோ எந்த மண்ணின் எதிர்காலமும் இல்லை. அவதூதர் தன்னோடு அமைதியையும் கொண்டு வருகிறார் என்பது, எப்படி என்று மனித அறிவிற்கு எட்டாதபோதிலும், உண்மைதான். இத்தகைய மன அமைதியைத் தாமும் அடைந்து பிறருக்கும் கொடுக்கும் மனிதர்கள் உண்மையிலேயே அதிர்ஷ்டசாலிகள்தான்!

சிறிது நேரம் கழித்து தான் சொன்னதற்கான அர்த்தத்தை தானே விளக்குவதாய் அவதூதர் கூறினார்: "நான் என்ன சொல்லியிருக்க வேண்டும் என்று அவன் விரும்பினானோ அதையெல்லாம் நான் சொன்னதாக உன்னிடம் ராமன் கூறியிருக்க வேண்டும்."

அதற்கு மேலும் ஏதும் பேசாமல் இருக்க ராமனால் முடிய வில்லை. அவன் கூறினான். "வழக்கமாக நாங்கள் இருவருமே மௌனம் சாதிப்போம். அந்த சமயங்களில் சிலவேளை நான் சிலவற்றை நினைத்து அவை உண்மையில் அவருடைய எண்ணங்கள் என்று நிஜமாக நம்புவேன்."

"அவற்றிற்கு நீங்கள் பொறுப்பேற்றால் சரிதான்..." என்று முணுமுணுத்தாள் ஹேமா.

"யார் யாருக்குப் பொறுப்பேற்பது? நிறைய பெரிய விஷயங்கள் ஊசலாடிக் கொண்டிருக்கும்போது பொறுப்பைப் பற்றிப் பேசுவது தவறாகப் பேசுவதாகும். எந்த மனிதனுமே நிஜமான எந்தப் பொறுப்பையும் தோள்மேல் சுமந்துகொண்டு மனிதனாகவும் ஜீவிப்பது என்பது சாத்தியமேயில்லை. எந்தப் பெண்ணும்கூட."

"என்றாலும் நாம் நம்மைப் பொறுப்பாகக் கருதியபடிதான் இருக்கிறோம்."

"நாம் செய்கிறோம்தான்" என்று கூறிவிட்டு வெகுநேரம் மனம்விட்டுச் சிரித்தார் அவதூதர். அவருடைய வார்த்தை களைவிட அவருடைய சிரிப்பு மிகவும் நம்பிக்கையுண்டாக்குவதாக இருந்தது.

ஹேமாவைப் பார்க்கப் பார்க்க ராமனின் தாயாருக்கு அவள்மேல் அதிக அன்பு உண்டாகியது. ஒருவேளை ஹேமாவை மணம் செய்துகொள்ள வேண்டாம் என்று தன் பிள்ளை தீர்மானித்து விடுவானோ என்று தவித்துக்கொண்டிருந்தாள் அவள்.

அவளுடைய தவிப்பை ஹேமாவால் புரிந்துகொள்ள முடிந்தது. தன்னால் முடிந்த அளவு அதைக் குறைக்க முயன்றாள் ஹேமா. தன்னைப் பற்றித் தெரிந்த எல்லா விவரங்களையும் எடுத்துக் கூறினாள். தன்னை வளர்த்துப் பாதுகாத்த கிறித்துவ சகோதரிகள் தன் மேல் பொழிந்த அன்பைத் தவிர தனக்குக் கிடைத்த ஒரே அன்பு ராமனுடையதுதான் என்று தெரிவித்தாள். இப்பொழுது ராமனின் தாயார் தன் மேல் பொழியும் அன்பில் ஒரு தாயின் அன்பைத் தான் அனுபவிப்பதாகவும், அதற்குத் தகுதி வாய்ந்தவளாக அவள் நடந்து கொள்வாள் என்றும் கூறினாள். ராமன் தன்னை மணம் புரிந்து கொள்ளும்படி கேட்டால் சரி என்று கூறிவிடுவாள் என்றும், அதாவது, ராமனுடைய தாயாருக்கும் தன்னை மருமகளாக ஏற்கப் பிடித்தம் இருந்தால் என்றும் கூறினாள். இந்த ரீதியில் அவள் பேசிக்கொண்டிருக்கும் சமயம் பாகீரதி அம்மாள் ஹல்வா செய்துகொண்டிருந்தாள். அதை

விடாமல் கிளறிக்கொண்டே இருக்கவேண்டும். கிளறுவதை விட்டு வந்து ஹேமாவை இறுக அணைத்துக்கொண்ட பாகீரதி அம்மாள், "ராமனுக்கு உன்னைப்போல ஒரு நல்ல பெண் மனைவியாகக் கிடைக்க அவன் தகுதியற்றவன். அவன் என்னுடைய சொந்த மகனாக இருந்தும் நான் இதைக் கூறுவேன்! இப்போது என்னை விட்டுப் போ. இல்லையென்றால் கோதுமை அல்வா சரியாக வராமல் பதம் கெட்டு அவதூதரும், ராமனுமாக என்னைக் குதறியெடுத்து விடுவார்கள். அவர்கள் இருவருக்கும் கோதுமை அல்வா ஒரு குறிப்பிட்ட பக்குவத்தில் இருக்க வேண்டும்" என்று அன்பாகக் கூறினாள்.

ராமனின் தாயாரிடமிருந்து அவதூதருக்குத்தான் அந்த நல்ல விஷயம் அல்வா சகிதம் முதலில் கிடைத்தது. செய்தி கிடைத்த சந்தோஷமும், அல்வாவின் சுவையுமாக அவதூதர் ருசித்து சப்புக்கொட்டிக் கொண்டு இனிப்பைச் சாப்பிட்டார். தனது கணவனிடமும், தந்தையிடமும் ஹேமா கூறியதை கூறுவதற்கு முன்பாகவே பாகீரதி அம்மாள் அவதூதரிடம் விஷயத்தைக் கூறிவிட்டாள்.

கல்யாணத்தை முறையாகத் தீர்மானிக்க நடத்தப்படும் நிச்சயதாம்பூலத்தில் கலந்துகொள்ள ஹேமாவுக்கென்று உறவினர்கள் யாருமில்லை. எனவே திவான் பகதூர் ஹேமாவின் உள்ளூர் தந்தையாகப் பாத்திரமேற்று பெண்ணை திருமணத்தில் தாரைவார்த்துக் கொடுக்க – அவளைத் தனது இல்லாத சொந்த மகனின் சொந்த மகளாகவே கொண்டு – சம்மதித்தார். அதற்கடுத்த வருடம் ஜூலை மாதத்தில் ஒரு நாள் திருமண நாளாய் குறிக்கப்பட்டது. முறையாக நடந்தேறிய நிச்சயதார்த்தத்தில் அந்நாள் அறிவிக்கப்பட்டது. நிச்சயதார்த்தம் என்பது முறையாக நடக்கப்போகும் திருமணத்தைக் குறித்த சம்பிரதாய அறிவிப்பு மட்டுமே. ஊரிலுள்ள எல்லாக் கோயில்களிலும் பூஜைகள் நடத்த ஆவன செய்யப்பட்டன. எல்லோருக்கும் விருந்துகள் அளிக்கப்பட்டன. நிச்சயதார்த்த விழாவிலும் சரி, அதற்குப் பின் அளிக்கப்பட்ட விருந்திலும் சரி, அவதூதர் தவறாமல் ஆஜராகியிருந்தார். நிச்சயதார்த்தத்திற்கு இரண்டு நாட்கள் கழித்து ராமனும் ஹேமாவும் பம்பாய்க்குப் போக வேண்டியிருந்தது. அவளுக்கு 'யு.கே.'யிலும் கனடாவிலும் கருத்தரங்கங்களில் கலந்துகொள்ள வேண்டியிருந்தது. அவனுக்கு, ஒரு விஞ்ஞான மாநாட்டில் கலந்துகொள்ள வேண்டி டோக்கியோவிற்குச் செல்ல வேண்டியிருந்தது. அவர்களிருவரும் ஒருவேளை கனடாவில் சந்தித்து சேர்ந்தே மேற்கு பெர்லினில் நடைபெற இருந்த ஒரு

கூட்டத்திற்குப் போகக்கூடும் என்ற நிலை. அக்கூட்டத்திற்கு அவர்களிருவருமே அழைக்கப்பட்டிருந்தார்கள். அதற்குப்பின் திரும்பி சாத்தனூருக்கு, கல்யாண தேதிக்கு ஒருவாரம் முன்னதாக வந்து சேர்வது என்று தீர்மானமாகியது.

குறித்த தேதியில் ஜூலை மாதம் திருமணம் நடந்தேறியது. அவதூதர் இல்லாதது அங்கிருந்த அனைவருக்கும் குறையாகத் தெரிந்தது. அந்த வெறுமையை அனைவருமே உணர்ந்தனர். கடந்த ஒரு வாரமாகவே அவரை ஊரில் காணவில்லை. அவர் எங்கு சென்றிருக்கிறார் என்றும் யாருக்கும் தெரிந்திருக்கவில்லை. ஹேமா, ராமன், ராமனின் அம்மா ஆகிய மூவரும்தான் மற்றெல்லாரையும் விட அதிகமாய் அவதூதர் இல்லாத வெறுமையை உணர்ந்து வருந்தியது. ஆனால் திருமணமான இரண்டு நாட்களில் தனது மர்மப் பயணத்திலிருந்து அவதூதர், தம்பதிகள் ஒருவார விடுமுறையில் மகாபலேஷ்வருக்கு தேனிலவிற்குப் புறப்படும் நேரம், வழியனுப்பி வைக்க சரியாய் வந்துசேர்ந்து விட்டார். திருமண விருந்தை ஒன்று குறையாமல் அன்று அவதூதர் சாப்பிட்டுவிட்டுப் போக வேண்டும் என்று ராமனின் தாய் வற்புறுத்தினாள். அவதூதரும் மறுக்கவில்லை உற்சாகமாகச் சப்புக் கொட்டிக்கொண்டே ருசித்துச் சாப்பிட்டார்.

திருமணம் பிரமாண்டமாக நடந்தது. தனது வயதான காலத்தில் திவான் பகதூர் பணத்தை அள்ளியிறைத்து, திருமணத்தை நடத்தியது, பின் வந்த பல வருடங்களுக்கு அக்கிராமத்தில் பேசப்பட்டு வந்தது. ஹேமா ராமனின் திருமணம் இரண்டு தலைமுறைகளுக்கு சாத்தனூர் கண்ட திருமணங்களிலேயே மிகப் பிரமாண்டமாக, ஏகப்பட்ட பொருட்செலவில் நடந்தேறிய திருமணம்.

4

அவதூதராக, தனக்கு இன்னார்தான் பிடித்தமானவர்; வேண்டப்பட்டவர் என்பதாகச் சொன்னதில்லை. அப்படி யாரையும் அவர் எண்ணியதுமில்லை. ஆனால், அவருக்குத் தாங்கள்தான் விசேஷமானவர்கள், வேண்டப்பட்டவர்கள் என்பதாய் ஒரு சிலர் கூறிக்கொண்ட வண்ணமிருந்தார்கள். அப்படிக் கூறிக் கொண்டவர்களில் ஒருவர் முருகன் கோயில் பரிசாரகர் ராமச்சந்திர ஐயர். இன்னொருவர் கடைவீதியைத் தாண்டி, தெற்கு சன்னதித் தெருவிலுள்ள காபி ஹோட்டலின் கொழுத்த முதலாளி பஞ்சாமி. அவருடைய முழுப்பெயர் பஞ்சாபகேச ஐயர். என்றாலும் ஊரில் எல்லாருக்கும் அவரை பஞ்சாமி என்றுதான் தெரியும். அவர்களிருவருமே, அவதூதரின் பிரியத்திற்கு உகந்தவர்களாவது அவ்வளவு எளிதான காரியமல்ல என்று அறிந்து வைத்திருந்தார்கள். ஆனால், அவர்களிருவரில் ராமச்சந்திர ஐயரிடம் அதற்காக இழக்கக் கொஞ்சம்தான் இருந்தது. ஆனால் பணங்கொழுத்த வியாபாரியாய் பானை பானையாய்ப் பணம் வைத்திருந்த பஞ் சாமி நிறைய இழக்கவேண்டி வந்தது.

ராமச்சந்திர ஐயர் நடுத்தெருவாசி. நடுத்தெரு என்பது எதன் நடுவிலேயும் கிடையாது. திருவிழாக் காலத்தைத் தவிர பிற நாட்களில் கோயிலுக்கான ஒரே வாயில் இதுதான். திருவிழாக்காலங்களில் கோபுரமற்ற கிழக்கு வாயில் திறந்து விடப்பட்டிருக்கும் – முருகன் கோயிலின் அகன்ற வாயிலுமான கோபுர வாசலிலிருந்து தொடங்கி நீண்டு கிழக்குச் சுவரின் மேற்குப் பகுதியின் இணைத் தொடராய் செல்லும் இந்தத் தெருவிற்கு எந்த

முக்கியத்துவமும் கிடையாது. நடுத்தெரு அல்லது இடைத்தெரு என்று வழங்கப்படும் இந்தத் தெருவில் தலைமுறை தலைமுறையாக சாத்தனூர் பிராமணப் பரிசாரகர்கள் வசித்து வருகிறார்கள். இந்தத் தெருவில் உன்னத காலத்தின்போது இருபது வீடுகள் இருந்து அவைகளில் மனிதர்கள் நிரம்பியிருந்தார்கள். ஆனால், இருபதாம் நூற்றாண்டின் நாற்பதுகளிலும், ஐம்பதுகளிலும் அந்த இருபது வீடுகளில் ஐந்து வீடுகள் மட்டுமே வசிக்க ஏற்றதாக, அவற்றில் மட்டுமே ஆட்கள் குடியிருந்தனர். இப்பொழுது அந்த ஐந்து வீடுகளும், மற்ற வீடுகளைப்போலவே, சிதிலமாகிக் கொண்டிருந்தன.

ராமச்சந்திர ஐயர் சாத்தனூரின் மூன்றாவது தலை முறையைச் சார்ந்தவர். தனது பதினெட்டாவது வயதிலிருந்து கோயில் பரிசாரகராக இருந்துவரும் அவருக்கு இப்பொழுது வயது நாற்பதுக்குமேல் ஆகிறது. அவருடைய குடும்பம், அவர் பாட்டனார் காலத்தில் சாத்தனூருக்கு வந்தது. அவருடைய தாத்தா பக்கத்து கிராமங்களில் ஒன்றிலிருந்து வந்தவர். திடகாத் திரமான ஆசாமி. அந்தக் கிராமத்தில் கல்வி கேள்விகளில் தேர்ந்த, ஆனால் வைதிகரொருவரின் கடைசிப்பிள்ளையாக இருந்த ஒருவரின் பெயரும் ராமச்சந்திர ஐயர். இப்பொழுது சாத்தனூரில் வசித்துவரும், அவதூதரின் செல்லப்பிள்ளையான ராமச்சந்திர ஐயரிடமிருந்து அவரை வேறுபடுத்திக் காட்ட சௌகரியமாய் அவரைப் பெரிய ராமச்சந்திர ஐயர் என்று நாம் குறிப்பிட்டுக் கொள்ளலாம். பெரிய ராமச்சந்திர ஐயர் தனது கிராமத்தில் ஜீவனத்திற்கான வழியின்றி, அதிக ஜனத்தொகையுடனிருந்த பக்கத்து சாத்தனூர் கிராமத்திற்கு இடம்பெயர்ந்தவர். அழகும், சாமர்த்தியமும் வாய்ந்த 'ஒரு மாதிரி' நடத்தையுடன் இருந்த அவர் மனைவி அலமு அம்மாளின் தூண்டுதலால் வாழ வழி தேடி சாத்தனூர் வந்து சேர்ந்தார்.

சாத்தனூர் வந்து சேர்ந்த ஆரம்ப நாட்களில் மூத்த ராமசந்திர ஐயர் ஊர்க்காரர்களிடையே தன்னை ஒரு வேத விற்பன்னனாகக் காட்டிக்கொள்ள முயன்றார். ஆனால் ஊரிலிருந்த, உண்மையிலேயே கல்வி கேள்விகளில் சிறந்தவர் களுக்கு அவருடையது வெறும் பூச்சு என்று விரைவிலேயே தெரிந்துவிட்டது. அவர்கள் அவரை வெளியே தூக்கி எறிந்திருப் பார்கள். ஆனால் ராமச்சந்திர ஐயரின் சாமர்த்தியக்கார மனைவி ஊர்ப் பெரிய மனிதர்களுக்கு தன்னை வேண்டப்பட்டவளாக ஆக்கிக்கொண்டு விட்டாள். அவளை அடைய பலர் காத்திருந்

தார்கள் என்றாலும் அவள் தனக்கும், தன் கணவனுக்கும் யாரால் எல்லாம் அனுகூலம் உண்டோ அவர்களுக்கு மட்டுமே கிடைத்தாள். அவளுடைய பிராமண அன்பர்கள் – அத்தனை வருட 'அந்த மாதிரி' வாழ்க்கையில் அவள் எந்தத் தீண்டப்படாத வனையும் தன்னிடத்தில் அண்டவிட்டதேயில்லை என்ற வதந்தி ஊரில் பெருமையாகப் பேசப்பட்டது – நன்றிக்கடனாய் அவள் கணவனுக்கு ஏதாவது வேலையுண்டாக்கித் தர முயன்று இறுதியில் முருகன் கோயிலில் தலைமை சமையற்காரருக்குத் துணையாக உட்கார்த்தி வைத்தார்கள். அந்த சமயத்தில் முருகன் கோயில் சமையல் கூடத்தைத் தவிர ஊரில் வேறு எந்த உணவு விடுதியும் இல்லையாதலால் வருபவர்களெல்லோரும் கோயில் உணவைத்தான் கட்டாயமாக வாங்கி உண்ணவேண்டி இருந்தது. இதனால் முருகன் கோயில் சமையற்கூட வியாபாரம் பிரமாதமாக நடந்தது. இருந்த ஏழு பரிசாரகர்களோடு கூட இன்னொருவரும் சேர்ந்ததில் எந்தப் பெரிய வித்தியாசமும் ஏற்படவில்லை. ஆனால் புதிதாகச் சேர்ந்த பரிசாரகர் தனது வேலையில் மிகவும் கைதேர்ந்தவராக இருந்ததோடு கோயில் அதிகாரிகளுடைய நன்மதிப்பையும் சம்பாதித்ததில் வேலைக்கு உப பரிசாரகராக சேர்ந்த பத்து வருடங்களுக்குள் தலைமைப் பரிசாரகராக மடமட வென்று உயர்ந்துவிட்டார். உண்மையிலேயே அவருக்கென்று விசேஷ திறமையும், உழைப்பும் இருந்திருக்கத்தான் வேண்டும். இல்லையென்றால், அவ்வளவு தூரம் முன்னேறியிருக்க முடியாது. ஆனாலும் வம்பர்கள் அவருடைய பதவி உயர்வின் அந்தஸ்தின் பின்னணியில் அலமு அம்மாள் இருந்ததாகப் பேசிக் கொண்டனர்.

இன்றும், அவர் மனைவி அலமு அம்மாளைப் பற்றி சாத்தனூரில் பல கதைகள் நிலவி வருகின்றன. மூத்த ராமச் சந்திர ஐயர் ஆரம்பத்தில் ஒரு வாடகை வீட்டில்தான் குடியிருந்தார். ஆனால் விரைவிலேயே நடுத்தெருவில் சொந்த வீடு கட்டும் அளவு பணம் சேர்த்துவிட்டார். தனது மனைவியின் நடத்தையைக் குறித்து அவர் நன்றாகவே தெரிந்து வைத்திருந்தார். அதை முழுவதுமாக தனக்கு சாதகமாகப் பயன்படுத்திக் கொண்டார் என்று பலர் பேசிக்கொண்டனர். இன்னும் சொல்லப்போனால், அடுத்து யாரை வளைக்கலாம், அவ்வழி தனது அந்தஸ்தை இன்னும் அதிகமாக்கிக் கொள்ளலாம் என்றெல்லாம் கணவனே தனது மனைவிக்கு ஆலோசனைகள் தந்து வந்ததாகக்கூட பலர் அடித்துக் கூறினார்கள். சாத்தனூரின் சரித்திரத்தை காலவாரியாக வரிசைப்படுத்த முனையும் எவரும், நல்லதாகவும் அல்லாத தாகவுமாய் அலமு அம்மாளின் பெயர் சம்பந்தப்பட்டிருந்த

இரண்டு மூன்று நிகழ்ச்சிகளைப் பற்றிப் பேசாதிருக்க முடியாது. ஒரு குறிப்பிட்ட கதை இன்றும் சாத்தனூரில் வழங்கப்பட்டு வருகிறது. அந்த நிகழ்ச்சியின் முக்கிய பாத்திரங்களெல்லாம் இறந்துபோய் இன்று வருடங்கள் எழுபதிற்கு மேலாகியும் இன்று சாத்தனூரிலுள்ள கிழவிகளால் அலமு அம்மாள் சம்பந்தப்பட்ட அந்தக் கதை பேசப்பட்டு வருகிறது. சர்வமானிய அக்ரஹாரத்தில் இருந்த இரண்டு செல்வாக்கு மிக்க பிராமணர்கள் அலமுவின் கடைக்கண் பார்வையைப் பெறுவதில் தங்களுக்குள் போட்டி போட்டுக் கொண்டார்கள். அந்தப் பகையை அலமு மிகத் திறமையாக உபயோகப்படுத்தி அவர்களை ஒருவரையொருவர் மோத விட்டாள். ஒவ்வொருவரும் தனது எதிரி அலமுவை அடைந்துவிட்டான் என்பதாய் நம்பும்படி செய்து பொறாமையில் நடுத்தெருவில் கைகலப்பில் இறங்க வைத்தாள். அதனால் போட்டி போட்டுக்கொண்டு அந்தப் பிராமணர்கள் அலமு அம்மாளுக்குச் சொந்த வீடு கட்டுவதில் பேருதவி செய்தார்கள். அப்படியும் அவர்களிருவரும் அவள் பிரியத்தை சம்பாதிக்க முடியாமல் போனபோது, அலமு மூன்றாவது, அதே அளவு செல்வாக்குள்ள மனிதனுக்குத் தன்னைத் தந்துவிட்டாள் என்று பேச்சு. விளைவு, கிட்டத்தட்ட ஒன்பது வருடங்கள் பொறாமையும், பூசலுமாய் இருந்த அந்த முன்னிரண்டு பிராமணர்களும் தங்கள் பகை நீக்கி வஞ்சிக்கப்பட்டவர்களாய், தலைமைப் பரிசாரகருக்கும் அவர் மனைவிக்கும் சூன்யம் வைக்கப் பார்த்தனர். இந்நிகழ்ச்சி ஒரு கதைப்பாட்டாக உண்டுபண்ணப்பட்டு, கிளுகிளுப்பூட்டும் வர்ணனைகளும், செய்திகளுமாக கேட்பவர்களை உணர்ச்சியைத் தூண்டிவிட்டது. இன்றும் இப்பாட்டின் அடிகளை, தனித்தனியாக விட்டு விட்டு திரும்பக் கூறுபவர்கள் இருந்தாலும் ஒருவருக்கும் முழுமையாகத் தெரிந்திருப்பதாகத் தெரியவில்லை. மிகச் சுவையான, தேர்ந்த நாட்டுப் பாடலாய் அமைந்திருந்தது அது. ஏதாவதொரு பல்கலைக்கழகம் அதைக் குறித்து குறிப்பு எழுதி அந்தப் பாடல் முழுவதையும் தேடி எடுத்து அதுகுறித்து ஆராய்ச்சிக் கட்டுரை சமர்ப்பிப்பவருக்கு கௌரவ டாக்டர் பட்டம் தர முன்வரக் கூடும்.

அலமு அம்மாளைப் பற்றி வழங்கப்படும் மற்றொரு கதை அவளை ஓரளவிற்கு நல்லவளாகக் காட்டுகிறது. ஒரு நாடோடி, ஒற்றை யாத்திரிகர், கிழக்கு சன்னதித் தெருவிலுள்ள ஒரு வீட்டின் திண்ணையில் படுத்துத் தூங்கிக்கொண்டிருந்த சமயம் இறந்து போய்விட்டார். எங்கு யார் இறந்துபோனாலும், எரிக்கப்படாமல் சவம் கிடக்கும் தெருவிலுள்ள வீடுகளிலும் சரி, கோயில் சமையல் கூடத்திலும் சரி, உணவு சமைக்கக் கூடாது என்பது இங்கு நிலவிவரும்

எழுதப்படாத சட்டம். பிணம் முறையாக எரிக்கப்படாதவரை கடவுளும், அவர் பக்த கோடிகளும் பட்டினியாகவே இருக்க வேண்டிய கட்டாயம். இவ்விஷயங்களையெல்லாம் முன்நின்று தீர்த்துவைக்க வேண்டிய பெரிய மனிதர்களும் அனாதைப் பிணத்தை அடக்கம் செய்வது பற்றி எந்த முடிவும் எடுக்காமல் தயங்கியபடி நேரங்கடத்தியவண்ணம் இருந்தார்கள். இறந்தவர் உடலில் முப்புரிநூல் இருந்ததால் அவர் பிராமணர் என்பது தெளிவாகத் தெரிந்தது. அனாதை பிணத்தைப்பற்றி அலமுவுக்குத் தெரிய வந்ததும் அவள் உடனடியாகப் பொறுப்பேற்று பிணத்தை மயானத்திற்குத் தூக்கிக்கொண்டு செல்லவும், அங்கே சிதையூட்டி எரிக்கவும் ஏற்பாடுகள் செய்தாள். ஒரு சடங்கு, சம்பிரதாயம் குறைவின்றி எல்லாம் நடந்தேறச் செய்து அதற்கான செலவு முழுவதையும் தனது சொந்த சேமிப்பிலிருந்து செலவழித்தாள். அதற்குப் பிறகு கோயிலில் அன்று மத்தியானம் சமையற்கூட அடுப்பு எரிய ஆரம்பித்து, மூன்று மணிக்குத்தான் சந்நிதித் தெருக்காரர்கள் தங்கள் வீட்டில் உணவு சாப்பிட்டார்கள். எல்லோருமே அலமு அம்மாளின் பொதுநலத் தொண்டையும், அதை அவள் நிமிஷத்தில் பொறுப்பேற்று நடத்தியவிதத்தையும் வெகுவாகப் பாராட்டினார்கள்.

அந்தக் கதைக்கு ஒரு பின்குறிப்பு, தொடர்ச்சி இருந்தது. சில நாட்களுக்குப் பிறகு தொலைதூரக் கிராமத்திலிருந்து நிலபுலன்கள் நிறைய வைத்திருந்த மிராசுதார் கூட்டமொன்று காணாமல்போன உறவினரொருவரைத் தேடிக்கொண்டு சாத்தனூர் வந்தது. இறந்துபோனவர் கைவசம் இருந்த சில பொருட்களைக் கொண்டு தாங்கள் தேடி வந்த நபர் அவரே என்ற முடிவிற்கு வந்தது. இறந்த பெரியவர் ஒரு சாக்குப் பையில் சில பொருட்களைப் பத்திரமாக வைத்திருந்தார். அந்தப் பையைக் கவனமாகத் தன்னிடம் வைத்திருந்த அலமு அம்மாள் அதை வந்திருந்தவர்களிடம் காண்பித்ததில் விவரம் அறிந்து நல்லவேளையாக தங்கள் உறவினர் சடலம் சாஸ்த்ரோத்தமாகவே எரிக்கப்பட்டது என்ற நிம்மதி அடைந்து, அதற்குக் காரணமாயிருந்த அலமு அம்மாளிடம் நன்றி கொண்டனர். அவளுக்கு ஒரு பண முடிப்பை அன்பளிப்பாகத் தந்தனர். அதன்பின் அப்படிப்பட்ட பணமுடிப்பு இறந்தவர் வாரிசால் அடிக்கடி தரப்பட்டது என்று பரவலாக ஊரில் பேசப்பட்டது. பார்க்க நன்றாக இருந்த அந்தப் பணக்கார இளைஞன் அடிக்கடி சாத்தனூர் வந்து ராமச்சந்திர ஐயர் வீட்டில் தங்கியதென்னவோ உண்மைதான். அலமு அம்மாளும் அடிக்கடி கிராமத்தை விட்டு எங்கோ போய் வந்ததாகவும் பேச்சுண்டு.

இன்னொரு நிகழ்ச்சியும் – திரும்பச் சொல்வதாக இருந்தாலும் – இங்கே குறிப்பிடப்பட வேண்டியது. மரமேறுபவன் ஒருவனைப் பற்றியது அது. சாதி என்ற வகையில் பார்க்கப் போனால், மரமேறும் தொழிலைச் செய்து வந்தவர்கள் சாத்தனூரில் தீண்டத்தகாதவர்களாகக் கருதப்பட்டனர். எனவே, ஒருமுறை மரமேறுபவன் ஒருவன் தவறிக் கீழே விழுந்து முதுகில் எலும்பு முறிவு ஏற்பட்டுக் கிடந்தபோது ஒரு பிராமணன்கூட, தொட்டால் பாவமாகி விடுமோ என்று அவனுக்கு உதவி செய்யாமல் ஒதுங்கி நின்று வேறு உதவிக்கும் ஆளனுப்பாமல் அவரவர் பாட்டிற்கு இருந்தார்கள். அதனை அறிந்த அலமு அம்மாள் அங்கே வந்து தானே விழுந்து கிடந்தவனைத் தூக்கிக் கொண்டு – அலமு அம்மாள் திடகாத்திரமானவள் – அங்கே அப்பொழுதுதான் கட்டப்பட்டிருந்த மருத்துவமனைக்குப் போய் அங்கிருந்த கட்டுப் போடுபவனையும், மருந்து தருபவனையும் விரட்டி உடனடியாகக் கவனித்து ஆவன செய்யவைத்ததன் விளைவாய் அந்த மரமேறியின் உயிர், அவன் பின்னால் காலமெல்லாம் கால் ஊனமுற்றவனாகவே இருக்கவேண்டி வந்தாலும், காப்பாற்றப்பட்டது. இதுபோல் பல கதைகள் அலமு அம்மாளைப் பற்றிப் பல கதைகள் – அவள் காலத்தைய நியதிகள், அவள் சமூகத்தினர் அனைவரினும் பலவகையிலும் முன்னேறியதாக. ஒரு மனிதாபிமானியாக, அவளை நிலை நிறுத்துவதாய் சாத்தனூரில் வழங்கி வந்தன.

நாற்பது வயதிற்கு முன்பாகவே, உடல் வலுவும் பொலிவும் உச்சத்தில் இருக்கும்போதே அலமு அம்மாள் இறந்துவிட்டாள். வெள்ளம் பெருக்கெடுத்து ஓடும் சமயம் ஆற்றில் விழுந்துவிட்ட ஒரு பெண்மணியைக் காப்பாற்றும் முயற்சியில் தன் உயிரைப் பறிகொடுத்தாள். அவளுக்குப் பின் கிட்டத்தட்ட முப்பதாண்டு காலம் அவள் விட்டுச் சென்ற பிள்ளையைக் கவனித்தவண்ணம், வாழ்ந்திருந்தான் அவள் கணவன். வேறு இரண்டு குழந்தைகள் மிக மிகச் சிறிய வயதிலேயே இறந்து போய்விட்டன. தனது எண்பதாவது வயது வரை வாழ்ந்தான் அலமு அம்மாளின் கணவன். தனது பிள்ளை மாத்ருபூதம் ஐயருக்கு தலைமைப் பரிசாரகராகும் பயிற்சி தந்து பதவியிலமர்த்தினான். ஆனால் மாத்ருபூதம் ஐயர் காலத்தில் கோயில் சமையல் கூடங்களின் முக்கியத்துவம் குறைய ஆரம்பித்துவிட்டது. என்றாலும் அவர் தலைமைப் பரிசாரகராக கௌரவமாக வாழும் அளவு சம்பாத்யம் வந்தது. எந்தவித வதந்திக்கும் அவதூறுக்கும் ஆளாகாத உள்ளூர் பெண் ஒருத்தியைக் கல்யாணம் செய்து கொண்டார். அவள் ஒரு எளிமையான, மரபு மீறாத, கணவனிடம் பக்தி கொண்ட

பெண்மணி. அவளும் இளமைப் பருவத்திலேயே ஒரு சிறுவனை விட்டு விட்டு இறந்து போனாள். அந்தச் சிறுவனுக்கு குடும்ப ஸ்தாபகரின் பெயர் வைக்கப்பட்டது. இந்த இரண்டாவது ராமச்சந்திர ஐயர் பதினெட்டு வயது பூர்த்தியாகும் முன்னமே முருகன் கோயில் சமையல் ராஜ்யத்தின் வாரிசாக வேலையில் சேர்ந்துவிட்டார். ஆனால் அவர் சேர்ந்த சமயம் அவர் ஒருவர் மட்டுமே கோயில் பரிசாரகர். கோயில் சமையல் கூடத்தால், சாத்தனூரில் கிளைத்துவிட்ட, சுத்தமற்ற ஆனால் விதவிதமான உணவுப் பொருட்களைத் தயாரித்து விலைக்கு விற்று வந்த பலப்பல உணவுக் கூடங்களோடு போட்டிபோட முடியவில்லை.

இரண்டாவது அல்லது இளைய ராமச்சந்திரர் என்று அழைக்கப்பட்டவர் பிறப்பிலேயே முழுச் சோம்பேறி. வாழ்க்கை யோட்டத்தைக் குறித்த தத்துவ விசாரத்தில் ஈடுபாடுடையவராய், அதனுடைய பல்வேறு வழிகள், மக்களைப் பற்றியெல்லாம் சிந்திப்பதில் நேரங் கடத்தியதோடு, இளையவராய் இருக்கும் போதிலிருந்து சாத்தனூருக்கு வரும் பல்வேறு வகைப்பட்ட சாமியார்கள், இறை மனிதர்கள் முதலானோர்களோடு நேரம் கழிப்பதில் பிரத்யேக ஆர்வம் உடையவராய் விளங்கினார். இப்பொழுது கோயில் சமையல் கூடத்தில் அவர் ஒரே ஒரு சமையற்காரர்தான். ஆனால் அதைக் குறித்து அவர் கவலைப் படவில்லை. வேலையே போனாலும் அவர் பொருட்படுத்த மாட்டார். அவர் குணாதிசயம் அப்படி. விதியினிடம் அவருக்கு இருந்த நம்பிக்கை அபாரம். அடிக்கடி தன்னைப் படைத்தவன் கடவுள் என்றும் தன்னைக் காப்பாற்ற வேண்டியது அவன் கடமை என்றும் கூறுவார். அவருக்குக் கோயில் சமையல் கூடத்தில் பெரிய வேலை ஒன்றும் இல்லை. மத்தியானத்திற்கும், இரவிற்கும் தேவையான கோயில் பிரசாதம் மட்டும் தயாரிக்க வேண்டும். கூட, கோயிலை அண்டி வாழ்ந்து கொண்டிருந்த சில பேருக்கும் சமைக்க வேண்டும். அவ்வளவுதான்.

சூடான செங்கல்லை ஈரமான துண்டின் அடியில் வைத்து, ஈரம் சொட்டும் கல்லிருந்து உணவு சமைக்கும் திறமையும் சக்தியும் பெற்றதாகப் பேர் பெற்றிருந்தார். ஆனால் உண்மையில் அவருக்கு அத்தகைய கண்டுபிடிப்பிற்கான மூளையும், சக்தியும் கிடையாது. யாராவது அப்படிச் செய்யச் சொல்லி ஆலோசனை கூற அவரும் அப்படியே செய்திருக்கக்கூடும். ஆனால் கோயில் உணவை அண்டியிருந்தவர்கள் சூடாகவோ, குளிர்ச்சியாகவோ கல்லைச் சாப்பிட முடியாதாகையால் அவர் விரும்பினாலும்

விரும்பாவிட்டாலும் மத்தியானமும், இரவும் ஆகிய இரண்டு வேளையும் கோயில் சமையல் கூடத்தில் உணவு தயாரிக்க வேண்டியிருந்தது. அக்கறையின்றி, ஆனாலும் திறமையாகவே தனது கடமைகளை நடத்திக்கொண்டு பெரும்பாலும் குறைகாண முடியாதபடி சமாளித்துக்கொண்டு வந்தார்.

தான் இறப்பதற்கு சில வருடங்கள் முன்பாக மாத்ருபூதம் ஐயர் தனது ஒரே மகனுக்கு பக்கத்து கிராமத்தைச் சேர்ந்த வேதசாஸ்திரங்களில் வல்லுநரான, ஆனால் வறுமையில் உழன்று கொண்டிருந்த வைதிகர் ஒருவருடைய பெண்ணை மணமுடித்து வைத்தார். அந்தக் குடும்பத்தில் ஐந்து பெண்கள். மூத்த பெண் மதுரத்தம்மாள். முக லட்சணமும், ஆரோக்கிய மான உடம்பும், கடின உழைப்பும் கொண்ட பெண். இனிமை யான குரல் கொண்டு, சமஸ்கிருதத்திலும் தமிழிலுமாக, வீடுகளில் வழங்கி வந்த ஸ்லோகங்கள் அனைத்தும் அறிந்து வைத்திருந்தாள். அவளுடைய சோம்பேறிக் கணவனுக்கு நேர் எதிரிடையாக எப்பொழுதும் துறுதுறுவென்று, சுறுசுறுப்பாக ஏதாவது செய்துகொண்டே இருக்கும் அவளால் விடிந்தால் ஒரு நிமிடம்கூட வீணாகக் கழிக்கப் பிடிக்காது. இயல்பாகவே பிறருக்கு உதவும் மனப்பான்மை கொண்டு, வம்பு பேசாதவளாய், கடவுள் பக்தியுடனும், கணவனிடமும் பக்தியுடன் உண்மையான மனைவியாக இருந்து வந்தாள் மதுரத்தம்மாள். அவளுடைய கணவன், இளைய ராமச்சந்திர ஐயர் வீட்டிற்கு வேண்டியதைக் கொண்டு வர இயலாதவராய் போக, யோசித்து ஒரு தீர்மானத் திற்கு வந்தவளாய் சர்வமானிய அக்ரஹார குடும்பங்களில், பணக்கார பிராமணர் இல்லங்களில் தேவைப்பட்டவர்களுக்கு சமையல் செய்யப் போகத் தொடங்கி சீக்கிரமே சர்வமானியத் தெரு இல்லங்களுக்கு இன்றியமையாதவளாக மாறினாள். தங்கள் குடும்ப ரகசியங்கெளெல்லாம் அவளுக்குத் தெரிய வந்தாலும் அவள் அதைப் பற்றியெல்லாம் பிறரிடம் வம்பு பேச மாட்டாள் என்று அவர்களுக்குத் தெரியும். அந்தக் குடும்பங்களிலுள்ள சில ஆண்களுக்கு பெண் சபலம் உண்டென்றாலும் மதுரத்தம்மாள், பார்க்க லட்சணமாக இருந்தாலும், அவர்களுக்கு இடமளிக்க மாட்டாள் என்று சர்வமானியக் குடும்பத்துப் பெண்மணிகளுக்கு நம்பிக்கையிருந்தது. பார்ப்பதற்கு லட்சணமாக இருந்த மதுரத்தம்மாள் தனது இனிமையான குரல் வளத்தாலும், பாடும் திறமையாலும், அடக்கவொடுக்கமான குடும்பப்பாங்கான உருவத்தாலும் திருவிழாக்காலங்களிலும் திருமணங்களிலும் அதிகப் பொலிவு சேர்க்கும் சாதனமானாள். தவிர, எப்பொழுதுமே

எவருக்கு எந்த உதவி செய்யவும் தயாராக இருந்தாள் அவள். வீட்டுத்தலைவராக அவர்கள் வீட்டை நடத்திச் சென்றவள் மதுரத்தம்மாளே தவிர ராமச்சந்திர ஐயர் அல்ல.

இளைய ராமச்சந்திர ஐயரை ஊராருக்குப் பிடிக்கவில்லை என்றில்லை. இருந்தாலும் அவர்களுக்கு மதுரத்தம்மாளை அதிகமாகப் பிடித்தது. ராமச்சந்திர ஐயரால் அவர்கள் குடும்பத்திற்கு ஒரு பயனும் இல்லையென்றும் குடும்பத்தை பல்வேறு சிரமங்களுக்கிடையே நடத்திக்கொண்டு போகும் பொறுப்பு அந்த ஏழைக் கடின உழைப்பாளி மதுரத்தம்மாளின் தலையில்தான் என்பதும் கிராமத்தாருக்கு நன்றாகவே தெரிந்திருந்ததால் அவர்களுக்கு அவள்மேல் அனுதாபமும் உண்டு. ஊர்ப் பெண் மணிகளில் யாருக்கெல்லாம் வழியிருந்ததோ அவர்களெல்லாம் அவளுக்கு தாராளமாக, மனமுவந்து உதவி செய்தனர். மதுரத்தம்மாளைப் பொறுத்தவரையில், சமயங்களில் அவளுக்குத் தர வேண்டியதைத் தராமல் ஏமாற்றியவர் பற்றிக்கூட அவள் தவறாகப் பேசியதேயில்லை. எல்லோருக்குமே அவள் நம்பக்கூடியவளாக, மரியாதைக்குரியவளாக, நல்ல நடத்தையும், பண்பாடும் கொண்ட பெண்மணியாகப் பட்டாள்.

அவர்களுக்கு ஒரு பெண்ணும் பிள்ளையும் இருந்தனர். மணி என்ற பெயர் கொண்ட அவர்கள் பிள்ளை பெண்ணைவிட ஒன்பது வயது பெரியவன். சமையற்காரன் பிள்ளை என்பதில் அவமானப்படுபவனாய், ஒருவித முரடனாய் வளர்ந்திருந்தான். அவன் நன்றாகப் படிக்கவில்லை என்றாலும் இனிமையான குரல் வளம் கொண்டு, நன்றாகப் பாடக்கூடியவன். ஆரம்பத்தில், அவனுக்கு சினிமா நடிகனாகவோ இல்லை ஒரு சங்கீத வித்வானாகவோ வரும் ஆசையிருந்தது. ஆனால் சாத்தனூரில், ஒன்றுக்கும் பயன்படாத ஒரு சமையற்காரருக்குப் பிள்ளையாய் புழங்கி வரும் வரை ஒன்றும் சாதிக்க முடியாது என்பதைப் புரிந்துகொண்டு பதினாலு வயதிற்கு முன்னாலேயே வீட்டை விட்டு ஓடிவிட்டான். அதற்குப் பிறகு அவனைப் பற்றி சாத்தனூரில் எந்த விவரமுமில்லை. அவனைத் தன் பிள்ளையென்று யாரும் பேசக்கூடாது என்று இளைய ராமச்சந்திர ஐயர் திட்டவட்டமாகத் தடை விதித்திருந்தார். எனில், அவன் வீட்டை விட்டு ஓடிச்சென்ற சில வருடங்களுக்குப் பின் திரைப்படவுலகத்தில் முதல் தரமான ஒரு புதிய கலைஞனாக உதயமாகி விரைவிலேயே மிகவும் பிரபலமானான். சினிமாச் செய்திகளை வெளியிடுவதற்கென்றே இருக்கும் பத்திரிகைகள் அந்தக் கலைஞனை சாத்தனூரைச் சேர்ந்த

மணி என்று வர்ணித்தது. அவனோடு திரும்பச் சேர்ந்து கொள்ள ராமச்சந்திர ஐயர் எந்த முயற்சியும் செய்யவில்லை. எனினும் மதுரத்தம்மாள் மட்டும் பிள்ளைப் பாசத்துடன் மணிக்கு இரண்டு மூன்று கடிதங்கள் எழுதினாள். அவன் பதிலெழுதவே இல்லை. இனியும் அவள் மணிக்குக் கடிதம் எழுதினால் அடி விழும் என்று அச்சுறுத்தி அவளைக் கடிதம் எழுதவிடாது தடுத்து நிறுத்தினார் இளைய ராமச்சந்திர ஐயர். அவள் எழுதுவதை நிறுத்திவிட்டாலும் கணவன் அறியாமல் சில தோழிகளோடு மணி வெட்கங்கெட்ட பெண்களுடன் நடித்த படங்கள் சிலவற்றைப் பார்க்கப்போய், அதிவிரைவாக மிகச்சிறந்த திரைக் காதலனாகப் பெயர் பெற்ற மகனின் நடிப்புத் திறமையைக் குறித்து அதிசயப்பட்டுப் போனாள். மணியைப் பற்றி அவள் யாரிடமும் பேசியதில்லை யாயினும் யாராவது, அவளுடைய மகன் மணி என்று அறிந்தோ, அறியாமலோ, அவனைப் பற்றி அவளிடம் பேசினால் ரகஸ்ய மகிழ்ச்சிப் பொலிவில் பிரகாசமாகிப் போவாள் – தன் மகிழ்ச்சியை மிக வெளிப்படையாகக் காட்டிக்கொள்ள அவளுக்கு விருப்பமில்லை என்றபோதும். குடும்ப நிலைமை கீழே போய்க்கொண்டேயிருந்தது. மணி மேலும் மேலும் வளர்ந்துகொண்டே போனான். என்றாவது ஒருநாள் குடும்பத்தை வறுமையிலிருந்து மீட்க மணி திரும்பி வருவான் என்று நம்பியபடி இருந்தாள் மதுரத்தம்மாள்.

அண்ணன் மணி ஓடிச் சென்றபோது, ஊராரிடம் நல்ல பெயர் பெற்றிராத கொள்ளுப் பாட்டியின் பெயரைக் கொண்டிருந்த அவன் தங்கை அலமுவுக்கு எட்டு வயதுதான். அண்ணாவால் தன் அம்மாவுக்கு எத்தனை துன்பம் என்று அவள் அறிந்திருந்தாளாகையால் தான் அந்த மாதிரியான எந்தத் துன்பமும் அம்மாவுக்குத் தரவே கூடாதென்று தனக்குள் குழந்தைத்தனமாய் சங்கற்பம் செய்து வைத்திருந்தாள். அம்மாவின் நற்பண்புகளையும், இனிய குரலையும் பெற்றவளாய் எல்லோரிடமும் சினேகமாய் இருந்தாள். தனது பாடங்களில் நல்ல தேர்ச்சி பெற்றவளாய் ஒவ்வொரு வகுப்பிலும் நன்றாகத் தேறி வந்து கார்மலைட் சகோதரிகளின் பிரியத்துக்குகந்தவளாகத் திகழ்ந்தாள். அவள் பள்ளிப்படிப்பை முடித்து கல்லூரியில் சேர்ந்து படித்துப் பட்டம் பெற்று திரும்ப இவர்கள் பள்ளியிலேயே ஆசிரியையாக வரவேண்டும் என்று அவர்களுக்கு விருப்பம். ஆனால் அவள் இன்னும் பள்ளிப்படிப்பை முடிக்கவேண்டும். இனிமேல்தான் மதுரத்தம்மாளின் சம்மதமும் கிடைக்க வேண்டும். பெண்ணைப் படிக்க வைத்தால் அவளும் மகனைப்போல் தனக்கு இல்லாதவளாகி விடுவாளோ என்ற பயம் மதுரத்தம்மாளுக்கு. பள்ளியிலிருந்த

தமிழ்ப் பெண் சிஸ்டர் ஜூடித் அவளிடம் கல்லூரிப் படிப்பின் நன்மைகள், பலனையெல்லாம் பற்றித் தமிழில் எடுத்துக் கூறுவாள். 'அலமு நிச்சயமாக ஒரு நல்ல ஆசிரியையாகத் திகழ்வாள். அவள் நல்ல சுறுசுறுப்பான, கருணையுள்ளம் கொண்ட பெண். படித்து முடித்த பிறகு அவள் இந்தப் பள்ளியிலேயே ஆசிரியையாக சேரமுடியும். ஏற்கனவே அவளைப் படிக்க வைப்பது பெரும் சுமையாக இருந்துவரும் அந்தக் குடும்பத்திற்கு அவளைக் கல்லூரியில் சேர்ப்பதன்மூலம் அதிகச் சுமை சேராதபடி பள்ளிச் சகோதரிகள் பார்த்துக் கொள்வார்கள்...!' இதையெல்லாம் கேட்டு மதுரத்தம்மாளுக்கும் மகளைக் கல்லூரியில் படிக்க வைக்க ஆசைதான். இருந்தாலும் அதற்கு இன்னும் மூன்று நான்கு வருடங்கள் இருக்கின்றனவே – பிறகு பார்த்துக் கொள்ளலாம் என்ற எண்ணத்துடன் அவள் தனது சம்மதத்தை அப்போதைக்குத் தராமல் தள்ளிப்போட்டு வந்தாள்.

அலமுவுக்குத் தன் தந்தையிடமோ, தாயிடமோ எந்த விரோதமுமில்லை. அவர்களிருவருமே அன்பாகவும், அனுசரணை யாகவும் இருப்பதை அவளால் அறிய முடிந்தது. கிராமத்தில் தனது அந்தஸ்து குறித்து அவள் பெரிதாகக் கவலைப்படவில்லை. அவள் ஒரு சமையற்காரரின் பெண். தேவைப்பட்டபோதெல்லாம், சமைப்பதற்காய் அழைத்து வேலைக்கமர்த்தப்படும் பெண்மணியின் மகள்தான். அதனாலென்ன? யாரும் அவள் அம்மாவைப் பற்றிக் குறைவாகப் பேசியதில்லை. அவளுடைய பள்ளியாசிரியைகள் அவளிடம் மிகவும் அன்பாகவே இருந்தார்கள். சமயங்களில் அம்மாவுடன் கூடமாட இருந்து உதவுவதற்காகப் பிறர் வீடுகளுக்குப் போகும் போதெல்லாம் கிராமத்தைச் சேர்ந்த பிராமணப் பெண்மணிகளெல்லாம் அவளிடம் அன்பும் அனுதாபமும் காட்டினர். பனிரெண்டு வயதிற்குப் பின்னர் அவள் அம்மாவுடன் அவர்கள் வீடுகளுக்கெல்லாம் அடிக்கடி போவதுண்டு. அந்த வேலை அவளுக்குப் பிடித்திருந்தது. விழாக்கள், திருமணங்கள் போன்ற விசேஷங்களுக்குப் போவது, உள்ளிருந்து வேலை செய்த வண்ணம் பார்க்கையில் சிறிது வித்தியாசமாகவே இருந்தாலும், அவளுக்கு உற்சாகமாகவே இருந்தது. எல்லாவற்றையும்விட கால் ஊனமான ஹேமாவைப்போல் அல்லாமல் தான் உடல் ஊனம் ஏதுமின்றி இருப்பதே மிகத் திருப்தியாக, கடவுளுக்கு நன்றி செலுத்த வேண்டியதாகத் தோன்றியது. ஹேமா பணக்காரப் பெண், புத்திசாலி என்றாலும் ஹேமாவுக்கு உடலின் கீழ்ப்பகுதி சுவாதீனமற்று இருந்தது. அவளால் கல்யாணம் செய்துகொள்ள முடியாது; அப்படியே செய்துகொண்டாலும் குழந்தை பெற

முடியாது. அலமுவுக்கு ஹேமாவை மிகவும் பிடிக்கும். தனக்கு ஒரு தமக்கை இருந்தால் அவள்மேல் எத்தனை அன்பு செலுத்துவாளோ அதேபோல் ஹேமாவிடமும் அன்பு கொண்டு, முக்கால்வாசி நேரம் அவளுடனேயே இருந்து பொழுதைக் கழித்து, பள்ளியில் நடந்த விஷயங்களையெல்லாம் அவளிடம் கூறி, அவளோடு சேர்ந்து புத்தகங்கள் படித்து அவளுக்காக பள்ளி நூலகத்திலிருந்து புத்தகங்கள் எடுத்து வந்து கொடுத்தும், பொதுவாக சாத்தனூரில் நடப்பவைகளைக் குறித்து விவாதிக்கவும் செய்வாள் அலமு. சாத்தனூருக்கு அவதூதர் வந்து சேர்ந்த பிறகு, இரண்டு பெண்களும் நீண்ட நேரம் தங்களுக்குள்ளாக, அவரவர் கோணங்களிலிருந்து அவதூதரைப் பற்றிப் பேசி விவாதித்துக் கொள்வார்கள். அலமு அவதூதரிடம் முழுவது மாய் பக்தியும் மரியாதையும் கொண்டிருந்தாள். ஆனால் ஹேமா அவரிடம் மரியாதையும், மதிப்பும் கொண்டிருந்தாலும் அதிகமாய் ஒரேயடியாக பக்தி கொண்டவளாக இருக்கவில்லை. அவதூதர் அவளிடம் பிரத்யேகமாக சினேகமாகி அவளுக்கு இயந்திர விளையாட்டு பொம்மைகள் எல்லாம் அடிக்கடி கொண்டு வந்து தந்து அவளுக்கு உற்சாகமுண்டாக்குவார். தான் அவளுடைய அண்ணனோ, இல்லை மாமாவோ என்று கூறிக்கொள்வார்.

ஐந்தாவது பாரம் படித்துக்கொண்டிருக்கையில் அலமுவுக்கு திரைப்பட நடிகனாய் மிகப் பிரபலமாகி சென்னையில் பெருத்த பணக்காரனாயிருக்கும் தன்னுடைய அண்ணனுக்குக் கடிதம் எழுதும் யோசனை ஏற்பட்டது. அவளுக்குச் சில பொருட்கள் தேவையாயிருந்தது. அதற்கான பணவசதி அவள் பெற்றோரிடம் இல்லை. ஐந்தாவது படிவத்திற்கு நல்ல மதிப்பெண்களோடும், பெயரோடும் உயர்த்தப்பட்ட அவளுக்கு அணிந்துகொள்ள புதிய தாவணிகள் தேவைப்பட்டன. ஒரு பிரபல தமிழ் வார இதழிலிருந்து – அதில் சினிமா விசிறிகளுக்காக திரைப்பட நடிக நடிகையரின் விலாசங்கள் தொடர்ச்சியாக வெளியாகி வந்தன – அண்ணன் மணியின் விலாசத்தைக் கண்டுபிடித்து அந்த விலாசத்திற்கு தன்னுடைய தேவையைத் தெரிவித்து ஒரு கடிதம் எழுதியனுப்பினாள். அனுப்பிய மூன்றாவது நாளே 'டைப்' செய்யப்பட்ட கடிதம் ஒன்று, நடிகன் மணியின் செயலாளர் புஷ்பாவோ, என்னவோ பெயருடைய ஒரு பெண்மணியின் கையெழுத்திடப்பட்டு வந்தது. அதில் நடிகன் மணிக்கு வைப்பாட்டிகள்தான் உண்டே தவிர சகோதரிகள் இல்லை என்று கூறப்பட்டிருந்தது. தான் கடிதம் எழுதியது தன் அப்பாவுக்குத் தெரிய வந்தால் அவருக்கு எக்கச்சக்க கோபம் வருமே என்ற பயத்தில்

அவள் அண்ணனை வீட்டிற்குப் பதில் எழுதச் சொல்லாமல் பள்ளி முகவரிக்குக் கடிதம் எழுதச் சொல்லியிருந்தாள். வந்த கடிதத்தில் காணப்பட்ட வாசகம் அவளை வெகுவாகக் கஷ்டப்படுத்தியதால் அவள் வாய்விட்டு அழத் தொடங்கினாள். அழுகையைக் கட்டுப் படுத்துவதற்குள் எங்கும் இருக்கும் சிஸ்டர் ஜூடித் அவளிடமிருந்து அந்தக் கடிதத்தை கைப்பற்றிப் படித்தாள் அலமுவைப் போலவே அவளும் அதிகக் கோபமடைந்தாள். என்றாலும் அதைக் காட்டிக்கொள்ளாமல் அந்தப் பெண்ணை சமாதானப்படுத்த முயன்றாள்.

அந்த நிகழ்ச்சிக்கும் ஒரு தொடர்ச்சி இருந்தது. சிஸ்டர் ஜூடித்திற்கு, அதையடுத்து சென்னை போகும் சந்தர்ப்பம் வாய்த்தபோது, வேட்டையாடித் தேடி மணியின் விலாசத்தைக் கண்டுபிடித்து, ஒரு பிரமாண்டமான ஸ்டுடியோவின் மாடியில் ஒரு படப்பிடிப்பில் நடித்துக் கொண்டிருந்தவனைக் கூப்பிட்டு, அந்த சினிமாவோடு சம்பந்தப்பட்ட யார் யாரோ முன்னிலையில் அவனைப் பற்றிய தன் எண்ணத்தை அழுத்தந்திருத்தமாய் காரசாரமாய் உரக்க எடுத்துரைத்தாள். திரைக்காதலன் என்று பெயர் பெற்ற ஒரு நடிகனோடு ஒரு கிறித்தவ சகோதரி உரையாடுவது என்பது திரைப்படப் பத்திரிகையாளர்கள் என்று சொல்லிக்கொண்டு திரியும் சில சில்லறைப் பத்திரிகையாளர்களின் ஆர்வத்தைக் கிளறிவிட்டது என்றாலும் அந்த ஆர்வத்திற்குத் தீனிபோட நடிகன் மணியோ, சிஸ்டர் ஜூடித்தோ அக்கறை காட்டாததால் அவர்களிருவரும் சந்தித்த நிகழ்ச்சி பற்றி பத்திரிகைகளில் கிசுகிசுக்கள் வந்தாலும், அவற்றிற்கு எந்தவித ஆதாரங்களோ, காரணங்களோ காட்டப்படவில்லை. அலமுவும் அந்த செய்தியைப் படித்தாள் என்றாலும் அவள் அந்த நிகழ்ச்சியோடு சிஸ்டர் ஜூடித்தை சம்பந்தப்படுத்திப் பார்க்கவில்லை. சில நாட்கள் கழித்து தன் கைப்பட, தன்னை மன்னிக்கும்படியும், அவள் கேட்டிருந்த உதவிகளைச் செய்வதாகவும் கடிதம் எழுதிய அண்ணனைப் பற்றி நினைக்கக்கூட விரும்பவில்லை அவள். அப்படி வந்த கடிதத்தை அவள் திறந்து பார்த்து படிக்கக்கூட இல்லை. படிக்காமலேயே அதைக் கிழித்து எறிந்துவிட்டாள். அதற்குப் பின் அவனை அண்ணன் என்ற முறையில் எண்ணிப் பார்க்கவேயில்லை அவள். எது இல்லாவிட்டாலும், அலமு தன்மானமுள்ள, ரோஷமுள்ள பெண்.

எல்லாவற்றிற்கும் மேலாய், கிராமத்தில் நடக்கும் எல்லாவற்றையும் தெரிந்து வைத்திருக்கும் அவதூதர் அவளிடம் தன் அண்ணனைப்

பற்றிக் கவலைப்படவோ, அவனுக்குக் கடிதம் எழுதவோ வேண்டாமென்றும் அவனே காலப்போக்கில் மனம் திருந்தி, தானே அவர்களைத் தேடி வருவானென்றும் கூறியதைக் கேட்டுத் திருப்தியடைந்த அலமு, அண்ணன் மணியைப் பற்றிய எந்த விஷயத்தையும் நினைவுகூராமலிருக்க சுலபமாகப் பழகிக்கொண்டாள். என்றாலும், ரகசியமாக அவன் நடித்த ஓரிரண்டு படங்களைப் போய் பார்த்தாள். அவை அவளுக்கு அதிகமாகவொன்றும் பிடிக்கவில்லை. அவை தமிழ்த் திரைப்படப் பார்வையாளர்களிடம் பரவலாய் செல்வாக்குப் பெற்றிருந்த உச்சஸ்தாயியில் வசனங்கள் அலறும் வகையைச் சேர்ந்தவை.

தனது கணவனைக் கோயில் சமையல் பரிசாரகர் வேலையிலிருந்து நீக்கி வீட்டிற்கு அனுப்பி விடுவார்களோ என்ற பயத்திலேயே காலங்கழித்து வந்தாள் மதுரத்தம்மாள். அவர் கடவுளுக்கோ, மனிதனுக்கோ, ஏன் தனக்கேகூட சேவை செய்துகொள்ளவில்லை. அத்தனை சோம்பேறி அவர். அவருடைய மனைவி அதுகுறித்து அவரிடம் சண்டையிட்ட போதெல்லாம் தாயுமானவர் பாடல் வரியொன்றை – சோம்பேறியாயிருப்பது பெருத்த சந்தோஷம் உனக்கு – உன் மனைவிக்கும் குழந்தைக்கும் அல்ல – மேற்கோள் காட்டி ஏனோதானோவென்று தன்னைப் பாதுகாப்பதாய் எதையாவது பேசி வைப்பார். அவள் திரும்ப எதிர்த்துக் கூறுவாள். அதற்கு அவரிடம் பதிலிருக்காது. கடவுள் பயங்கொண்ட பெண்மணியானாலும் மதுரத்தம்மாளுக்கு, அவதூதரிடம் மதிப்பும், மரியாதையும் இருந்தாலும்கூட, கூடவே தன் கணவரிடம் அவர் கடமைகளைச் சரிவரச் செய்யும்படியும், கோயில் சமையல் கூடத்தையும், குடும்பத்தையும் நல்ல முறையில் பராமரிக்கும்படியும் அறிவுரை கூற மாட்டேனென்கிறாரே என்ற கோபமும் உண்டு. அந்த மாதிரி ஏதேனும் அவதூதர் அறிவுரை கூறியிருந்தால், சோம்பேறியென்றாலும்கூட இளைய ராமச்சந்திர ஐயர் அவதூதர் பேச்சை மதித்து நடந்திருப்பார். ஒருநாள் மதுரத்தம்மாள் அவதூதரிடம் 'தன் கணவர் சோம்பேறியாயிருப்பதை அவதூதர் எப்படி ஊக்குவிக்கப் போயிற்று?' என்று கூடக் கேட்டதுண்டு. ஆனால் அதற்கு அவதூதர் பதிலெதுவும் கூறவில்லை. முன்னாள் நீதிபதியிடமும் திவான் பகதூரிடமும்கூட மதுரத்தம்மாள், தன் கணவனுக்கு சாதகமாய் கோயில் நிர்வாகிகளிடம் ஓரிரண்டு வார்த்தைகள் போட்டு வைக்கும்படி சொல்ல முயன்றாள். ஆனால் அவர்களுக்குக் கோயில் நிர்வாகிகளிடம் பெரிய செல்வாக்கொன்றும் இருக்கவில்லை. அவர்களிடமிருந்து முன்னிருவரும் விலகியே இருந்ததால் கோயிலின் பரம்பரை

அறங்காவலரான சிவஷண்முகம் செட்டியார் மட்டும் கோயில் நிர்வாகிகளுக்கு ராமச்சந்திர ஐயரை வேலையை விட்டு அனுப்பும் எண்ணமில்லையென்றும், அதிக வேலை இல்லையென்றாலுங்கூட கோயிலுக்கென்று ஒரு சமையற்காரர் என்றும் தேவையே என்றும் கூறி மதுரத்தம்மாளுக்கு நம்பிக்கையூட்ட முயன்றார். சிவஷண்முகம் செட்டியார் நல்ல மனிதர், நல்ல முறையில் பேசக்கூடியவர் என்றாலும் மதுரத்தம்மாளுக்கு நம்பிக்கை பிறக்காமல் தனது குடும்பத்தையும் தன்னையும் நல்ல முறையில் வாழ உதவி புரியுமாறு கடவுளர்களிடம் வேண்டிக் கொண்டாள். அலமு கல்லூரிக்குப் போவது குடும்பத்திற்கு உதவக்கூடும்.

ஓரிரண்டு வருடங்களுக்குப் பிறகு தனது மனைவியுடன் விஞ்ஞானி ராமன் சாத்தனூர் திரும்பியதும் மதுரத்தம்மாள் ராமன் மனைவி ஹேமாவை சந்தித்து தனது பிரச்சனைகளைக் கூறினாள். ராமனுக்கு அவளுடைய கவலைகள் தெரிய வந்ததும் அவளிடம் தானே ராமச்சந்திர ஐயரையும், அவர் குடும்பத்தையும் பற்றிப் பிரத்யேகமாய் கவனம் செலுத்துவதாகவும் அவர்களைத் தன்னோடு, வேறு எதற்கும் வழியில்லாது போகும் நிலை வந்தால், பம்பாய்க்கு அழைத்துக்கொண்டு போய்விடுவதாகவும் நம்பிக்கையளிக்கும் விதமாய் பேசினான். தொடர்ந்து, 'அலமு நன்றாகப் படிக்கும் மாணவி என்று கேள்விப்படுகிறேன். அவள் கல்லூரிக்குப் போய் படிக்கட்டும். உங்களுக்கு அதில் பணக்கஷ்டம் இருந்தால், நான் சந்தோஷமாக உதவுகிறேன். என் அம்மாவுக்கு உங்களையும், அலமுவையும் மிகவும் பிடிக்கும் தெரியுமா!' என்றான். ராமன், தான் கொடுத்த வாக்கைக் காப்பாற்றுபவன் என்பது தெரியுமாகையால் அவனுடைய வார்த்தைகளால் மதுரத்தம்மாள் கொஞ்சம் திருப்தியடைந்தாள். இருந்தாலும், அவதூதரிடம் தன் கணவரைப் பற்றி ஒரு வார்த்தை போட்டு வைக்குமாறு அவனிடம் கேட்டுக்கொண்டாள். அவதூதருக்கு, ராமன் மதுரத்தம்மாளிடம் கொடுத்த வாக்கு பற்றி தெரிய வந்தபோது அவர் சிரித்தவாறு கூறினார். "நீயும், உன்னுடைய லட்சணமான மனைவியும் நடக்கும் விஷயங்களிலிருந்து உலகத்தைப் பாதுகாப்பதிலேயே குறியாக இருக்கிறீர்கள் இல்லையா?" ராமனுக்கு, அந்த வார்த்தைகளை எந்தவிதமாய் அர்த்தப்படுத்திக் கொள்வது என்று தெரியவில்லை. இருந்தாலும் மதுரத்தம்மாளிடம் எல்லாம் நல்லபடியாக முடியும் என்று கூறி அதோடு அந்த விஷயத்தைத் தொடராமல் விட்டான்.

தனது பிரத்யேக அன்பிற்குப் பாத்திரமானவர்கள் என்று பறைசாற்றிக் கொள்பவர்களைப் பாடுபடுத்திப் பாடம் புகட்டு

வதில் அவதூதருக்கு அளவற்ற ஆனந்தம் – அதை அப்படிச் சொல்லலாமென்றால் – இருந்தது. அப்படி அவர் இரண்டாம் ராமச்சந்திர ஐயரிடம் கப்பம் கறந்ததைக் கூறுவதென்றால், வழக்கமாக தனக்கு எதிரில் கோயில் பரிசாரகர் வரும் போதெல்லாம் அவரிடம் ஒரு டஜன் மலை வாழைப்பழத்தைக் கேட்டு வாங்கிக் கொண்டதைக் கூறலாம். அந்தக் காலத்தைய ஊட்டமும், சுவையும் கொண்ட ஒரு டஜன் மலை வாழைப்பழத்தின் – தென்னிந்தியர்களால் விரும்பிச் சுவைக்கப்பட்டது – விலை ஒன்றும் பெரிதில்லை. ஆறணாக்கள் மட்டுமே என்றாலும் கோயில் குருக்களிடம் அந்த சிறுதொகைகூடக் கிடையாது. அவருடைய கோயில் வருமானத்தைப்போல் இருமடங்கு அந்தத் தொகை. எனவே, அவதூதர் கேட்ட பழங்களை வாங்க, பிச்சையெடுத்தோ, கடன் வாங்கியோ, இல்லை திருடியோ பணம் உண்டாக்க வேண்டியிருந்தது அவருக்கு. கடைவீதிகளுக்குப் போகும் நேரம் பழம் வாங்குவது அவர் வழக்கம். கடைவீதியிலிருந்த வியாபாரிகள் அவருக்கு பனிரெண்டு மலைவாழைப் பழத்தைக் கடனாகக் கொடுக்கத் தயாராக இருந்தனர். இரண்டாம் தடவை, அந்தப் பழங்கள் அவதூதருக்கே என்று அவர்களுக்குத் தெரிந்திருந்தாலும், கடன் கொடுக்கத் தயங்கினர். அவர் பழங்களுக்கு வேண்டிய பணத்தை திவான் பகதூரிடமிருந்தோ, முன்னாள் நீதிபதியின் மனைவியிடமிருந்தோ, பஞ்சாமியிடமோ, ஏன் சிவஷண்முக செட்டியாரிடமிருந்து கூட, கடனாக வாங்கியிருந்தால், அதைத் திருப்ப வேண்டிய அவசியமில்லை. ஆனால் அடிக்கடி அவர்களிடமே திரும்பத் திரும்பப் போய் கடன் வாங்க அவருக்குக் கஷ்டமாக இருந்தது. ஒரு முறை சப் –இன்ஸ்பெக்டர் குலாம் கவுஸ், அருகிலிருந்த கடையொன்றிலிருந்து தோரணை யுடன் மலைவாழைப் பழத்தை பணம் கொடுக்காமல் எடுத்துக் கொண்டு வந்து இளைய ராமச்சந்திர ஐயரிடம் கொடுத்து உதவினான். இது, முடிவில் அந்தக் கடைக்காரருக்குத் தன் மேலான நல்ல அபிப்பிராயத்திற்கே குந்தகம் விளைவித்து விடுமோ என்று பயந்தவராய் அது முதல் குலாம் கவுஸைக் கேட்பதை விட்டுவிட்டார் ராமச்சந்திர ஐயர். மதுரத்தம்மாள், அவளிடம் பணமிருந்தால், அவருக்கு கொடுத்துதவக் கூடும். ஆனால் அவள் கையில் சிறிய தொகைகூட அபூர்வமாகத்தான் இருந்தது. தந்தை படும் கஷ்டத்தைப் பார்த்து அலமுகூட ஓரிரு தடவை அவளுடைய சிறந்த சினேகிதனான தாவூத் ஷாவிடமிருந்து கடன் வாங்கி தந்தைக்குக் கொடுத்து உதவியிருக்கிறாள். சாத்தனூரில் மலைவாழைப்பழம் இல்லாது போனால் அது எப்பொழுதும்

இருப்பில் இருக்கும் கும்பகோணம் சந்தை வரை ராமச்சந்திர ஐயர் போய்வர வேண்டியிருந்தது.

அத்தனை கஷ்டப்பட்டு அவதூதருக்காக இளைய ராமச்சந்திர ஐயர் வாங்கிக்கொண்டு வரும் மலைவாழைப்பழத்தை அவதூதர் என்ன செய்தார்? அதிலிருந்து ஒன்றிரண்டாவது அவர் சாப்பிட்டிருந்தால் ராமச்சந்திர ஐயர் திருப்தியடைந்திருப்பார். ஆனால் எப்பொழுதும் அவற்றை வழியில் காண்பவர்களுக்குத் தந்தோ, அல்லது தெருவில் அலைந்துகொண்டிருக்கும் மாடுகளுக்கு வீசியெறிந்தோ, சமயங்களில் யாருக்கும் பயன்படாமல் திறந்த சாக்கடையில் அவற்றைத் தூக்கியெறிந்தும் வந்தார் அவதூதர். ஒருநாள் பழங்களில் ஒன்றைத் தாமே சாப்பிட்டால், அது பொன்னெழுத்துக்களில் பொறிக்கப்பட வேண்டிய நாளாயிற்று – இரண்டொருமுறை அவ்விதம் நடந்திருக்கிறது. மற்றொரு சமயம் பழங்களிலொன்றை அவதூதர் சின்ன ராமச்சந்திர ஐயருக்கே கொடுத்து அதனை உண்ணும்படி அவருக்குக் கட்டளையிட்டார்.

5

அவதூதரின் விசேஷ அன்பிற்குப் பாத்திரமானவனாகத் தன்னைக் கருதிக்கொண்ட அந்த மற்றொரு ஆசாமி சாத்தனூரிலிருந்த ஒரு ஹோட்டலின் உரிமையாளர் பஞ்சாமி. உண்மையில், ஊரிலிருந்த உணவு விடுதிகளிலேயே பஞ்சாமியின் ஹோட்டல்தான் தொன்மையானது. தவிர கும்பகோணம் உட்பட அந்தப் பிரதேசம் முழுவதும் வேறு எந்த ஹோட்டலிலுமே கிடைக்காத அளவு தரமான காபியும் அங்குதான் கிடைத்து வந்தது. தென்னிந்தியா முழுமையும் பஞ்சாமி ஹோட்டல் காபி பெயர் போனது. அதனை வேறு எவரிடமும் இல்லாத ஒரு தயாரிப்பு விகிதத்தில் பஞ்சாமி செய்தார். அவதூதர் காபி அருந்துவதில் வல்லுநர். எனவே தினமும் இரண்டு வேளை தவறாமல் பஞ்சாமியின் ஹோட்டல் காபி அருந்தப் போய்விடுவார்.

பஞ்சாமி சரியான சாத்தனூர் வாசியில்லை. அவர் பாலக்காட்டைச் சேர்ந்தவர். அவருக்கு முன்பு அவருடைய தந்தை பல்வேறு இடங்களில் பல உணவு விடுதிகள் நடத்தி தனக்கென்று ஒரு பெயர் சம்பாதித்து வைத்தவர். அவர் ஆரம்பித்த ஹோட்டல்களில் இரண்டே இரண்டுதான் நிலைத்துச் செழித்தன. ஒன்று சாத்தனூரில், அவருடைய மூத்த மகன் பஞ்சாமியின் திறமையான மேற்பார்வையின்கீழ் இயங்கி வந்தது. மற்றொன்று பம்பாயிலிருந்தது. அங்கே பஞ்சாமியின் தந்தை தனது மற்ற இரு பிள்ளைகளோடு திறமையாக ஹோட்டல் நடத்தும் வியாபாரத்தில் கைதேர்ந்து செழித்துக் கொண்டிருந்தார். என்றாலும் பம்பாயிலிருந்த ஹோட்டல் எதற்கும் பெயர்போனதாக

அறியப்படவில்லை. அடிக்கடி தந்தையும், இரண்டு பிள்ளைகளுமாக பஞ்சாமியுடன் கலந்து செய்யவேண்டிய வெளியே தெரியாத ஏதோ மர்மமான வேலைகளுக்காக, சாத்தனூர் வந்து போய்க் கொண்டிருந்தார்கள். இருபதுகளின் மத்தியில் ஆரம்பிக்கப்பட்டது பஞ்சாமியின் ஹோட்டல். அவர் அதன்மூலம் தனக்கென்று பெயரும், புகழும், பணமும் சம்பாதித்து சர்வமானிய அக்ரஹாரத்தில் ஒரு வீடு வாங்கிப் போடும் அளவுக்குப் பணம் சேர்த்து, அவ்வீட்டைப் புதுப்பித்து அதில் தனது குடும்பத்தைக் குடி வைத்தார். அவர் குடும்பம், மூத்த மனைவி, ஆண்டுக்கு ஆண்டு மாறும் ஒரு இளைய மனைவி, பையன்களும், பெண்களுமாக நிறைய குழந்தைகள் – எல்லாம் அவருடையதே – கொண்டது. அவருடைய விதவையக்காள் அந்தக் குடும்ப நிர்வாகத்தை இரும்புக் கரங்களும், பஞ்சாமி வீட்டுச் செலவுக்கென்று கொடுக்கும் பணத்தை எப்படிச் செலவழிப்பது என்ற திட்டவட்டமான தீர்மானம் கொண்டு, செம்மையாக நடத்தி வந்தாள்.

சில வருடங்களிலேயே பஞ்சாமி மிகப்பெரிய பணக்காரராகி விட்டார். ஹோட்டல் வியாபாரம் மட்டுமே அதற்குக் காரணமில்லை என்று ஊரார் பேசிக்கொண்டார்கள். பலவிதமான தில்லுமுல்லு வியாபாரங்களை அவர் செய்து வந்ததாக வதந்திகள் பரவின. அப்படி சொல்லப்பட்ட வியாபாரங்களில் சில கண்ணியக் குறைவானவை. அவற்றில் ஒன்று அவர் பம்பாயிலும், பிற இடங்களிலுமுள்ள சிவப்பு விளக்குப் பகுதிகளுக்குப் பெண் விற்பனை செய்வதாகப் பேசப்பட்டது. அவருக்கு இன்னொரு வியாபாரமும் இருந்தது. சுதந்திரம் அடைந்த வருடம் பல ட்ரக்குகளை வாங்கி அவற்றை மாநிலமெங்கும் ஓட்டி அவற்றின் மூலம் கிடைக்கும் வருமானத்தைக் கொண்டு ஹோட்டல் கஜானாவை நிரப்புவது. பாண்டிச்சேரியிலிருந்து பொருட்களைக் கள்ளக்கடத்தல் செய்து வருவதாகவும் – அதற்கு ஆதாரமொன்றும் இருந்தது கிடையாது என்றாலும்கூட – அவர் மேல் ஊராருக்கு சந்தேகம் இருந்தது. விபச்சார விடுதிகளுக்குப் பெண்களை வழங்குவதாக அவர் பேரில் இருந்த சந்தேகத்திற்கு ஒரே ஒரு ஆதாரம் அடிக்கடி அவர் இளைய மனைவி என்று கூட்டிக்கொண்டு வரும் பெண்களும் அவர்கள் அவரோடு இரண்டொரு வருடம் இருந்துவிட்டுப் பின் மர்மமான முறையில் காணாமல் போவதும்தான். ஆனால் அதுகுறித்து அவர் வீட்டினர் யாரும் கிராமத்தார் எவரின் காதிற்கும் எட்டும்படியாக எதுவும் பேசியதில்லை. பஞ்சாமி தனது குடும்பத்தின் மேல் ஏகாதிபத்திய அதிகாரம் செலுத்தி வந்தார். தமக்கையொருத்திதான் அவரிடம் அடி வாங்காதவள். மனைவி, குழந்தைகள் மற்ற எல்லோருமே அவரிடம் எதிர்த்தோ, கோபமாகவோ பேசத்

துணிந்ததேயில்லை. தானே நேரிடையாக வேண்டாதவர்களைத் 'தக்கபடி' கவனித்துக்கொள்ள வசதிப்படாதபோது அவருடைய ட்ரக் வண்டி ஓட்டுநர்களின் தலைவன், ஒரு காலத்தில் கும்பகோணத்தின் மிகப் பிரபலமான ரௌடி கந்தஸ்வாமி மூப்பன் – அவர் சார்பில், அதனை நடத்திவைக்க – பிடிக்காத நபர்களைத் தகுந்தபடி கவனிக்க – நியமிக்கப்பட்டான்.

சுதந்திரம் கிடைக்கும் தருணத்தில் அவதூதர் சாத்தனூரை வந்தடைந்த சமயம், சாத்தனூர் சமூகத்தில் பஞ்சாமி தனது அந்தஸ்தை நிலைநிறுத்திக் கொண்டாகிவிட்டது. அவரை மதித்து, அவருக்குப் பயப்பட்டு நடந்தனர் உள்ளூர்வாசிகள். அவருடைய நடவடிக்கைகள் எப்படிப்பட்டதாக இருப்பினும் அவர் சிறந்த பக்திமானாகக் கருதப்பட்டு வந்ததால் மனிதர்களுக்கு அதிகம் தேவைப்படுபவராகவும் ஆனார். கோயில் புனருத்தாரணம், கலை, கலாசாரப் பாரம்பரியம் மிக்க இடங்களுக்குப் பயணம் போன்ற நல்ல காரியங்களுக்குத் தாராளமாக பண உதவி அளித்து வந்தார். ஆனால் அவர் வழவழா, கொழகொழா காரியங்களை என்றுமே வரவேற்றதில்லை. சாத்தனூருக்கு வருகைதரும் போலிச் சாமியார்கள், பக்திமான்கள் – அவர்களை அவர் பொய் புரட்டர்கள், கள்ளர்கள் என்று அழைத்து வந்தார் – முதலானவர்களிடம் மாட்டிக் கொள்ளாமல் விலகியே இருந்தார். ஆனால் அவர்களிடமிருந்து மாறுபட்டு அவதூதர், சாத்தனூர் வந்து சேர்ந்த சில மாதங்களுக்குள்ளாகவே பஞ்சாமியை வளைத்துக் கொண்டுவிட்டார். அவதூதருக்கு காபி என்றால் மிகவும் பிடிக்கும் என்பது எல்லாருக்கும் தெரிந்த விஷயம். பஞ்சாமியின் காபி செய்யும் திறமை முழுவதும் அவர் கட்டளைக்குக் காத்திருந்தது என்றாலும், ஒருநாள் ஹோட்டல் கல்லாப்பெட்டியில் கையை விட்டு அதிலிருந்த எல்லாப் பணத்தையும் எடுத்து அவதூதர் தெருவில் யார் வேண்டுமானாலும் பொறுக்கியெடுத்துக் கொள்ளும் அளவிற்கு வீசியெறிந்தபோது பஞ்சாமி அதை எதிர்த்தார். "ஆக, நான் இப்படிச் செய்வதை நீ விரும்பவில்லை, இல்லையா? சரி, நீ உன் அறையினுள் ஒரு பெட்டியில் ரகசியமாகப் பதுக்கி வைத்துள்ள பணத்தை எடுத்துக்கொண்டு வா" என்றார் அவதூதர். பஞ்சாமி தயங்கி நின்றார். உடனே அவதூதர் அவர் ரொக்கமாகப் பதுக்கி வைத்துள்ள பணத்தின் சரியான எண்ணிக்கையைக் கூறிக்கொண்டே போனார். பஞ்சாமி அன்று காலைதான் பணத்தை எண்ணி, பாங்கில் போடுவதற்காக அறையினுள் ஒரு பெட்டியில் வைத்திருந்தார். அதற்குப் பிறகும் பணத்தை எடுத்து வராது பஞ்சாமி தயங்கி நின்றதும் அவதூதர் தனது கையை உயர்த்தினார். அதில்

தொள்ளாயிரம் ரூபாய் மதிப்புள்ள ரூபாய் நோட்டுக்களடங்கிய, டேப்பால் கட்டப்பட்ட ஒரு நோட்டுக்கட்டு இருந்தது. அந்தக் கட்டப்பட்ட கயிறுகூட அப்படியே இருந்தது! "நான் இது குறித்துப் பார்த்துக் கொள்கிறேன்" என்று மட்டுமே கூறி அவதூதர் வெளியேறிவிட்டார். அந்தப் பணத்தைக் கொண்டு அவதூதர் என்ன செய்கிறார் என்று உளவு பார்க்கவேண்டி பஞ்சாமி தனது பிள்ளைகளில் ஒருவனை அனுப்பினார். அவதூதரைப் பின் தொடர்ந்து சென்ற அந்தச் சிறுவன் அவதூதர் அந்தப் பணத்தை மேரி மாதா தேவாலயத்தின் முன்புறம் வைக்கப்பட்டிருந்த உண்டியலில் போட்டுவிடுவதைப் பார்த்தான். அவதூதர் அந்தப் பையனை அழைத்து தன்னை அவன் பின்தொடர்ந்து வந்தது தனக்குத் தெரியும் என்று கூறினார். ஆனால் அவர் போகும்வழியில் ஒருமுறைகூட திரும்பிப் பார்க்கவில்லை! "கோபு, பஞ்சாமியிடம் திரும்பிப் போய் அவருடைய பணம் ஒரு நல்ல காரியத்திற்குப் பயன்பட்டுவிட்டது என்று சொல்" என்றார்.

பஞ்சாமியின் பணத்தில், அவதூதர் பொருள் விரயம் செய்யும் கேளிக்கைக்கு அந்நிகழ்ச்சிதான் ஆரம்பம். அதற்கடுத்த முறை அவர் அவ்விதம் செய்தது ஒரு விழா நாளின்போது. அன்று ஹோட்டலில் நல்ல வியாபாரம் நடந்து பஞ்சாமி கிட்ட தட்ட ஐநூறு ரூபாய்க்கும் மேலாக சில்லறைகளாகவும், அழுக்கு ஒரு ரூபாய் நோட்டுகளாகவும் சேர்த்தாகிவிட்டது. அவதூதர் ஹோட்டலை நோக்கி வருவதைப் பார்த்ததும் பஞ்சாமி வசூலாகியிருந்த பணத்தை மூன்று பங்குகளாகப் பிரித்து ஒன்றைக் கல்லாப்பெட்டியில் விட்டு வைத்து, மற்ற இரண்டு பங்கையும் சுவரில் வரிசையாக மாட்டப்பட்டிருந்த கடவுளர்களின் படங்களின் இரு முனைகளிலுமாகப் பதுக்கி வைத்தார். அவதூதர் முதலில் கல்லாப்பெட்டியிலிருந்த பணத்தை எடுத்து தெருவிலிருந்த ஜனத்திரளுக்கிடையே வீசியெறிந்தார். பின் சுவரில் மாட்டப்பட்டிருந்த சுவாமிப் படங்களை நோக்கி நடந்து சென்று படங்களுக்குப் பின்னால் கையைச் செலுத்தி, தானே அவ்விடத்தில் பணத்தை மறைத்து வைத்திருந்ததுபோல், அங்கு ஒளித்துவைக்கப்பட்டிருந்த பணமுடிப்பை எடுத்து அதையும் அவிழ்த்து இருந்த பணத்தை தெருவில் வீசியெறிந்தார். அதேபோல், படங்களின் பின்னால் மறுமுனையில் பதுக்கிவைக்கப்பட்டிருந்த பணத்தையும் வெளியே எடுத்து சிதறடித்தார். நடந்ததைப் பார்த்து பஞ்சாமிக்கு பெருத்த அதிர்ச்சி ஏற்பட்டது. அவதூதர் ஹோட்டலில் அந்த சமயம் இருந்த வாடிக்கையாளர்களைப் பார்த்து அவர்கள் சாப்பிட்டதெல்லாம் இலவசம் என்றும், அவைகளுக்கு அவர்கள் விலை எதுவும் தரவேண்டியதில்லை என்றும் உரக்கக் கூறினார். பஞ்சாமி அவதூதரை எதிர்த்து மறுத்துப் பேசியிருப்பார். ஆனால்

அவதூதர் அதற்காகவே காத்திருப்பதாகவும், மறுத்துப் பேசினால் இன்னும் கடினமாக பஞ்சாமியைத் தண்டிக்கத் தயாராய் இருப்பதாகவும் பட்டதால் பஞ்சாமி மறுத்துப் பேசாதிருப்பதே மேல் என்று புரிந்தவராய் மௌனம் சாதித்தார். ‘உங்களுக்குக் காபி கொண்டு வரட்டுமா?’ என்று மட்டுமே கேட்டார். ஆனால் அவதூதர் அவரை ‘அப்புறம்’ என்று கூறி ஒதுக்கிவிட்டு அங்கிருந்த இரண்டு, சுத்தம் செய்யப்படாமல் எச்சில் பண்டங்கள் மீதமிருந்த மேஜைகளை இழுத்து நன்றாக சேர்த்துப் போட்டு அவற்றின் மேலாக ஏறி காலை நீட்டிப் படுத்து க்ஷணத்தில் அமைதியாகக் குறட்டை விட்டபடி உறங்கிப் போனார். மின்சார விசிறி சுழன்று கொண்டுதான் இருந்தது என்றாலும் பஞ்சாமி கைவிசிறியைக் கொண்டு வந்து அவதூதர் காலடியில் அமர்ந்து அவருக்கு விசிறியபடியே தனது எண்ணங்களில் மூழ்கியிருந்தார். அவதூதர் எழுந்ததும் ஒரு கப் காபி வேண்டுமென்று கேட்க, பஞ்சாமி தானே தனது கையால் காபி தயாரித்து சுடச்சுட கொண்டு வந்து கொடுத்தார். ஆவி பறக்கத் தளைத்துக் கொண்டிருந்த காபியை வாங்கி அது இளஞ்சூடாக மட்டுமே இருந்தது போன்று சர்வசாதாரணமாக மளக் மளக் என்று குடித்து முடித்துவிட்டு, பஞ்சாமியை அவர் எண்ணங்களின் துணையில் விட்டு விட்டு, தன் வழி வெளியேறிப் போனார் அவதூதர்.

அன்றிரவு தனது தமக்கையிடம் பஞ்சாமி, நடந்ததெல்லா வற்றையும் தெரிவித்தபின் தமக்கை அவரிடம் “நீ ஏன் அவதூதரைத் தொலைத்து முழுகக் கூடாது?” என்று கேட்டாள்.

“அதைப் பற்றி எனக்கு ஒன்றும் தெரிய வேண்டியதில்லை” என்று மட்டுமே அந்தக் கேள்விக்குப் பதிலாக பஞ்சாமி கூறினார்.

அவரைப் புரிந்துகொண்டவளாக அக்காள் ராஜாத்தி கந்தஸ்வாமி மூப்பனைத் தான் பார்க்க விரும்புவதாக ஆளனுப் பினாள். மதுரைக்குச் செல்லும் தங்கள் ட்ரக் வண்டிகளுடன் புறப்படுவதற்கு முன்பாக அவளைப் பார்க்க வரும்படி அவள் ஆளனுப்பியதற்கேற்ப மூப்பனும் வந்தான். அவன் ஈ.வே.ரா வின் வழி வந்தவன். கடவுளர்கள் எவரும் இல்லையென்று அறிந்தவன். ஆதலால் அவனுக்கு அவர்கள் குறித்து பயமெதுவும் இல்லை. சக்தியில் தான் ஐந்து ஆட்களுக்குச் சமமான உடல் வலுவைப் பெற்றவன் என்பதும் அவனுக்குத் தெரியுமாதலால் அவனுக்கு எவனிடமும் பயம் கிடையாது. அவன் அந்த நல்ல ஹோட்டல் முதலாளியின் நல்ல தமக்கையிடம் எதற்கும் கவலைப்பட வேண்டாம் என்றும், அவள் கேட்டுக்கொண்டது நடந்தேறிவிட்டதாகவே கொள்ளும்படியும், இனி அவதூதரால்

எந்தத் தொல்லையும் இருக்காதென்றும் கூறிவிட்டுச் சென்றான்.

அவன் பத்து நாட்கள் சாத்தனூருக்கு வரவில்லை. வந்ததும் நேராக ராஜாத்தியிடம் சென்று கூறினான்: "அவதூதரை மிகச் சுலபமாகவே ஒழித்துக் கட்டிவிட முடிந்தது. அவ்வேலியோரமாக நீட்டிப் படுத்து உறங்கிக் கொண்டிருப்பதைப் பார்த்தோம். கட்டை விரலளவு கெட்டியான கயிற்றால் அவரை இறுகக் கட்டி திண்டுக்கல் வரை வண்டியில் வைத்துச்சென்று அங்கே குன்றுப்புறமாயிருந்த காட்டில் தூக்கியெறிந்து விட்டு வந்து விட்டோம். இனி அவதூதரை மீண்டும் சாத்தனூரில் பார்ப்பதற்கு நிறைய காலமாகும். நீங்கள் அந்தத் தொல்லையிலிருந்து விடுபட்டாகிவிட்டது. தயவுசெய்து இந்த வேலைக்காக எனக்குத் தனியாக ஐந்நூறு ரூபாய் தரும்படி பஞ்சாமி ஐயரிடம் கூறுங்கள்."

சர்வமானிய அக்ரஹாரத்திலிருந்து அக்காவிடம் விவரம் கூறிய பின்னர் மூப்பன் நேராக, தெற்கு சன்னதித் தெருவிலிருந்த பஞ்சாமியின் ஹோட்டலுக்குத் தான் திரும்பி வந்துவிட்டதைத் தெரிவிப்பதற்காகவும், ஒரு கப் காபி குடிப்பதற்காகவும் சென்றான். சென்றவனுக்கு அதிர்ச்சி தரும்படி அங்கே அவதூதர் முழுசாக அமர்ந்து ஒரு கப் காபி அருந்திக்கொண்டிருந்தார்! கடவுள் இல்லை என்று தீர்மானமாக நம்பும் அந்த மனிதன் கூட இன்னதென்று சொல்லமுடியாத, இதுநாள் வரை அனுபவித்தறியாத ஏதோ ஒன்று குறித்த பயத்திற்கு ஆளானான். அவதூதர் அவனை அழைத்துக் கேட்டார், "நீ எப்பொழுது திரும்பினாய்? உன்னுடைய பொருட்களையெல்லாம் பட்டுவாடா செய்து முடித்துவிட்டாயா?" கந்தஸ்வாமி மூப்பனுக்கு அவரிடம், ட்ரக்குகளைவிட வேகமாக எப்படி அவரால் சாத்தனூர் வந்து சேர முடிந்தது என்று கேட்க ஆசை. ஆனால் அவன் அப்படிக் கேட்டிருந்தால் அவன் குட்டு வெளிப்பட்டிருக்கும். எனவே புத்திசாலித்தனமாக, அப்படிக் கேட்காமல் தவிர்த்து அமைதியாக அசட்டுத்தனமாகப் புன்முறுவல் பூத்தபடியே இருந்தான். "உயிருள்ள பொருட்களை பட்டுவாடா செய்வது எப்பொழுதும் எளிதான காரியமல்ல" என்று இனிமையாக – அவதூதர், அவன் வேலையைப் பற்றி அவனுக்குக் கற்றுத் தருவதாக‌க் கூறினார். பஞ்சாமி இந்த உரையாடலைக் கேட்டுக்கொண்டிருந்தவர், சமயோசிதமாகப் பேசாமல், கவனியாதவர்போல் இருந்தார். அவரிடம் அவதூதர் கூறினார். "யாரும் தப்புவதில்லை." பின், தொடர்ந்து, "நண்பன் கந்தஸ்வாமி மூப்பனுக்கு உடனடியாக ஐந்நூறு ரூபாயை, அவன் செய்து முடிக்காத காரியத்திற்காகக் கொடு" என்றார். ராஜாத்தி தன்னுடைய சகோதரனுக்குச் சொல்லும் முன்னமே கந்தஸ்வாமி

மூப்பனுக்கு ஐந்நூறு ரூபாய் கொடுக்கப்பட்டுவிட்டது. ஆனால் அந்த ஐந்நூறு ரூபாயைப் பற்றி மேலும் கந்தஸ்வாமி மூப்பனிடம் கூற வேண்டியதிருந்தது அவதூதருக்கு. "உனக்குத் தெரியுமா, அந்தப் பணம் உனக்கில்லை. நீ வீட்டிற்குப் போனதும் உனது முதல் மனைவி எல்லாயி உனக்காகக் காத்துக்கொண்டிருப்பாள். அவளிடம் இந்தப் பணத்தைக் கொடுத்து ஒரு வாரம் அவளை உன்னோடு தங்கியிருக்கச் செய்து அதன்பின் அவளைத் திருப்பி யனுப்பி விடு. நான் சொல்வதற்குக் கீழ்ப்படியவில்லையானால் நீ இன்னும் மோசமான விஷயங்களை எதிர்கொள்ள வேண்டி வரும்."

வணங்காமுடியாக ஊரில் திரிந்துகொண்டிருந்த கந்தஸ்வாமி மூப்பன்கூட இந்த ஒருசமயம் அடிமாடாகப் பணிய வேண்டி வந்தது. சாத்தனூரில் யாருக்கும் தனது முதல் மனைவியைப் பற்றியோ, தனக்கும் அவளுக்கும் இடையேயான உறவு முறையைப் பற்றியோ தெரிந்திருக்கக்கூடும் என்று அவன் எண்ணிப் பார்த்ததேயில்லை. அவனுடைய செயல்களின் பின்னணியில் அவளுடைய மூளையிருந்தது. அவளுடைய திட்டப்படி அவன் பஞ்சாமியின் நம்பிக்கைக்கு பாத்திரமாகி செயல்பட்டு வந்து, சமயம் வாய்க்கையில் பஞ்சாமியின் நேர்மையற்ற முறையிலான செல்வத்தை சூறையாடிக் கொண்டு விடுவது. அவதூதருக்குத் தங்களது அந்தத் திட்டம் பற்றியும் தெரிந்திருக்கக்கூடுமோ? ஒருவேளை தெரிந்திருந்து அதுகுறித்து அவர் பஞ்சாமியை எச்சரிக்கவும்கூடும்.

அவதூதரின் அடுத்த வார்த்தைகள் அவர்களது திட்டத்தைப் பற்றி அவருக்குத் தெரியும் என்று புலப்படுத்தின. மூப்பனும், அவன் மனைவியும மிக ரகசியமாகப் போட்ட திட்டம் அது. அவதூதர் பஞ்சாமியை அழைத்துக் கூறினார்: "நீ இங்கே பார்க்கிறாயே – இந்தக் கந்தஸ்வாமி மூப்பனிடம் நம்பிக்கையாக, எந்த வேலையையும் – நீயாகச் செய்ய முடியாத எதையும் ஒப்படைக்காதே. அவனுக்கு உன்னைவிட வேறு பலவற்றின் மேல் பற்று உண்டு. உனக்கு அவற்றைப் பற்றித் தெரிந்திருக்காமலிருக்கலாம். ஆனால் அவற்றைப் பற்றி உனக்குத் தெரிய வரும்போது, நீ ஆச்சரியப்பட்டுப் போகலாம்.

பஞ்சாமி அவதூதர் கூற்றைக் கேட்டு ஆச்சரியப்படவில்லை. ஏனென்றால் அவருக்கே இந்த மூப்பனைப் பற்றி நிறைய சந்தேகங்கள் உண்டு. இருந்தாலும் இந்நாள்வரை அவை பற்றி ஆதாரமொன்றும் அவருக்குக் கிடைக்கவில்லை. என்னவா யினும், கைதேர்ந்த காரியஸ்தனாதலால் பஞ்சாமி அப்பேச்சை வளர்க்காமல் வெறுமே, "நான் நீங்கள் எது சொன்னாலும்

கேட்பேன். அதன்படியே நடப்பேன் சுவாமி” என்று பணிவாகக் கூறினார்.

ஆனால், ஒரு வாரத்திற்குள்ளாக ட்ரக்குகள் தலைவனாக புதிய ஆள் ஒருவன் பஞ்சாமியால் நியமிக்கப்பட்டுவிட்டான். அவர் மூப்பனிடம் வெறுமே, “உனக்கு இதுகுறித்து கருத்து வேறுபாடோ, மனக்கசப்போ இருந்தால் நீ அதுபற்றி அவதூதரிடம் கேட்டுக் கொள். என்னால் எதுவும் செய்ய இயலாது” என்று கூறிவிட்டார். தான் மிகச் சாமர்த்தியமாகப் போட்ட திட்டம் வீணாகிவிட்டதே என்று எல்லாயி வருத்தப்பட்டாலும், வேலை போனது குறித்து கணவன் மனைவி இருவராலும் ஏதும் செய்ய இயலாதிருந்தது. அவர்கள் மூச்சுப் பேச்சின்றி சாத்தனூரை விட்டு வெளியேறிப் போய்விட்டனர்.

பஞ்சாமியின் பொருளாதாரச் சதையில் குத்தப்பட்ட முள்ளாக அவதூதர் இருந்து வந்தார். என்றாலும் அந்த வலியைப் பொறுத்திருக்கப் பழகிக்கொண்டு வந்தார் பஞ்சாமி. அதனால், கிறித்துவ சகோதரிகள் கட்டட நிதிக்காக நன்கொடை வசூலித்துக் கொண்டிருந்த சமயம் பஞ்சாமி அவதூதரை, தான் எவ்வளவு நன்கொடை கொடுப்பது என்று கேட்டார். பத்தாயிரம் என்று அவதூதர் கூற மறுபேச்சில்லாமல் பத்தாயிரம் கொடுத்துவிட்டார். எப்பொழுது ஏதாவது முக்கியமான விஷயம் பற்றி முடிவெடுக்க வேண்டி இருந்தாலும் பஞ்சாமி அவதூதரின் ஆலோசனை கேட்பதை வழக்கமாக்கிக் கொண்டார்.

அவதூதரைப் போன்ற ஒரு துறவிக்கும், நிச்சயமாக ஒரு பாபி என்று தெரியும் பஞ்சாமிக்குமிடையே எப்படி நெருக்கமும், உறவும் இருக்க முடியும் என்று சாத்தனூர் வாசிகளுக்குப் புரிபடவில்லை. அவர்களில் ஒருவர், ஒரு ஓய்வுபெற்ற போஸ்ட் மாஸ்டர் பெயர் நாராயணன். அவதூதரிடம் அவர் பஞ்சாமி யிடம் சகவாசம் வைத்துக்கொண்டிருப்பதை எதிர்த்து பஞ்சாமி பம்பாயிலுள்ள விபச்சார விடுதிகளுக்கெல்லாம் பெண்களைக் கொண்டு போய் விற்கும் கேவலமான வியாபாரம் செய்வதாக அவரிடம் எடுத்துக் கூறினார். அதற்குப் பதிலாய் அவதூதர் நாராயணனிடம், அப்படி பஞ்சாமி கொண்டு போய் விற்று விட்ட பெண்களில் யாரையாவது அவர் பரத்தையரை நாடி விபச்சார விடுதிக்குப் போன வேளைகளில் சந்தித்திருக்கிறாரோ என்று கேட்டார். இத்தனை நேரிடையான பதில், குறிப்பா லுணர்த்துவதாய் அமையும் பதிலைவிட அதிகமாய் கேட்பவரை ஒதுங்க வைத்துவிடும். பொதுவாக முணுக்கென்று எதிர்த்துச் சண்டை போடும் மனோநிலை சற்று குறைந்திருந்து, சிநேகமாக,

விரிவாகப் பேசும் குணாதிசயம் மேலோங்கியிருந்த வேளை ஒன்றில் அவதூதர், முன்னாள் நீதிபதியிடம் தான் பஞ்சாமியிடம் சில நல்ல அம்சங்களைக் காண்பதாக ஒப்புக்கொண்டார். இன்னும் விளக்கமான பதிலைத் தருமாறு வற்புறுத்தப்பட்டபோது அவர் கிறுக்குத்தனமாக மேலும் கூறினார்: "அவர் ரொம்ப ஜோரா காபி தயாரிக்கிறார்." அவதூதரிடம் வாதாடுவது என்பது முடியாத காரியம். எனவே விரைவிலேயே சாத்தனூர் கிராமம் பஞ்சாமியைப் பற்றியும் அவருக்கு அவதூதருடனான உறவு பற்றியும் மண்டையைக் குடைந்துகொள்வதை விட்டுவிட்டது.

சாத்தனூருக்கு அவதூதர் வந்து நான்காவது வருடம் நடந்துகொண்டிருந்தபோது ஒரு தமாஷான நிகழ்ச்சி – அதில் பஞ்சாமிக்குப் பெரிய பங்கொன்றும் இல்லை – நடைபெற்றது. பஞ்சாமி தனது ஓட்டலில் சப்ளை செய்யவும், தொழிலைக் கற்றுக்கொள்ளவும் மூன்று நான்கு பையன்களை வைத்திருந்தார். அதில் அம்பி என்ற பெயர் கொண்ட ஒரு பையன் முன்னுக்கு வரக்கூடியவனாக இருந்தான். தனக்கு மட்டும் தெரிந்த தொழில் ரகசியமான காபி தயாரித்தலை அவனுக்கும் கற்றுக் கொடுத்துவிடலாமா என்று பஞ்சாமி யோசித்துக் கொண்டிருந்தார். ஆனால், அது நடப்பதற்குள் ஒருநாள் அதிகாலையில் அம்பி, தனது ஆடைகளையெல்லாம் களைந்தெறிந்து தன்னை இளைய அவதூதர் என்று அறிவித்துக்கொண்டு, ஹோட்டலில் எந்த வேலையும் செய்வதற்கு மறுத்து விட்டான். அன்று முக்கால்வாசிப் பொழுதை எந்தவிதத் தடங்கலுமின்றி அவதூதராகவே கழித்துவிட்டான். ஆனால் சாயங்காலமாக, பிராமணத் தெருவைச் சார்ந்த பெண்கள் குடிதண்ணீருக்காக ஊற்று தோண்டிக் கொண்டிருந்தபோது, ஆற்றை நோக்கிச் சென்றவன் அந்தப் பெண்களைக் கண்டதும் மனக்கிளர்ச்சியடைய ஆடையற்ற நிலையில் அவன் மனக்கிளர்ச்சி மிக வெளிப்படையாகத் துருத்திக்கொண்டு தெரிந்தது. இன்னும் மோசம், அங்கிருந்த பெண்களில் சிலர் திருமணமானவர்கள், சிலர் மரியாதைப்பட்ட கன்னிகள். அதைப் பார்த்துவிட்டு தங்கள் பித்தளைக் குடங்களைப் போட்டது போட்டபடி விட்டு விட்டு, கற்பழிக்கப்பட்டு விடுவோமோ, பலாத்காரப்படுத்தப்பட்டு விடுவோமோ, என்று பயந்தவர்களாய் விழுந்தடித்துக்கொண்டு வீட்டிற்கு ஓடினர். அவர்களுடைய கணவன்மார்கள் அல்லது தகப்பன்மார்கள் ஓரிருவருக்கு அது ஹோட்டல் பையன் அம்பி என்பது தெரிந்துவிட அவனை பஞ்சாமி ஹோட்டலிலிருந்து பிடித்து இழுத்து உயிர் போவதற்கு ஒரு அடி குறைவான விதத்தில் போட்டு விளாசிவிட்டனர். பாவம், அவதூதராய் அவதாரம் எடுக்கப்பட்டது போதும் போதுமென்றாகி அன்றிரவே

அம்பி சாத்தனூரை விட்டு இலக்கின்றிக் கிளம்பிப் போயே போய்விட்டான். அவதூதரிடம் இந்த நிகழ்ச்சியைப் பற்றி யாரோ ஒருவர் கூறியபோது அவர் வெறுமே சிரித்துவிட்டு வேறெதுவும் கூறாதிருந்து விட்டார்.

நினைப்பில்கூட அவதூதருக்குக் கெடுதல் நினைப்பதை பஞ்சாமி விட்டுவிட்டார் – அது நடக்காது என்று தெரிந்ததால். ஆனால் அவருடைய அக்காள் ராஜாத்தி அவரைவிட அழுத்தக்காரி. வெளிப்படையாக அவதூதரிடம் மிக மரியாதையுடன் நடந்து கொண்டாலும் தன் வழியில் அவரைப் பழி வாங்கியே தீர வேண்டுமென்று அவள் தீர்மானித்துவிட்டாள். அவள் கேரளாவின் பேய், பிசாசு, பில்லி, சூன்யங்களுக்குப் பெயர்போன பகுதிகளிலிருந்து வந்தவள். ரகசியமாக, பாலக்காட்டிலுள்ள தனக்குத் தெரிந்த ஒரு சூனியக்காரனிடம் தனது தேவையை எடுத்துக் கூற, உடனே காவியுடை அணிந்து தாடி வைத்தபடி பாவனைகளுடன் கூடிய ஒரு போலிச்சாமியார், தானே வந்தாற்போல், பஞ்சாமியின் வீட்டில் பிரசன்னமாகி விட்டார். உடனேயே விரைவாக பஞ்சாமி தனது அக்காளின் கைங்கர்யங்களிலிருந்து தன்னை விடுவித்துக் கொண்டு விட்டதோடு கூட அவதூதரிடம் அதுபற்றிக் கூறி, அது தன் வேலையல்ல தன் அக்காவின் வேலை என்று தெரிவித்து ஜாக்கிரதையாக இருக்கும்படியும் அவதூதரை வேண்டிக் கொண்டார். பதிலாக, அவதூதர் சிரித்தார். விரைவிலேயே சாத்தனூர் வாசிகளுக்கு, ஊரில் புதிதாக வந்திருக்கும் காவியுடை மனிதன் அவதூதரை சாத்தனூரை விட்டு விரட்டியடிக்கவே வந்திருக்கிறான் என்பது தெரிய வந்துவிட்டது. சப்–இன்ஸ்பெக்டர் குலாம் கவுஸிற்குக்கூட இந்த விஷயம் தெரிய வந்து, அவன் பஞ்சாமியையும், அவர் தமக்கையையும் போய்ப் பார்த்து பாலக்காட்டிலிருந்து வந்திருந்த பேயோட்டுபவரைப் பேட்டி கண்டான். அதில் குலாம் கவுஸிற்கு தனியாக ஒரு ஆர்வம் இருந்தது. ஏனென்றால் அவனும் தனது போலீஸ்கார ஹோதாவில் அவதூதரை சாத்தனூரை விட்டே விரட்ட முயன்று தோற்றவன். அதனால், இந்தக் கேரளத்து மந்திரவாதி அந்தக் காரியத்தை எப்படி செய்து முடிக்கப் போகிறான் என்று அறிய அவனுக்கு ஆவலாக இருந்தது. சட்டப்படி அத்துமீறாதவரை, அந்த மந்திரவாதியை ஒன்றும் செய்யாமல் ஒதுங்கியிருந்து வேடிக்கை பார்ப்பதில் குலாம் கவுஸிற்கு மறுப்பேதும் இல்லை.

ஒரு வாரம், பஞ்சாமி தன் வீட்டிற்குப் போவதைக்கூட தவிர்த்து வந்தார். ஹோட்டலின் பின்புறமிருந்த அறையிலேயே உண்டு உறங்கி, அதன்மூலம் தனது வீட்டில் நடப்பதற்கும் தனக்கும் எந்தவித

சம்பந்தமுமில்லை என்று பிறருக்குத் தெரியப்படுத்துவதாய் – ஹோட்டலிலேயே காலங்கழித்து வந்தார். அபூர்வமாகத்தான் அந்த மந்திரவாதியை அவர்கள் வீட்டிற்கு வெளியே பார்க்க முடிந்தது என்றாலும் அவர்கள் வீட்டிற்குள்ளிருந்து அவன் கணீரென்ற குரலில் விசித்திரமான – அமானுஷ்யமான ஒலிகளெழுப்பியபடி இருந்தது வெளியே தெளிவாகக் கேட்டது. அவற்றில் சில சமஸ்கிருத சொற்களாகவும், சில மலையாள வார்த்தைகளாகவும் அடையாளங் கண்டுகொள்ள முடிந்தது. ஒவ்வொரு நாளும் அதிகாலையிலும், சாயங்காலத்தின் ஆரம்பத்திலும், பஞ்சாமியின் வீட்டுக்குள்ளிருந்து புகைமண்டலம் வெளியேறி, மந்திரவாதி உள்ளே பலி கொடுப்பதற்கான ஏற்பாடுகளெல்லாம் பலமாக செய்துகொண்டு வருவதை ஊராருக்கு உணர்த்தியது. ஊரிலிருந்த அனைவருமே அவதூதருக்கு நடக்க இருப்பதைப் பற்றி கவலையுடன் இருந்தனர். ஆனால் யார் அதிகம் கவலைப்பட வேண்டுமோ அந்த அவதூதரிடம் எந்தக் கவலையுமில்லை. தாவூத் ஷா மட்டுமே தான் கேள்விப்பட்ட கதையைப் பற்றி அவதூதரிடம் தைரியமாகப் பேச முற்பட்டு, கேரள மந்திரவாதிகள் அவர்களுடைய சூன்ய சக்திகளுக்குப் பெயர் போனவர்கள் என்றும் எடுத்துரைத்தான். அவதூதர் குதர்க்கமாக குலாம் கவுஸிடம், வந்திருக்கும் மந்திரவாதி தனது காவியுடையை விட்டொழித்து, நன்றாகத் தூய்மைப்படுத்தப் பட்டவராய் ஊரை விட்டு நீங்குவார் என்று கூறினார்.

அவதூதர் எந்த அர்த்தத்தில் அவ்வாறு கூறினார் என்பது, கேரள மந்திரவாதி சாத்தனூருக்கு வந்து சேர்ந்த பதினோறாம் நாள் தெளிவாகியது. அன்று அதிகாலையில் அவதூதர் பஞ் சாமியின் வீட்டிற்கு முன்பாகப் போய் நின்று யாரையோ உரக்கக் கூவி அழைத்தார். சிறிது நேரத்தில் அந்த மந்திரவாதி, கண்ணுக்குத் தெரியாத யாராலோ இழுத்துக்கொண்டு வரப்படு கிறவன் போலத் தயங்கித் தயங்கி வெளியே வந்தான். அடுத்த கணம், அவனுக்குப் பிடிக்காத காரியங்களையெல்லாம் யாரோ அரூபமாய் அவனைச் செய்யச் செய்வதாய், கட்டாயப்படுத் துவதாய், நெடுஞ்சாண்கிடையாக அவதூதர் கால்களில் விழுந்தான். அதற்குள் அவர்களைச் சுற்றிச் சேர்ந்துவிட்ட கூட்டத்தினர் எல்லோருக்கும் கேட்கும்படியாக உரத்த குரலில் அவதூதர் அவனிடம், "எலேய் ஐயப்பா, அமைதியாக வீடு திரும்பு. உன்னிடம் பணமில்லை. எனவே கால்நடையாகப் போ. உன்னுடைய இரும்புப் பெட்டியையும், அதற்குள் மாற்றுவதற்கு வைத்திருக்கும் உடைகளையும், உன்னுடைய மந்திர தந்திர காரியங்களைச் செய்ய நீ கொண்டு வந்திருக்கும் பொருட்களையும் – அந்த மண்டையோடு உட்பட – ராஜாத்தி விளையாட இங்கேயே

விட்டுவிட்டுக் கிளம்பு. திரும்பிப் பார்க்காதே. இனி ஒரு தரம் சாத்தனூரில் காலடி எடுத்து வைக்காதே ஓடு. உன் ஊர் வரை ஓடு'' என்று கட்டளையிட்டார். அதிர்ந்துபோன சாத்தனூர் வாசிகள் அந்த மகாசக்தி வாய்ந்தவராகப் பேசப்பட்ட கேரளத்து மந்திரவாதி ஓட ஆரம்பித்ததைப் பார்த்து அசந்து போனார்கள். சாத்தனூரிலிருந்து கேரளா வரை முழுக்க ஓடித்தான் போனானா அவன் என்று யாருக்கும் தெரியாது. ஆனால், அதற்குப்பின் அவனைப்பற்றி சாத்தனூரில் யாரும் கேள்விப்படவேயில்லை. அவதூதரை சாத்தனூரை விட்டுக் கிளப்புவதில் தான் மட்டும் தோற்கவில்லை என்று குலாம் கவுஸிற்குப் பெருமையாக இருந்தது. அதற்குப்பிறகு, அந்த மந்திரவாதியைக் குறித்து அவதூதரிடம் பேசியபோது அவர் கூறிய பதிலுக்கு அர்த்தம் புரிந்தது குலாம் கவுஸிற்கு. அந்த சூன்யக்காரன் தனது காவியுடைகளையும் மண்டையோட்டையும் விட்டுப்போயிருந்தான்.

அங்கு யாருக்கேனும் அவதூதரைப் பற்றி, அவருடைய சக்தியைக் குறித்து அவநம்பிக்கையேதும் பாக்கியிருந்திருந்தால் அது அந்த நிகழ்ச்சிக்குப் பின் அடியோடு மறைந்துபோனது என்றாலும் அந்த நிகழ்ச்சி எதை உணர்த்தியது என்பது அவர்களின் அறிவிற்கு அப்பாற்பட்டதாயிருந்தது. அடுத்தமுறை ராமன் சாத்தனூர் வந்தபொழுது அந்த நிகழ்ச்சியைப் பற்றிக் கேள்விப்பட்டு அதன்வழி அவதூதர் என்ன உணர்த்தினார் என்பதாக அவரைக் கேட்டதற்குப் பதிலாய் அவர் ஒரு விளக்கம் தந்தார். "அன்பாய், இந்த உலகத்தில் நிறைய போலிகள் உள்ளனர். அவர்களில் மிகப் பெரிய போலிச்சாமியார் நான்தான் என்று உணர்த்துவதாக இருக்கலாம்!'' என்று அவனிடம் கூறினார்.

1952இன் கனத்த மழையின்போது முருகன் கோயிலின் கிழக்குச்சுவர் இடிந்து விழுந்து, அதனடியில் ஒண்டியிருந்த இரண்டு கழுதைகளின் உயிர்களைப் பலி வாங்கியது. கோயில் நிர்வாகிகளும், சாத்தனூர் வாசிகளுமாக செங்கல்லும், சிமெண்டும் கலந்த புதிய சுவர் எழுப்புவது பற்றி கலந்தாலோசித்தார்கள். என்றாலும், கிட்டத்தட்ட ஒரு மாத காலத்திற்கு ஒன்றும் நடக்கவில்லை. அவதூதர் ஹோட்டல் முதலாளி பஞ்சாமியை அழைத்து பொது மக்களிடமிருந்து நிதி வசூலித்து இடிந்த சுவரை மீண்டும் எழுப்பும் பொறுப்பை அவரிடம் ஒப்படைத்தார். வசூலித்தது போக தேவையான மீதியை பஞ்சாமியைப் போடும்படி கூறிவிட்டார். நிதி வசூலிப்பதில் அவதூதர் எந்த விதத்திலும் பஞ்சாமிக்கு உதவி புரியவில்லை. கோயில் சுவர் மிகத் தரமாகக் கட்டப்பட்டது. மொத்தச் செலவு பனிரெண்டாயிரம் ரூபாய்க்கும் மேலே போய்,

நிதி வசூலில் கிட்டத்தட்ட ஐயாயிரமும், சில்லறையும் மட்டுமே சேர மீதியை முணுமுணுப்பின்றி பஞ்சாமியே தனது கையிருப்பிலிருந்து போட்டு விட்டார். வேலை நல்லபடியாக முடிந்ததில் சாத்தனூர் வாசிகளுக்குப் பெருத்த சந்தோஷம். எல்லோரும் பஞ்சாமியை வாயாரப் புகழ்ந்தனர். பஞ்சாமியின் வேலையின் பின்னணியில் அவதூதர் இருந்ததை அவர்களெல்லாம் அறிந்தே இருந்தனர். அதையும் மறக்காமல் பாராட்டினார்கள். நிரந்தரமற்ற பலவற்றின் நடுவே அந்தச் சுவர் மிக நிரந்தரமானதாகக் காட்சியளித்து நின்றது.

அதற்குப் பிறகு அவதூதர் சாத்தனூர் கிராமத்திற்கும் அந்தக் கிராமத்தின் பெயரைத் தாங்கி நின்ற ரயில் நிலையத்திற்கும் இடையே ஓடிக் கொண்டிருந்த இரண்டு ஆறுகளுக்கும் மேலாய் இருவழிப் பாலங்கள் அமைக்கும் பொறுப்பை ஏற்கும்படி பஞ் சாமியைத் தூண்டி ஒப்புக்கொள்ளச் செய்தார். இந்த விஷயத்தில் நல்ல முறையில் பணியாற்றப் போதிய அவகாசம் பஞ்சாமிக்கு இருக்கவில்லை. தன் இருப்பிலிருந்து ஐயாயிரம் ரூபாயைப் போட்டு நிதி வசூலிப்பைத் தொடங்கி விரைவிலேயே பாலங்கள் கட்டுவதற்குத் தேவையான பணத்தைச் சேர்த்துவிட்டார். அதுபோக மீதமிருந்த பணம், ஊர்மக்களிடம் வாக்கெடுப்பு நடத்தி, கிராமத்தில் பறை முழக்கி அறிவிக்கப்பட்டு, பாலங்கள் கட்டுவதற்கு நன்கொடை தந்தவர்களில் முக்கியமானவர்களுக்கெல்லாம் தனித்தனியே தெரிவிக்கப்பட்ட பின்னர் கோயில் புனருத்தாரண வேலைகளுக்காய் நன்கொடையாய் வழங்கப்பட்டுவிட்டது. இரண்டு ஆற்றுப் பாலங்களுமே, பஞ்சாமியின் பொதுநலத் தொண்டையும் அதற்காக அவர் செலவிட்ட பணத்தையும் நேரத்தையும் சக்தியையும் எடுத்துக்காட்டுவதாய் அவர் பெயரைத் தாங்கி நிற்கின்றன. அதிகபட்சமாய் நன்கொடை வழங்கிய மற்ற தனிமனிதர்களும் அந்தப் பாலங்களை அலங்கரிக்கும் கரும் பலகைகளில் தங்கள் பெயர்களும் குறிப்பிடப்பட்டிருப்பதைக் கண்டார்கள்.

அவதூதரால் திட்டமிடப்பட்டு, பஞ்சாமியால் நடத்தி வைக்கப்பட்ட இன்னொரு பொதுத் தொண்டு, ஒரு நூலகத்தை நடுவில் கொண்டு அமைந்த ஒரு பூங்காவை நிர்மாணித்தது. கார்மலைட் மிஷனைச் சார்ந்த சிஸ்டர் தெரஸாவால் நூலகம் அமைக்கும் திட்டம் பற்றி அவதூதரிடம் ஆலோசனை தெரிவிக்கப்பட்டு, மிஷனைச் சாந்தவர்களே அதற்குத் தேவையான நிதி வசூலித்து நூலகத்திற்குத் தேவைப்படும் புத்தகங்கள் வாங்கிப் போட்டு, தேவைப்படும் நாளிதழ்கள், வாரப் பத்திரிகைகளுக்கும் அவர்களாலேயே சந்தா கட்டப்பட்டது. இந்த நிர்மாணப்

பணியையும் பஞ்சாமி சிறந்த முறையில் செய்து முடித்து பஞ்சாமி – அவதூதர் குழுவிற்கு அக்கம் பக்கத்துப் பிரதேசங்களிலெல்லாம் நற்பெயர் வாங்கித் தந்தார். கிராமப் பஞ்சாயத்து அந்தப் பூங்காவிற்குப் பஞ்சாமி பூங்கா என்று பெயர் வைக்க விரும்பியபோது அவர் தன்னடக்கத்தோடு 'வேண்டாம்' என்று மறுத்துவிட்டார். எனவே பூங்கா, காந்தி பூங்கா என்று பெயர் பெற்று அதன் மத்தியிலிருந்த நூலகம் சாத்தனூர் நூலகம் என்று வழங்கப்படலாயிற்று. அதன் புதுமை மறைந்துவிட்ட பின்னரும் அந்த நூலகமும் பூங்காவும் இளையவர்கள், வயதானவர்கள் எல்லோராலும் உபயோகப்படுத்திக் கொள்ளப்பட்டன. பூங்கா நின்றிருந்த தளத்தின் அடியில் ஒரு பழைய கோயில் 'டாங்க்' இருந்தது. அது பல நாட்களாக உபயோகப்படுத்தப்படாமலே இருந்து வந்தது. அதுவும் இப்போது நிரப்பப்பட்டு சரியாக்கப் பட்டது. இந்த டாங்க் சுத்திகரிப்பு வேலையும் சாத்தனூருக்கு மிகச்சிறந்த சேவையாகக் கருதப்பட்டது. ஏனெனில் அந்த டாங்கின் துர்நாற்றம் பேர் போனது. அது கோயிலின் மேற்கு வாயிலை அடுத்து, பிராமணர் தெருக்களிலிருந்து வெகுதூரம் தள்ளியும், ஹரிஜனச் சேரிகளுக்கு அண்மையிலும், அவதூதர் விரும்பியதற்கேற்ப அமைந்திருந்தது.

பஞ்சாமியின் இளைய, கடைசித் தம்பி டெல்லியில் எம்.டி. படிப்பு முடித்தவன். வெளிநாடு போய் லண்டனிலோ, கனடாவிலோ – அங்கே பணம் உண்டாக்கும் வாய்ப்புக்கள் அதிகமாதலால் – குடியேறிவிடும் லட்சியம் கொண்டிருந்தான். ஆனால், ஒருநாள் தன் அண்ணாவின் காபி ஹோட்டலில் அவதூதரைச் சந்தித்து அவரால் ஈர்க்கப்பட்டவனாய் சாத்தனூரில் இன்னும் அதிகநாள் தங்கினான். அவதூதரே அவனிடம், அவனுடைய வெளிநாட்டிற்குப் பயணமாகும் லட்சியம் குறித்துப் பேசி, சாத்தனூருக்கும் புதிய மருத்துவ வழிகளில் கற்றுத் தேர்ந்த, தற்காலத்தைய மருத்துவ அறிவு பெற்ற அவனைப் போன்ற மருத்துவர் தேவைப்படுகிறது என்றும் கூறினார். சுயமாகக் கற்றுக்கொண்டதை வைத்து சிகிச்சையளிக்கும் இரண்டொரு ஹோமியோபதி மருத்துவர்களும், நாவித மருத்துவன் ரங்கசாமியும், பதிவு செய்த இரண்டு மருத்துவர்களும், ஒரு அரசாங்க மருத்துவமனையும் சாத்தனூரில் உண்டு. இந்து தர்மப்படி, இறப்பின் அரசனான தர்மராஜனின் பெயரைக் கொண்டிருந்த பஞ்சாமியின் தம்பிக்குக் கைராசி இருந்தது. விரைவிலேயே, அவனுடைய தந்தைக்கு மிகுந்த ஏமாற்ற முண்டாகும்வகையில் அவன் சாத்தனூரிலேயே மருத்துவத் தொழிலை நடத்துமாறு அவதூதரால் தூண்டப்பட்டு மனம் மாற்றப்பட்டான். ஆனால் அவதூதரின் ஆலோசனையின்

பேரில் தர்மராஜன் உள்ளூர்ப் பெண்ணான போஸ்ட்மாஸ்டர் நாராயணனின் பெண்ணை மணக்கத் தீர்மானித்தபோது அவள் சென்னை மருத்துவக் கல்லூரியில் படித்துக் கொண்டிருந்தாள். அவன் தந்தை அதனைத் தடுத்து நிறுத்தத் தீர்மானித்துக் கொண்டார். ஆனால் பஞ்சாமியும் அவதூதரும் அவரிடம், தர்மராஜன் சாத்தனூரில் தன்னை நிலைநிறுத்திக் கொள்ள அந்தக் கல்யாணம் வழிவகுக்கும் என்பதாய் அவர் மனங்கொள்ளுமாறு எடுத்துரைத்து அவரைச் சம்மதிக்க வைத்தனர். அவர்கள் சொன்னாற்போலவே தர்மராஜனும் சாத்தனூரில் அதற்குப் பின் தனது வேர் பரப்பிக் கொண்டான். தர்மராஜனுக்கும் ராஜிக்கும் திருமணம், ராஜி தனது மருத்துவப்படிப்பை முடிக்கும் முன்னமே, 1953இல், சாத்தனூர் சர்வமானிய அக்ரஹாரத்தில் இனிது நடந்தேறியது. இவ்வளவு காலமாக எத்தனையோ நல்ல காரியங்களைச் செய்த பிறகும் பஞ்சாமியை அந்நியனாகவே பார்த்து வந்த சாத்தனூர் வாசிகள் இந்தத் திருமணத்திற்குப் பின் அவரையும் தங்களுள் ஒருவராகப் பார்க்க ஆரம்பித்தனர். இதற்காக பஞ்சாமி அவதூதரிடம் மிகவும் நன்றியுடையவரானார். அந்த வருடம் அவர் பஞ்சாயத்துக் குழு உறுப்பினர்களில் ஒருவராகத் தேர்ந்தெடுக்கப்பட்டு தனது கடமைகளைச் செவ்வனே செய்து வந்தார். பொறுப்புக்களையும் நிர்வாக அதிகாரத்தையும் ஏற்க அவர் பழகிவிட்டிருந்தார்.

அந்த வருடம் குளிர்காலத்தில் ஆறுகளில் வெள்ளப் பெருக்கெடுத்து கரைகளை உடைத்து ஊருக்குள் நீர் புகுந்த போது அவதூதரும் பஞ்சாமியும்தான், கிராமம் முழுவதையும் இல்லையென்றாலும்கூட, ஆறுகளுக்கு அருகிலிருந்த சர்வமானிய அக்ரஹாரம் அடித்துக்கொண்டு போய்விடாமல் இருக்க அயராமல் உழைத்தார்கள். பயிர்களைக் காப்பாற்ற முடியவில்லையாயினும், நிறைய உடைமைகள் காப்பாற்றப்பட்டன.

சாத்தனூரில் மருத்துவத் தொழிலில் ஈடுபட்ட பஞ்சாமியின் தம்பி விரைவிலேயே நல்ல முறையில் வளர்ச்சியடைந்து வந்து, திருமணமாகித் தன் தொழிலுக்கு உதவியாக மனைவியும் வந்து சேர்ந்தபின்னர் இன்னும் அதிகமாக முன்னேறத் தொடங்கினான். அவர்களிருவருமாகச் சேர்ந்து ஒரு கிளினிக் ஆரம்பித்தனர். அதில் ஊடு கதிர் போன்ற தேவையான நவீன உபகரணங்கள் அனைத்தும் இருந்தன. அதனோடுகூட பத்துப் படுக்கைகளுக்கும் மேலாகக் கொண்ட ஒரு தனியார் மருத்துவமனையும் தொடங்கினார்கள். சீக்கிரமே, கும்பகோணம் மருத்துவமனைகளுக்குக் கூட்டம் குறைந்து அண்டை கிராமங்களிலிருந்தும் உள்ளூரிலிருந்தும் செல்வந்தர்கள்,

நல்ல தரமான மருத்துவமும், குறைந்த பிரயாண அலைச்சலுமாய் – வெகுதூரமிருந்த கும்பகோணத்தைவிட, அருகாமையிலிருந்த சாத்தனூருக்குச் செல்வதையே அதிகம் விரும்பினர். தர்மராஜன் தனது கிளினிக்கையும், மருத்துவமனையையும் சர்வமானிய அக்ரஹாரத்திலிருந்து தள்ளி, அந்தத் தெருவிலிருந்து ஆறு நோக்கிப் போகும் சந்தில் அமைத்திருந்தான். தனது அண்ணனோடு அவன் பல காலம் சேர்ந்து வாழ்ந்திருந்தான். தம்பி கூட வசிப்பதால், தனது இளைய மனைவிகள் தொடரை, பஞ்சாமியால் தொடர முடியாமல் நிறுத்த வேண்டியிருந்தது. பயந்த சுபாவமுடைய பலவீனமான பெண்மணியாக இருந்த பஞ்சாமியின் மூத்த மனைவி தனது கணவனிடம் ஏற்பட்ட இந்த சீர்திருத்தத்திற்காய் தர்மராஜன் தம்பதிகளிடம் மிகவும் நன்றியுடையவளாய் அவர்களைத் தனது சொந்தப் பிள்ளைகளைப் போல நடத்தி வந்தாள். கேரளத்து மந்திரவாதியைக் கொண்டு வந்ததிலிருந்து பஞ்சாமியின் குடும்பத்திலும், ஊர்க்காரர்களிடமுமாய் தனது அந்தஸ்தையும், பெயரையும் சிறிது சிறிதாக இழந்துகொண்டு வந்த ராஜாத்தி, தர்மராஜன் தம்பதிகளின் வருகைக்குப் பின்னர் தனது தம்பி பஞ்சாமியிடம் தனக்கிருந்த கொஞ்ச நஞ்ச அதிகாரத்தையும் முற்றுமாக இழந்தவளாகி, முன்னெந்த சமயத்தையும்விட மிக அதிகமாக முருகன் கோயிலில் அடிக்கடி காணப்பட்டாள். அவதூதரிடம்கூட சினேகமாக முயற்சித்தாள். அதை அவதூதரும் தடுக்கவில்லை. ஒரு தடவைகூட அவளுடைய கடந்த கால தீயசெயல்களையோ, எண்ணங்களையோ பற்றிப் பேசி அவளைக் கண்டிக்கவில்லை அவதூதர். அவரால் பெரிய மனதுடன் இருக்க முடியும்.

மொத்தத்தில், *1950* முதல் *53* வரையிலான மூன்று வருடங்களும் சாத்தனூரில் அவதூதர் வாழ்ந்த காலத்தின் உச்சம் என்று கூறலாம். ஆனால் அவதூதர் அத்தகைய உயர்வு தாழ்வுகளாலெல்லாம் என்றும் பாதிக்கப்பட்டதில்லை. அந்தக் காலகட்டத்தில் அவருடைய பெயரும், சக்தியும் மிக அதிகமாகப் பரவியிருந்தது. சாத்தனூர் கிராமத்து மக்களெல்லாம் அவரைத் தங்களின் தலைவராகவே கருதி வந்தனர். அது மட்டுமில்லை. சாத்தனூரிலிருந்த சமூகங்களுக்கெல்லாம் தங்கள் தவறுகளுக்கு எல்லாம் பொறுப்பேற்க ஆள் தேவையாயிருந்தது. அதற்கேற்றாற் போல் அவதூதரும் அங்கிருந்தார். அத்தகைய, பிறர் தவறுகளுக்குப் பொறுப்பேற்பவர்கள் ஆதிகால சமூகங்களில் இருந்து வந்ததாக அறியப்பட்டாலும் அதற்காக அத்தகையோர் தற்கால நாகரீக சமூகங்களில் இல்லையென்று ஆகிவிடாது. கிறித்துவ மதமானது, அத்தகைய, பிறர் பழிபாவங்களையெல்லாம் தான் ஏற்றுச்

சுமக்கும் இறைதூதனை அடிப்படையாகக் கொண்டு எழுந்த தத்துவம்தான். சாத்தனூர்வாசிகளோ, உயர்குலமோ, தாழ்ந்த குலமோ எந்தத் துன்பம் வந்தாலும், என்ன பிரச்சனை எழுந்தாலும் – தங்கள் சொந்த வாழ்க்கையிலும் சரி – சமூக வாழ்க்கையிலும் சரி – எதற்கும் அவதூதரை நாடுவதை அறிந்தும், அனிச்சை செயலாகவும் வழக்கப்படுத்திக் கொண்டனர். அவர் தன்னுடைய வழக்கமான பைத்தியக்காரத்தனங்களெல்லாம் இல்லாதவராக இல்லை. சாக்கடையில் குதித்துக் குளிப்பது, மிக அவசியமாகக் கேட்கப்பட்ட கேள்விக்குக்கூட சம்பந்தா சம்பந்தமில்லாமல் பதிலளிப்பது போன்ற கிறுக்குத்தனங்கள் அவர் கூடவேதான் இருந்தன. என்றாலும் பொதுவாக பொறுப்புகளைச் சுமக்க அவர் எப்பொழுதும் விரும்பி முன் வந்தார். எல்லாப் பொறுப்புகளும், அதற்கேற்றாற்போல் அவர் தோள்மீதே இறக்கப்பட்டன. அவர் தங்களுக்கிடையில் இருப்பது தங்களின் முன்னேற்றத்திற்கு, நல்வாழ்விற்குக் காரணம் என்று கிராம மக்கள் எண்ணினர். அவர் தங்கள் மத்தியில் இருப்பதால்தான் தாங்கள் அதிகமாய் முன்னேறி யிருப்பதாகவும் அவர்கள் நம்பினர். உண்மையும் அதுதான். அறிதலுக்கோ, அலசி எடை போடலுக்கோ அப்பாற்பட்ட சக்திகளைப் பற்றி அவர்கள் மறந்துவிடாதிருக்க அவர்களுக்கு அவற்றைப் பற்றியெல்லாம் விடாமல் நினைவூட்டும் சின்னமாய் திகழ்ந்தார் அவதூதர். அவரால் பஞ்சாமியைப் போன்ற ஒரு தீய சக்தியைக்கூட நல்லதாக்கி, கிராமத்தின் நலனுக்காய் பயன்படுத்த முடியுமென்னும்போது அவருடைய சக்தியைக் குறித்து அதைவிட வேறு என்ன ஆதாரம் தேவை?

அவர்கள் மத்தியில் அவதூதர் இருப்பதையும் மீறி ஊரில் சிலபல தீய காரியங்கள் நடந்துகொண்டுதான் இருந்தன. சில பல கொலைகள். களவுகள், கணவன் மனைவிக்கிடையேயான நம்பிக்கைத் துரோகங்கள் போன்ற விஷயங்கள் – அதுகுறித்து ஆச்சரியப்பட ஒன்றுமில்லை. மனித சுபாவம் என்பது அது ஆண்டாண்டுகளாக இருந்தவண்ணமேதான் இருந்து வந்தது, இருக்கின்றது. இனியும் அப்படித்தான் இருக்கும். பூமியில் மனிதர்களுக்கு உயர்ந்த பொழுதுகள்தான் உண்டு. சிலச்சில மஹோன்னதமான கணங்களை அவர்களுக்கே தெரியாமல் சாத்தனூர் வாசிகளுக்கு அவர்களின் சின்னத்தனங்களின் மத்தியில் அவதூதர் தருவித்துத் தந்தார். அவருக்கு சம்பிரதாயம், மரபுகளைக் குறித்தெல்லாம் ஆரோக்கியமான அலட்சியம் இருந்தது. பிறருக்கு அவற்றையெல்லாம் உதறித்தள்ளும் தைரியம் வராது என்றாலும் அவர்களும், அந்த சம்பிரதாயங்கள், மரபுகளெல்லாம் எப்பொழுதும் நல்லவையாக, நல்லனவற்றிற்குத் தூண்டுகோலாக

க.நா.சுப்ரமண்யம் | 119

வெல்லாம் இருப்பதில்லை என்பதை அறிந்தே இருந்தனர். சராசரி மனிதனுக்கு எதிர்க்கும் துணிவோ, அதன் விளைவை சந்திக்கும் மனோதைரியமோ கிடையாது. ஆனால் அவதூதர் தீயதை எதிர்க்க வேண்டியதன் அவசியத்தை அந்தக் கிராமங்களுக்கு விடாமல் எடுத்துரைப்பவராயும் வேண்டாத சம்பிரதாயங்களை விட்டு வெளியேற வேண்டியதன் இன்றியமையாமையை எடுத்துக் கூறுபவராயும் இயங்கி வந்தார்.

6

ஒரு காலத்தில் சமுதாய முன்னோடிகளாகத் திகழ்ந்த பிராமணர்களின் வளமான உறைவிடமாக இருந்து வந்த சர்வமானிய அக்ரஹாரம் சிறிது சிறிதாகப் பொலிவிழந்து கொண்டே வருகிறது என்றாலும் அந்தத் தெருவில் வசித்து வரும் பிராமணர்கள் இன்றும் பிறப்பாலும், அந்தஸ்தாலும் உயர்ந்தவர் களாகவே சாத்தனூர் கிராமத்தில் கருதப்பட்டு வருகிறார்கள். காந்தியடிகள் இந்திய விடுதலைப் போராட்டத்திற்குத் தலைமையேற்று நடத்த ஆரம்பித்த காலகட்டத்திலிருந்து சாத்தனூரில் பிராமணர்கள் தங்கள் ஸ்திதியை இழக்க ஆரம்பித்தார்கள். எப்பொழுதுமே பெரிய ஸ்திதியை அடையாதவர்கள் வசித்து வந்த மேட்டுத் தெரு போன்ற மற்ற தெருக்களெல்லாம் வளர்ச்சியடைந்துகொண்டே வந்தன. கிராம அளவீடுகளின்படி, எப்பொழுதும் பொருளாதார ஸ்திதியில் வளர்ந்தவர்களாகவே முகமதிய சமூகம் கருதப்பட்டு வந்தாலும் அதுகூட சமுதாய அந்தஸ்திலும் இப்பொழுது தலை நிமிர ஆரம்பித்திருந்தது. பிராமணர்களின் அவலம் என்னவென்றால், தாங்கள் சமூகத்தின் கண்களில் சரிய ஆரம்பித்திருந்ததைக்கூட அவர்கள் உணர்ந்துகொண்டதாகத் தெரியவில்லை. அவர்களில் புத்திசாலியான சிலரால் அதை உணர்ந்துகொள்ள முடிந்ததெனினும் மற்ற குடும்பங்கள் கண்களை மூடியபடியே இருந்தன. அவர்கள் தங்களுடைய பொருளாதாரச் சரிவை சரிக்கட்ட மட்டுமே முயலுகிறார்கள். இதனால், சாத்தனூர் பிராமணர்களில் சரிபாதி அடிப்படைத் தேவைகளைக்கூட நிறைவேற்றிக்கொள்ள முடியாதபடிக்கு அகதிகள் நிலைக்கு வந்துவிட்டனர். மறுபாதி

காலத்திற்கேற்ப, அதன் மாற்றங்களுக்கு ஈடுகொடுத்து முன்னேறி வருகிறார்கள்.

அவதூதரிடம் அவ்வத்தெரு மனிதர்கள் கொண்டுவரும் பிரச்சனைகளே அவர்களைப் பற்றிப் பேசும். 99 வெவ்வேறு தெருவிலிருந்தும் வரும் பல்வேறு சமுதாயத்தினர் எல்லோரைப் பற்றியும் மேற்கோள் காட்டிப் பேசுவது என்பது சிரமமான காரியமாக இருக்கும் என்றாலும் சில முக்கியமான நிகழ்ச்சிகளை இங்கே குறிப்பிடலாம்.

அப்படிப்பட்ட நிகழ்ச்சிகளில் ஒன்று சர்வமானிய அக்ர ஹாரத்தின் நிரந்தரமான அம்சமாகக் கருதப்பட்ட சங்கிலிப் பாட்டியின் பேரன். அவளுடைய ஒரே மகன் வெகு காலத்திற்கு முன்பே ஒரு பிள்ளையை விட்டு விட்டு, இறந்து விட்டான். அவளுடைய பெயரைத் தெரியப்படுத்துவதுபோல், சங்கிலிப்பாட்டி பல நாட்களுக்கு முன்பே விதவையாகி விட்டவள். கணவன் இறந்து அவள் நாற்பதாண்டுக் காலம் உயிர் வாழ்ந்தாகிவிட்டது. அவளுக்குக் கொஞ்சம் சொத்து இருந்தாலும் அவளை எந்தவிதத்திலும் பணக்காரி என்று கூற முடியாது. ஒரு பசுமாடு வளர்த்து அதன் பால், அதிலிருந்து உண்டாகும் தயிர், நெய் முதலியவற்றை விற்று அதன் மூலம் கிடைக்கும் வருமானத்தில் அவள் சௌகரியமாக வாழ்ந்து வருகிறாள். தனது பேரனை மிக அக்கறையாக, யாரையும் அவனை அண்ட விடாமல், அவன் நல்ல மனிதனாக வளர வேண்டும் என்ற நோக்கத்துடன் கவனித்து வளர்த்து வந்தாள் அவள். அவன் பள்ளியில் சேர்க்கப்பட்டு பத்து வருடப் படிப்பை பதினாலு வருடங்கள் படித்து முடித்து, மூன்று தடவைகள் முயற்சித்து ஒருவழியாக மெட்ரிகுலேஷன் தேர்வில் வெற்றி பெற்றான். அதன்பிறகு யாரோ அவன் பாட்டியான அந்தக் கிழவியிடம் அவன் டைப்ரைட்டிங், ஷார்ட்ஹாண்ட் (தட்டெழுத்து, சுருக்கெழுத்து) படித்து பரீட்சை எழுதித் தேர்ச்சி பெற்றால் அவனுக்குச் சுலபமாக வேலை கிடைக்கும் என்று சொல்லி வைத்தார்கள். பள்ளியில் படிக்கும் காலத்திலேயே அவளுடைய பேரன் டபீர் கிட்டு அவளிடமிருந்து கிடைத்த காசையெல்லாம் புகை பிடிக்க, வெற்றிலை போட, காசு வைத்து சீட்டாட போன்ற காரியங்களுக்கெல்லாம் பயன்படுத்தியவன். அவன் முட்டாள் என்றில்லை. அவனுக்கு பள்ளியில் பயிலும் அக்கறையில்லை; அவ்வளவுதான். எப்படியோ ஒருவழியாக நீண்டநெடுங் காலத்திற்குப் பிறகு பள்ளிப் படிப்பை முடித்துவிட்டு, தட்டெழுத்து, சுருக்கெழுத்துப் பயிற்சி பெற ஒன்றும் தெரியாத ஏழைப்பாட்டியிடம் பெரிது பெரிதாக எதையெதையெல்லாமோ

அத்தியாவசியம் என்பதாய் பொய் புளுகி பணம் வாங்கிக்கொண்டு அந்தப் பணத்தையெல்லாம் தனது லீலைகளுக்குச் செலவழித்து வந்தான். சமீபத்தில் அதற்குரிய வயதை எட்டி விட்டதால் அவன் தனது லீலைகளில் பெண்களைத் தேடிப் போவதையும் சேர்த்துக் கொண்டிருந்தான். அதனால், வருடா வருடம் பரிட்சை முடிவுகள் வெளியாகும்போதெல்லாம் தேர்வுகளில் வெற்றி பெற்றவர்களின் பெயர்களும், எண்களும் வெளியாகும் பட்டியலில் அவன் பெயரும், எண்ணும் மட்டும் இருப்பதேயில்லை. சாத்தனூரில் இருக்கும் எல்லோருக்குமே அவன் பரிட்சை எழுத உட்காரவில்லை என்பது தெரியுமென்றாலும் அவர்களில் யாருமே அதுபற்றி அவன் பாட்டியிடம் சொல்லும் சிரமம் எடுத்துக் கொள்வதில்லை.

பாவம் விதவை – அவள் மனம் வெறுத்துப் போய் அவதூதரிடம் ஒரு பிரச்சனையைக் கொண்டு வருகிறாள். வெகுகாலத்திற்கு முன்னமே அவள் தனது ஒரே பசுமாட்டை பேரனின் மெட்ரிகுலேஷன் பரிட்சைக் கட்டணத்தைக் கட்டுவதற்காய் விற்று விட்டிருந்தாள். இப்பொழுது அவளிடம் இருப்பதெல்லாம் சர்வமானிய அக்ரஹாரத்திலிருக்கும் வீடும் ஒரே ஒரு ஏக்கர் நல்ல விளைச்சலைத் தரும் நெல்வயலும் மட்டும்தான். அவளுக்கு இப்பொழுது இருக்கும் கவலை பேரன் தட்டெழுத்து – சுருக்கெழுத்து பரிட்சையில் தேர்ச்சி பெறும் பொருட்டு வீட்டையா, நிலத்தையா எதை விற்பது என்பதுதான். அதுகுறித்து அவள் பல வருடங்களாக யோசித்துக் கொண்டே இருந்து வருவதாகத் தனது மனப்போராட்டத்தைப் பற்றி அவதூதரிடம் அவள் கூறியதும் அவதூதர் அவளிடம் அமைதியாக, அவள் தனது பேரனுக்கு பணமெதுவும் கொடுக்க வேண்டாமென்றும், அவனுடைய தேவைக்கு அவனே பணமுண்டாக்கிக்கொள்ள அவனை அனுமதிக்குமாறும் ஆலோசனை கூறினார். பையில் ஒரு நயா பைசாகூட இல்லாத நிலையில் அவன் தனது வழக்கமான லீலைகளில் ஈடுபட முடியாதவனாய் தனது நிலையைக் குறித்து உணர்ந்து கொள்வான்... அந்த விதவைக்கிழவி முட்டாளாக பேரன் மேல் ஒரேயடியாக கண்மூடித்தனமாக பாசம் செலுத்து பவளாக இருக்கலாம். வாழ்வில் அவளுக்கிருக்கும் ஒரே ஒரு பற்றுதல் அவன் மட்டுமே – ஆனாலும் அவளுக்கு அவதூதரிடம் அபாரமான நம்பிக்கையிருந்தது. அவர் கூறியபடியே, பேரன் கிட்டுவுக்கு அன்றிலிருந்து எந்தப் பணமும் கொடுக்க மறுத்து விட்டாள் அவள். விளைவு, விளையாட்டாக ஊர் சுற்றக் கையில் தம்பிடி இல்லாத நிலையில் அவன் கும்பகோணத்திலுள்ள கடையொன்றில் கணக்கெழுதுபவனாக வேலையில் அமர்ந்து, புத்திக் கூர்மையுள்ளவனாதலால் தனது வேலையை திறமையாகச்

செய்து வருபவனாய் சமயங்களில் அவனுடைய பழைய பழக்கங்கள் தலைநீட்டி தங்களை, திரும்ப நிலைநாட்டிக்கொள்ள முயன்றபோதிலும், மொத்தத்தில் முக்கால்வாசிப் புது மனிதனாக மாறிப் போனான். கடைக்காரருக்கு தன்னிடம் வேலைக்குச் சேர்ந்தவனை மிகவும் பிடித்துப்போய், அவனை இரண்டு மூன்று வருடங்கள் தன்னிடம் இருத்திக்கொண்ட பிறகு சாத்தனூரில் ஒரு புதிய கடையைத் திறந்து அதற்கு கிட்டுவை மானேஜராக்கினான். இப்பொழுது சங்கிலிப்பாட்டி மிக சந்தோஷமாக, அவதூதரின் பெயரை ஆசிர்வதித்தபடி இருக்கிறாள். புதுக்கடையின் மானேஜராக டபீர் கிட்டு மிகத் திறமையாக, நல்ல முறையில் நடந்துகொண்டு ஏறக்குறைய சாத்தனூரின் மதிப்பிற்குரிய உறுப்பினர்களில் ஒருவனாகவே ஆகிவிட்டிருந்தான். அவனுடைய கெட்ட நேரம் முடிந்தாகிவிட்டதென்று நிச்சய மாகத் தீர்மானித்தவளாய் அவனுக்கு, சாத்தனூர் கிராமத்துப் பெண்ணொருத்தியைத் திருமணம் செய்துவைக்க முடிவு செய்தாள் சங்கிலிப்பாட்டி. இளைய ராமச்சந்திர ஐயரின் பெண் அலமு பார்க்க லட்சணமாக இருப்பாள். பள்ளியில் ஏழெட்டு வருடங்களாகப் படித்துக்கொண்டிருக்கும் அவளைப் பற்றி ஊரில் எல்லோருக்கும் நல்ல அபிப்பிராயம் இருந்தது. எனவே பேரனுக்குத் திருமணம் செய்வது என்று தீர்மானித்தவுடன் சங்கிலிப்பாட்டி அலமுவைத்தான் நினைத்தாள். இந்தக் கட்டத்தில் அவதூதர் குறுக்கிட்டு அச்சமயம் பதிமூன்று வயதேயான அலமு அவள் பேரனுக்கு வயதில் மிகவும் இளையவள் என்றும், அவளை விட்டு சர்வமானிய அக்ரஹாரத்தைச் சேர்ந்த, ஊரிலுள்ள அரிசி ஆலை முதலாளியான இன்னொரு வியாபாரியின் மகளை கிட்டுவுக்கு மணமுடிக்கலாம் என்றும் ஆலோசனை கூறினார். அவ்வண்ணமே திருமணம் நல்ல முறையில் நடந்து முடிந்து, தனது பழைய தீய பழக்க வழக்கங்களையெல்லாம் அறவே விட்டொழித்தவனாய் டபீர் கிட்டு சிறந்த, ஸ்திரமான குடும்பஸ்தனாக வாழத் தொடங்கினான்.

சாத்தனூரைச் சார்ந்த இந்த அரிசி ஆலைச் சொந்தக் காரருக்கும், அவருடைய சொந்தப் பிரச்சனை ஒன்று இருந்தது. இந்த நூற்றாண்டின் ஆரம்ப வருடங்களில் நிர்மாணிக்கப்பட்ட அரிசி ஆலையைத் தனது பிள்ளைக்கு ஆஸ்தியாக விட்டு விட்டு அவரின் தந்தை அவர் சிறுவனாக இருந்தபோதே இறந்து போய்விட்ட பின்னர், அவரை, அவர் விதவைத் தாயார்தான் வளர்த்துப் பராமரித்ததெல்லாம். முதல் உலகப்போர் அவர்களுக்கு சிறிது வளம் சேர்த்தது. அதை மிகக் கவனமாக மகன் வளர்ந்தபின் தருவதற்காக பராமரித்து வந்த அவர் தாய், 1930களில் இருபது வயது நிரம்பிய வாலிபனாக வளர்ந்து நின்றபோது அதனைத் தனது

மகனிடம் ஒப்புவித்தாள். திறமையும் அதிகாரமும் கொண்ட அந்த விதவைப் பெண்மணி தனது மகனுக்கும், உயரமாய் வளர்ந்திருந்த, சற்று சிறிய பிராமணத் தெருவைச் சார்ந்த பெண்ணொருத்திக்கும் திருமணம் ஏற்பாடு செய்தாள். அந்த சம்பந்தம் திருப்திகரமாகவே இருந்தது என்றாலும் மருமகளாக வந்தவள் திருமணமான முதல் ஏழு வருடங்களில் ஒரு பேரக் குழந்தையைப் பெற்றுத் தராது போகவே, அவளைத் தள்ளி வைத்துவிட்டு இரண்டாம் கல்யாணம் செய்து கொள்ளுமாறு பிள்ளையை வற்புறுத்தினாள் அவள். இந்த இரண்டாங் கல்யாணம் 1931இல் நடந்து, புதிய மனைவி பையனும், பெண்ணுமாக வரிசையாகக் குழந்தைகளைப் பெற்றெடுத்தான். அவர்களில் மூத்த பெண்தான் பின்னாளில் டபீர் கிட்டுவுக்கு மனைவியானாள். 1939ஆம் வருட வாக்கில் அந்த விதவைத் தாயாரின் காலம் முடிந்தது. மாமியார் இறந்துபோனதும் தள்ளி வைக்கப்பட்ட முதல் மனைவி ராஜாமணியிடம் திரும்பி வந்து குடும்பத்திற்குள் தனது உரிமையை நிலைநிறுத்திக் கொண்டு, தன் கணவனோடு வாழத் தன்னை அனுமதிக்க வேண்டுமென்று அழுத்தமாகக் கேட்டுக் கொண்டாள். அந்த சமயம் அவளுக்கு முப்பது வயதிற்கு மேலாகியிருந்தது. தன்னுடைய உரிமைகளுக்காகச் சண்டையிட அவள் தயாராகவே இருந்தாள். ஆலை முதலாளி ராஜாமணி ஒரு சாது மனிதன். முதல் மனைவியின் சண்டையால் பெரும் குழப்பத்திற்குள்ளாகி அவதூதரை நாடி அவரிடம் ஆலோசனை கேட்டார். அவதூதர் அவரிடம் இரண்டு மனைவிகளுடனும் சேர்ந்து அமைதியாக வாழுமாறும், அவர்களில் யார் முதலில் தகராறு செய்ய, சண்டையிட ஆரம்பித்தாலும் அவளை விவாகரத்து செய்துவிடுவதாக பயமுறுத்துமாறும் சொல்லித் தந்தார். அவர் ஆலோசனை வேலை செய்தது. மூத்தவளும், இளையவளுமாய் இரண்டு மனைவிகளும் தங்களுக்குள் ஒற்றுமையாகி, கடையை நிர்வகிப்பதிலும் கணவருக்கு உதவியாக இருந்து வர, குடும்பத்தில் மகிழ்ச்சி நிலவியது. பின் அவருடைய முதல் மனைவி தனது முப்பத்தி மூன்றாவது வயதில் ஒரு ஆண் குழந்தையைப் பெற்றெடுத்து அதற்கு இரண்டு வருடங்களுக்குப் பிறகு ஒரு பெண்ணையும் பெற்றுத் தந்தாள். வீட்டின் கடைக் குட்டிகளான அந்த இரண்டு குழந்தைகளுமே தந்தையின் அன்பிற்கும் பெருமிதத்திற்கும் பாத்திரமானவர்கள்.

அவதூதரின் ஆலோசனைத் திறனைப் பற்றி மற்றுமொரு சம்பவம் – இந்த முறையும் சர்வமானிய அக்ரஹாரத்திலிருந்து வந்தது; ஒரு விதவைப் பெண்மணியோடு சம்பந்தப்பட்டது. சங்கிலிப்பாட்டியை விட அதிக வருடங்கள் விதவையாக வாழ்ந்து வரும் மங்களப்பாட்டியைப் பற்றியது. அவளுக்கு ஒரே

பிள்ளையும் சாத்தனூர் அளவுப்படி ஏராளமான சொத்துக்களும், - இரண்டு வீடுகளும், இருபது ஏக்கர் நிலங்களும் இருந்தன. இருந்த இரண்டு வீடுகளில் ஒன்றில் அவள் இருந்துகொண்டு, இன்னொன்றை ஓய்வு பெற்ற போஸ்ட் - மாஸ்டர் நாராயணனுக்கு வாடகைக்கு விட்டிருந்தாள். மங்களம் பாட்டியின் பிள்ளை நல்லபடியாகப் படித்து பட்டம் பெற்று அரசாங்கத் தேர்வு எழுதி வெற்றி பெற்று டில்லியில் நல்ல வேலையில் அமர்ந்து உத்தியோகத்தில் மளமளவென்று முன்னேறிக்கொண்டே போனான். கல்லூரியில் படிக்கும் காலத்தில் பிராமண குலத்தவளாயினும் அவர்களுடையதல்லாத வேறு கிளைப் பிரிவைச் சார்ந்த பெண்ணொருத்தியைக் காதலித்துத் திருமணம் புரிந்துகொண்டதை அவள் தாயார் என்றுமே மன்னிக்கத் தயாராக இல்லை. அந்தப் பிள்ளையும் அவன் மனைவியும்கூடப் பணத்திலேயே குறியாக இருப்பவர்கள். ஆகையால் அந்த விதவையின் சொத்துகளின் மேல் ஏக அன்பு வைத்திருந்தாலும் அதில் ஒரு சிறிய அளவு அன்புகூட விதவையிடம் காட்டியதில்லை. இரண்டு புறமும் சமாதானம் செய்து வைக்க பல முயற்சிகள் நடந்தனவென்றாலும் அவை யாவும் தோற்றுப் போயின. மருமகள் சாத்தனூருக்கு வருவதையே தீர்மானமாகத் தவிர்த்து வந்தாள் என்றாலும் மகன் மட்டும் டில்லியில் வேலை கிடைத்த ஆரம்பத்தில் சில வருடங்கள் அடிக்கடி சாத்தனூர் வந்து போய்க் கொண்டிருந்தான். அவன் அம்மாவிற்கென கணிசமாக ஐம்பது ரூபாய் கூட மாதா மாதம் அனுப்பித் தந்தான். அதை மங்களம் பாட்டி பின்னாளில் தனது நலிந்த நாட்களுக்காய், சமயம் வாய்க்கும்போது தனது பேரக் குழந்தைகளுக்குக் கொடுப்பதற்காய் தனியே பத்திரப்படுத்தி வைத்திருந்தாள். பின்னாளில் வந்த வருடங்களில் அவளுக்கு நிறையப் பேரன்களும், பேத்திகளுமாய் பிறந்தார்கள் என்றாலும் பாவம் அந்தக் கிழவி அவர்களில் ஒருவரைக்கூடப் பார்த்த தில்லை. தன்னுடைய நில புலன்களை மிகக் கவனத்துடனும் அக்கறையுடனும் அவள் பராமரித்து வந்ததில், கூடுதலாக இரண்டு ஏக்கர்களும் அவளுக்குச் சொந்தமாயின.

டபீர் கிட்டுவின் நாடோடி வாழ்க்கையின்போது ஒருசமயம் அவன் மங்களப் பாட்டியின் பிள்ளைக்கு ஒரு மொட்டைக் கடுதாசு எழுதியனுப்பி அதில் அவன் - தூரத்து தில்லியிலிருக்கும் வெங்கட்ராமனின் தாய் - இறந்துவிட்டதாக செய்தி அனுப்பலாமென்று ஒரு திட்டம் தீட்டினான். அதன் படியே அனுப்பியும் வைத்தான். வெங்கட்ராமன் தன் தாய் இறந்ததில் வெகுவாக சந்தோஷமடைந்தவனாய் அதிலிருந்து அவளுக்கு மாதாமாதம் அனுப்பி வந்த ஐம்பது ரூபாயை

நிறுத்தியதோடு மட்டுமல்லாமல், டில்லியில் தனது அந்தஸ்துக்குத் தக்கவாறு இறந்த தாய்க்கு ஆக வேண்டிய ஈமக்காரியங்களை ஒன்றுவிடாமல் காசியில் செய்து முடித்துவிட்டான். அதன் பின், திவான் பகதூருக்கு, தனக்கு லீவு கிடைத்து தான் புறப்பட்டு வந்து அவற்றைக் குறித்து முடிவெடுக்கும் வரை தனது தாய்வழி நிலபுலன்களையெல்லாம் பத்திரமாகப் பார்த்துக் கொள்ளுமாறு கடிதம் எழுதிக் கேட்டுக் கொண்டான். திவான் பகதூர் அவனுக்குப் பதில் கடிதம் எழுதியனுப்பி, அவன் அம்மா நலமாக இருப்பதோடு கூட, அவள் வயதிற்கு மிக நல்ல தேக ஆரோக்கியத்துடனும் இருந்து வருகிறாள் என்றும் அதில் தெரியப்படுத்தியிருந்தார். தனது ஆஸ்திபாஸ்திகளுக்கு ஊரில் ஏதோ ஆபத்து ஏற்படுகிறது; யாரோ அவற்றை அபகரிக்க வேண்டி தனக்கு பொய் கடிதம் எழுதியிருக்கிறார்கள் என்பதாய் திடுக்கிட்டு, அலறியடித்துக்கொண்டு சாத்தனூர் போன வெங்கட்ராமன், தன் அம்மா உயிரோடு இருப்பதை நேரிலேயே பார்த்து சொத்துக்களையெல்லாம் தன் பெயருக்கு எழுதி வைக்க, இல்லை அந்த ரீதியில் ஒரு உயிலேனும் தயார்படுத்தி வைக்க, தாயாரை அண்டி வற்புறுத்திப் பார்த்தான். கிழவி மறுத்துவிட்டாள். அதற்குப் பின் அவள் மகன் ஒரு முட்டாள்தனமான காரியம் செய்தான். அதாவது மனசுத்தியுடன் அவள் இறந்துவிட்டதாய் நம்பி அவளுக்கான ஈமச்சடங்குகளும் செய்து முடித்துவிட்டதால் அவள் சட்டப்படி இறந்துவிட்டவளே என்பதாகவும், அதனால் அவளுடைய சொத்துக்களெல்லாம் அவளுக்குப் பின் அவள் வாரிசான தன்னைத்தான் சேர வேண்டுமென்றும் கூறி சொத்துக்களைத் தனதாக்கிக்கொள்ள முயற்சித்தான். நீதிமன்றம் வரை விவகாரத்தைக் கொண்டு போனான். ஆனால், நீதிமன்றத்தில் இறந்தவராய் கருதப்பட்டு அவருக்கான ஈமச்சடங்குகளெல்லாம் நடத்தி வைக்கப்பட்ட நிலையில் அந்த மனிதரை உண்மையில் இறந்தவராகவே கொள்ளும் வழக்கம் உண்டெனினும், உண்மையில் அவர் இறக்காத வரை அவருடைய விருப்பமின்றி, அனுமதியின்றி அவருடைய சொத்துக்களை இன்னொருவருக்குக் கொடுக்க சட்டத்தில் எந்த இடமும் கிடையாது என்று தெரிவிக்கப் பட்டது. ஊதியமற்ற விடுப்பில் தொடர்ந்து சாத்தனூரிலேயே இருந்து வழக்கில் வெற்றிபெற முயன்றும் – கீழ் கோர்ட், மேல் கோர்ட் இரண்டிலும் வெங்கட்ராமன் தோற்றுப்போக நேர்ந்தது. தோல்வியுற்றுத் திரும்பியவன், பிரச்சனைகளைத் தீர்ப்பதில் வல்லவரான அவதூதரை நாடி தன் சார்பாய் பேசுமாறு மன்றாடினான். ஆனால், அவனைப் பார்த்து சிரித்த அவதூதர், “அன்பு அன்பைத் தரும்” என்று கூறினார். ஆனால், தான் ஒரு

முடிவுக்கு வர உதவி செய்யுமாறு மங்களம்பாட்டி அவதூதரிடம் வேண்டிக்கொண்டபோது அவர் சற்றும் தயங்காமல், அவள் தன்னுடைய இரண்டு வீடுகளையும், எல்லா நிலபுலன்களையும் தான் இறந்தபின்னர் கிறித்துவ சகோதரிகளின் பள்ளிச் சொத்தாக எழுதி வைத்துவிடுமாறு ஆலோசனை கூறினார். அதன்படியே உடனடியாக உயில் எழுதி, தனது பிள்ளையின் வழக்கு நீதிமன்றத்தில் முடிவாகாமல் நின்றுகொண்டிருக்கும் போதே, அதைப் பதிவும் செய்துவிட்டாள்.

சாத்தனூர் பிராமணர்கள், தீர்வு வேண்டி அவதூதரிடம் கொண்டு வந்த பிரச்சனைகளை மிகச் சரியாகக் காண்பிக்கும் இரண்டு மூன்று நிகழ்ச்சிகள் உள்ளன. அவற்றில், மேட்டுத் தெருவிலிருந்து வந்த ஒரு பிரச்சனையைக் குறிப்பிடலாம். அங்கிருந்த ஒன்றிற்கும் லாயக்கற்ற ஆள் ஒருவன் – ஜீவனத்திற்கான வருவாயோ, வேலையோ, எதுவுமின்றி ஊர்சுற்றிக் கொண்டிருந்தவன் – அருகாமையில் வசித்து வந்த பெண்ணொருத்தியைக் காதலித்து, அவளுக்கும் தனக்கும் திருமணம் நடக்கவில்லையென்றால் தான் வீட்டுக் கொல்லைப்புறமிருந்த கிணற்றில் குதித்து தற்கொலை செய்துகொண்டு விடுவதாய் பயமுறுத்தினான். அந்தப் பெண்ணின் பெற்றோர்களுக்கு இந்த சம்பந்தத்தில் இஷ்டமேயில்லை. அவர்கள் ஏற்கனவே நல்ல ஸ்திதியில் இருந்த உறவுக்காரப் பையனொரு வனுக்கு தங்கள் பெண்ணை நிச்சயம் செய்து வைத்திருந்தார்கள். அவர்கள் அவதூதரிடம் வேண்டிக்கொண்டதன் பேரில், அவதூதர் அந்த ஒருதலைக் காதலனிடம் “போய் கிணற்றில் விழு. உன் இஷ்டம் போல் செய். அந்தப் பெண் உன்னைத் திருமணம் செய்து கொள்ளப்போவதில்லை” என்று கூறிவிட்டார். அந்த முட்டாள் அப்படியே கிணற்றில் குதித்து, அவனைச் சிலபேர் தூக்கிக் காப்பாற்ற ஒருகால் முறிந்து அவனுடைய இதர வாழ்நாள் முழுவதும் அவன் விந்தி விந்தி நடக்கும்படி ஆயிற்று. அடிபட்டு அவன் படுத்த படுக்கையாக இருந்த சமயம் அந்தப் பக்கத்து வீட்டுப் பெண்ணின் திருமணம் நிச்சயித்தபடி இனிதே நடந்து முடிந்தது. அதுகுறித்து இந்த மடையனால் எதுவும் செய்ய முடியாது போயிற்று.

அவதூதரிடம் கொண்டுவரப்பட்ட மற்றுமொரு பிரச்சனையும் மேட்டுத் தெருவிலிருந்து வந்தது என்றாலும், அது வித்தியாசமானது. அந்த சமயத்தில் மேட்டுத் தெருவில் கருப்பன் என்ற ரவுடி இருந்து வந்தான். அவன் தன்னைக் கருப்ப முதலி என்று அழைத்துக் கொண்டாலும், அவனுடைய பிறப்பு குறித்து மர்மமாயிருந்தது என்றாலும், யாரும் அவன் தன்னை முதலி என்று கூறிக்

கொண்டதை மறுக்கவில்லை. அவனும் மற்ற நிறையப் பேரைப் போலவே வெறும் வாய்ச் சவடாலிலேயே மேட்டுத் தெருவில் காலங்கழித்து வந்தான். ஆனால் மற்றவர் விஷயங்களைப் போலில்லாமல் அவன் தனது உடல் வலுவைப் பயன்படுத்தி ஊராரை மிரட்டி அக்கிரமங்களைச் செய்து வந்தது ஊராரை ஒரேயடியாக மிரண்டு போக வைத்திருந்தது. எந்த ஒரு வீட்டுத் தோட்டத்திலும் ஒரு பலாப்பழமோ, வாழைப்பழக்குலையோ பழுத்துத் தொங்கினால்போதும் - உடனே அந்த வீட்டுக்காரர் முன்பாக கருப்ப முதலி ஆஜராகி தனது பங்கான - பழுத்துத் தொங்கும் பழங்களில் சரிபாதியைத் தனக்குத் தந்துவிடுமாறு அதிகாரமாகக் கேட்பான். அந்த வீட்டுக்காரர் அவ்வாறு கொடுக்க மறுத்தாலோ, ஏதாவது மறுப்புத் தெரிவித்தாலோ அவ்வளவுதான், தோட்டத்தில் விளைந்துள்ளது முழுவதும் அன்றிரவே காணாமல் போய்விடும். ஒருசமயம் ஒரு ஏழை வீட்டுக்காரன் ஒருவனைக் கருப்பன் அணுகி, அவன் வீட்டுக் கொல்லைப்புறத்திலிருந்த வாழை மரத்தில் குலை தள்ளியிருந்ததில் சரிபாதியை தனக்குத் தந்துவிடுமாறு உத்தரவிட்டபோது, தன்னைக் காப்பாற்றுமாறு அவதூதரிடம் வேண்டிக்கொண்டான் அந்த வீட்டுக்காரன். அந்தக் குலையைக் கொண்டு அவனால் எட்டணாக்கள் சம்பாதித்துக்கொள்ள முடியும். ஆனால் கருப்பன் கேட்கும் சரிபாதிப் பங்கைக் கொடுத்துவிட்டாலோ நாலணா மட்டுமே வரவாகும். அவதூதர் கருப்பனிடம் அவனுடைய சொந்த நலத்திற்காக வேண்டியாவது அவன் இம்மாதிரி ஊர் மக்களை மிரட்டி ஏழை எளியவர்களின் கொஞ்ச நஞ்ச வருவாயையும் பறித்துக் கொள்ளையடிக்கும் பழக்கத்தை நிறுத்திவிட வேண்டும் என்று கூறினார். அவன் சுயநலனைக் கருதியே அவன் அவ்வாறு செய்ய வேண்டும் என்பதை அழுத்திக் கூறினார். கொடுக்க முடியும் வசதியுள்ளவர் களிடமிருந்து கருப்பன் பணமும், பண்டமும் யாசிப்பதைப்பற்றி அவர் எந்த மறுப்பும் கூறவில்லை. யார் யாரிடமிருந்து தண்டல் வசூலிக்கலாம், யார் யாரிடமிருந்து கூடாது என்பதையெல்லாம் கூட அவதூதர் கருப்பனுக்குக் கற்றுத் தந்ததாக ஊரார் பேசிக் கொண்டார்கள். இந்த விவகாரம் அவதூதரை ஊர் செல்வந்தர்கள் மத்தியில் சில காலம் சிறிதே மதிப்பிழக்கச் செய்தது. ஆனால் அதைப் பற்றியெல்லாம் அவதூதர் பொருட்படுத்தவேயில்லை. தன்னைப் பற்றி பிறர் கொள்ளும் விருப்பும் வெறுப்பும் அவரை எந்தவிதத்திலும் பாதிக்கவில்லை. ஆனால் அது முதல் கருப்பன் அவதூதர் யார் யாரை விட்டு விடும்படி கூறியிருந்தாரோ அவர்கள் பக்கமே போகவில்லை என்பதைப் பாராட்டித்தான் ஆக வேண்டும். ஒரு வம்பன், அமெரிக்காவில் இருக்கும் கொள்ளைக்

கூட்டங்களைப் போன்று கருப்பன் பணக்காரர்களிடமிருந்து பயமுறுத்திப் பிடுங்குவதில் அவதூதருக்கும் ஒரு பங்கிருக்கக் கூடும் என்று கருத்துத் தெரிவித்தான். ஆனால் அத்தகைய சந்தேகம் யாருக்கும் அதிக நாட்கள் இருக்கவில்லை. அவதூதரின் வாழ்க்கை எந்தவித ஒளிவு மறைவுமின்றி மிகத் திறந்ததாயும் அவர் எந்தவொரு உடைமையும் கைக் கொண்டிராமல் பெரும்பாலும் திறந்த வெளியிலேயே புழங்கியபடி இருந்ததும் அவரைக் குறித்து சந்தேகம் எழ வழியே இல்லாதபடி செய்தது.

சிவஷண்முகம் செட்டியார் சாத்தனூர் கிராமத்தில் தனது பரம்பரைத் தொழிலான லேவாதேவித் தொழிலைச் செய்து வந்தார். மற்றவகையில் அவர் நல்ல மனிதர்தான். எக்கச்சக்கமாக வட்டி வாங்குவது தவறு என்று தெரியுமளவு கல்வி கற்றிருந்தார். என்றாலும் அவரிடம் கடன் வாங்க ஆட்கள் வரும்போது எக்கச்சக்க வட்டிக்குக் கடன் கொடுத்து, அவர்கள் கடனைத் திருப்பியடைக்கும் சமயம் வட்டியும் முதலுமாக பைசா குறையாமல் மொத்தமாகத் திருப்பிப் பெற விடாமுயற்சியுடன் பிரயத்தனப்பட்டு வெற்றியும் பெற்று வந்தார். எந்த மனிதனையும், அவன் தர வேண்டிய மொத்த வட்டியையும் அவனிடமிருந்து கறக்காமல் அவர் விட்டதேயில்லை. ரத்னவேலு முதலியாரின் விஷயத்தில் மட்டும்தான் அவர் அப்படிச் செய்யவில்லை. ரத்னவேலு முதலியார் நோய்வாய்ப்பட்டிருந்த தன் மனைவியைச் சென்னையிலிருந்த நரம்பியல் மருத்துவ நிபுணரிடம் கூட்டிப்போவதற்காக செட்டியாரிடம் ஐந்நூறு ரூபாய் கடன் வாங்கியிருந்தார். நரம்பியல் நிபுணரால் அவளுக்கு எந்த விதத்திலும் நிவாரணமளிக்க முடியவில்லை. எனவே கூட்டிப்போனபோது இருந்த நிலைக்கு இன்னும் மோசமான நிலையில், குணமாகும் என்ற நம்பிக்கையில் கூட்டிக்கொண்டு போய் மருத்துவரிடம் காட்டியதில், வாங்கிய கடன் ஐந்நூறு ரூபாயும் செலவழிந்துபோக, நோயாளி மனைவியைத் திருப்பிக் கூட்டிக்கொண்டு வர வேண்டியிருந்தது ரத்னமுதலியாருக்கு. முதலியார் ஒரு சின்ன நிலச்சுவான்தார். ஆகையால் இரண்டுஅறுவடைகளின்போது கிடைத்த பணத்தைக் கொண்டு செட்டியாரிடமிருந்து வாங்கிய கடனை அடைத்தார். வாங்கிய தொகைக்கு வட்டியாக இன்னும் இருநூறு ரூபாயை செட்டியார் கேட்க, மூன்றாம் வருடத்து அறுவடையில் கிடைத்த பணத்தையும் அதற்காக இழக்க வேண்டி வந்தது முதலியாருக்கு. அவதூதருக்கு முதலியாரின் நிலைமை தெரியுமாதலால் அவராக எதுவும் கேட்காமலே, செட்டியாரிடம் போய் ரத்னவேலு முதலியாரிடமிருந்து அதற்கு மேலும் பணமெதுவும் பெற்றுக்கொள்ளக்கூடாதென்றும், அவரிடமிருந்து இதுவரை பெற்றுக்கொண்டதை வைத்து திருப்தியடைந்து

கொள்ள வேண்டும் என்றும், அவருடைய கடன் எந்த விதத்திலும் முதலியாரின் மனைவிக்கு உதவக்கூட இல்லையென்றும் கூறினார். தனது வியாபாரத்தைப் பொறுத்தமட்டிலும் எந்தவித தயை தாட்சண்யமுமின்றி கல்நெஞ்சனாக இயங்கி வந்த சிவஷண்முகம் செட்டியாரை அவதூதர் மட்டுமாய் அசைத்திருக்க முடியாது என்றாலும் இளகிய மனம்கொண்ட அவருடைய மனைவியும் – அவள்தான் அவதூதரை அணுகி ரத்னவேலு முதலியாரைத் தன் கணவரிடமிருந்து மீட்க வேண்டும் என்பதாய் வேண்டிக்கொண்டவள் – அவதூதரின் கூற்றை ஆமோதிப்பதாய் கணவனை, ரத்னவேலு முதலியாரை விட்டு விடுமாறு நச்சரித்து வேண்டிக் கொண்டதில் செட்டியார் விட்டுக் கொடுத்து, முதலியாரிடம் புரோநோட்டை உள்ளூர் கூற்றுப்படி காது கிழித்து, மேற்கொண்டு முதலியார் எந்தத் தொகையும் தர வேண்டியதில்லை என்பதாய், திருப்பித் தந்துவிட்டார்.

சாத்தனூரில் அதிக வறுமையில் உழன்று கொண்டிருந்த முஸ்லிம்களில் ஒருவர் – சிறுதொழில் வியாபாரி – மூன்றாம் தடவையாக, ஆதரவற்றவளும், அழகியுமான ஒரு முஸ்லிம் பெண்ணைத் திருமணம் செய்துகொண்டார். அதற்காக, அவருடைய முதலிரண்டு மனைவிமார்களும் அவரிடம் சண்டை யிட்டபோது, எந்தவித மனக் குறுகுறுப்புமின்றி அந்த மூன்றா மவளைத் தெருவில், கட்டிய துணியோடு, போக வேறு இடமற்ற நிலையிலும், தூக்கியெறிய விரும்பும் கல்மனது கொண்டவராக இருந்தார் அந்த மனிதர். முஸ்லிம் சமுதாயம் மணந்தவளைத் திரும்ப ஏற்றுக்கொள்ளும்படி அந்தக் கணவனைக் கேட்டுக் கொள்ளும்வரைதான் உதவ முன்வந்தது. அவன் அதற்கு மசிய வில்லை. தாவூத் ஷா அந்தப் பிரச்சனையைப் பற்றிய விவரங்களை அவதூதர் முன்வைத்து தானே அந்த அனாதைப் பெண்ணை வீட்டிற்கு அழைத்துச் சென்று அடைக்கலம் தந்தார். அவதூதர் ஒரு வாரம் வரை பார்த்திருந்த பின் சம்பந்தப்பட்ட முஸ்லிம் வீட்டிற்குச் சென்று அவர் இல்லாத சமயமாக அவருடைய இரு மனைவி களிடமும் பேசிய விதத்தில் அவர்கள் தங்கள் கணவனைக்கூடக் கலந்தாலோசிக்காமல் வெளியே விரட்டியடித்தவளை மறுபடியும் தங்கள் வீட்டிற்கு அழைத்துக்கொண்டனர்.

ஹரிஜனங்களின் சேரிகளிலும், குறவர்களுடைய சேரிகளிலும் எப்பொழுதும் குடிகாரச் சண்டைகளும், கூக்குரல்களும், கணவன் மனைவியை விட்டு ஓடிய, மனைவி கணவனை விட்டு ஓடிய பலப்பல கதைகள் வழங்கி வந்தன. அத்தகைய பெரும்பாலான சண்டைகளில் இறுதித் தீர்ப்பு வழங்கும் நீதிபதியும் நீதிமன்றமும்

அவதூதராகவே இருந்தார். அவர்கள் அவர் தீர்ப்பை மிகப் பணிவாக, பயபக்தியோடு ஏற்றுக் கொண்டனர்.

அவர்களில் யாரேனும் விலையுயர்ந்தது எதையாவது தொலைத்துவிட்டால் அவதூதரிடம்தான் ஆலோசனை கேட்டார்கள். தொலைத்த பொருளைத் திரும்பப் பெற அவதூதர் கட்டாயம் உதவுவார் என்பது அவர்கள் நம்பிக்கை. போன பொருள் திரும்பக் கிடைக்காது என்று அவதூதர் கூறிவிட்டாலோ தேடும் முயற்சியைக்கூட நிறுத்திவிட்டு வாளாவிருந்துவிடுவார்கள். தொலைந்த கால்நடைகள், தோற்றுப்போன வழக்குகள், இழந்த பார்வை என சகலமும் அவதூதரின் எல்லைக்குள் கொண்டு வரப்பட்டது. எப்பொழுது யார் வீட்டில் எவருக்கேனும் உடல்நிலை சரியில்லாது போனாலும் அவர்கள் எத்தனை நேரமானாலும் காத்திருந்து அவதூதரைத் தங்கள் வீட்டிற்கு அழைத்துக்கொண்டு போவார்கள். அவதூதர் வந்து நோய்வாய்ப்பட்டிருப்பவரைப் பார்த்தால் போதும், அவர் எத்தனை தீவிரமான நோயால் பாதிக்கப்பட்டிருந்தாலும் ஒரு வாரத்திற்குள் அது சரியாகிவிடும் என்று அவர்களிடத்தில் அசைக்க முடியாத நம்பிக்கை இருந்தது. அப்படியே பெரும்பாலும் நடந்தும் வந்தது. கருணையே உருவான அவதூதர் நோய்வாய்ப்பட்டு படுத்துக் கிடக்கும் ஆண், பெண் அல்லது குழந்தையை வந்து பார்க்குமாறு யார் வந்து வேண்டிக் கொண்டாலும் மறுத்ததேயில்லை. அப்படி அபூர்வமாக அவர் போய்ப் பார்க்க மறுத்த சமயங்களில் அந்த நோயாளி இறந்து போய், அதன் வழி அவதூதரின் நிவாரணமளிக்கும் சக்தியைப் பற்றி இன்னும் அதிகமாக நம்பிக்கை நிலைத்து, அவரைப் பொறுத்தவரை ஒன்று நோயாளியைப் பார்க்க வருவார். இல்லை வராமலிருந்து விடுவார். அவர்கள் அறிந்தவரையில் அவர்களால் அவரின் செயல்களுக்குக் காரணமிருந்ததாகக் கூற முடிந்ததில்லை.

வேறு ஒரு விஷயத்தினாலும் அவதூதர் அந்தக் கிராமத்தின் நன்றிக்குப் பாத்திரமானார். ஆடியபாதம், தனது ஒரு கால் யானைக்கால் நோயால் வீங்கி, எப்பொழுதும் போதைப் பொருளான ஓபியத்தின் பிடியில் மயங்கியிலிருந்த நிலையில், பூச்சி பொட்டு பிடுங்கியபடி இருந்த தனது எலும்பும் தோலுமான குதிரையும், உடையும் நிலையிலிருந்த கட்டை வண்டியும், சுறுசுறுப்பான மகன் சிதம்பரமுமாக, சாத்தனூருக்கு வந்து சேர்ந்ததற்கு அவதூதர்தான் காரணம். தந்தையும், மகனும், வண்டியும், குதிரையுமாக அவர்கள் 1949ஆம் வருடம் சாத்தனூர் வந்து சேர்ந்த சமயம் சிதம்பரத்திற்குப் பதிமூன்று வயது. கும்பகோணத்தில் தனக்கு தொழிலில் ஏற்பட்ட போட்டிகளைச் சமாளிக்க முடியாமல், ஓபியத்தின் பிடியில் சிக்கிய

வனாய் தனது அன்பு மகன் – துறுதுறுவென்றிருந்த அந்தப் பையன் சிதம்பரத்தைக்கூட கவனிக்காமல் அசட்டை செய்யும் நிலைக்கு தள்ளப்பட்டுக் கொண்டிருந்தான் அவன். ஐந்து வயதிலேயே தாயை இழந்துவிட்ட சிதம்பரம், தந்தையின் கவனிப்பும் இல்லாத நிலையில் கும்பகோணத்தில் கெட்ட சகவாசங்களுடன் சேர்ந்துகொண்டு, கிழிசல் துணிகளோடு தெருவெங்கும் ஓடிக்கொண்டு சீரழிய ஆரம்பித்திருந்தான். பெற்றோரின் கவனிப்பில்லாமல் முரடனாக வளர்ந்திருந்தான். அவதூதர்தான் ஆடியபாதம் சாத்தனூருக்கு வந்தால் அவன் நிலைமை சீராகக் கூடுமென்றும், சாத்தனூரில் குதிரை வண்டியே இல்லாததால் அவனுக்கு அங்கே தொழில்ரீதியாகப் போட்டியேதுமில்லாமல் ஒரே ஒரு குதிரைவண்டிக்காரனாக அவனால் நல்ல முறையில் சம்பாதிக்க முடியும்; கிராமத்தார்களுக்கும் அவனால் மிகவும் உபயோகமாக இருக்கும் என்றும் அவனிடம் ஆலோசனை கூறியவர். சாத்தனூரில் கெட்ட சகவாசம் என்பது அதிகம் இல்லையாதலால் பிள்ளை சிதம்பரமும் அங்கே நல்ல முறையில் வளர முடியும் எனவும் கூறினார். அவர் யோசனைப்படி மகனும், தந்தையுமாக சாத்தனூர் வந்து சேர்ந்து வெகுவிரைவிலேயே ஊராரின் அன்பிற்கும் பாத்திரமானார்கள். ஓபிய மயக்கத்தையும் மீறி ஆடியபாதம் ஒரு நல்ல மனிதன். எப்பொழுதும் எவருக்கும் உதவத் தயாராய் முன்வருபவன். அவன் மகன் சிதம்பரமும் துறுதுறுப்பும் உற்சாகமும் கொண்ட அடக்கமான பையன். தவிர ஊரில் எல்லோருக்குமே அவர்களிருவருமே அவதூதரால் அங்கு வரவழைக்கப்பட்டவர்கள் என்பதும் தெரிந்திருந்தது.

தெற்குப் பிரதான வீதியில், ராமச்சந்திர ஐயர் வீட்டுப் புழக்கடையிலிருந்த தோட்டத்தின் நேர் பின்னே வேலியிடப்பட்டு இருந்த தோட்டம் சிவஷண்முகம் செட்டியாருக்குச் சொந்தமானது. அதன் முக்கால்வாசிப் பரப்பு பயிரிடப்படாமல், தோட்டத்தில் ஒரு சில வாழை மரங்களும், ஒரு டஜன் தென்னங் கன்றுகளும் மட்டுமே இருந்தன. அவதூதரின் ஆலோசனைப்படி சிவஷண்முகம் செட்டியார் அத்தோட்டத்தை குதிரை வண்டிக்காரனுக்கு வாடகைக்கு விட்டார். சமீபத்தில் கும்பகோணத்திற்கும், திருவையாறுக்கும் இடையே முப்பது நிமிடங்களுக்கொரு முறை விரையும் பேருந்துகள் பலவற்றிற்கு சொந்தக்காரராயிருந்த மேட்டுத்தெரு கோவிந்தப் பிள்ளையிடம் அவதூதர் சென்று வட்டியில்லாமல் ஐந்நூறு ரூபாய் ஆடியபாதத்திற்குக் கடனாகக் கொடுக்கும்படியும், அதை வைத்து அவன் தனது வண்டியின் சேதங்களை சீர்படுத்திக்கொண்டு, வண்டிக்குப் புதிதாய் வர்ணமடித்து அதற்குப் பிறகும் மீதமாகி நிற்கும் முந்நூற்றைம்பது

ரூபாயில் ஒரு நல்ல குதிரையும் வாங்கிக்கொள்ள முடியும் என்றும் கூறினார். அப்பா, பிள்ளை இருவருமே அயராமல் பாடுபட்டு, தங்களுக்கு இடம் கொடுக்கப்பட்ட செட்டியாரின் தோட்டத்தில் தங்களுக்கு வசிக்குமிடமும் குதிரைக்கும், வண்டிக்கும் கொட்டாய்கள் – மூங்கில், தேங்காய் நார், கயிறு முதலியவைகளைப் பயன்படுத்தி – அமைத்துக் கொண்டார்கள். அதற்குப் பின் மண் சுவர்கள் எழுப்பப்பட்டன. புதிதாக வேலை செய்வதில் ஈடுபட்ட அந்தச் சிறுவன் ஒரு வளர்ந்த மனிதனின் வலுவோடும், திறத்தோடும் வீடெழுப்பும் வேலையில் ஈடுபட்டான். யாரும் சொல்லாமலே அவனாக தோட்டத்தில் பயிரிடப்படாதிருந்த பகுதியையெல்லாம் கொத்திக் கிளறி உழுது வீட்டிற்குத் தேவையான காய்கறிகளை அதில் பயிர் செய்தான். விரைவிலேயே மிளகாய், புடலங்காய், பாகற்காய், பூசணிக்காய், பீன்ஸ் எல்லாம் அந்தந்தப் பருவத்தில் அவர்களுக்கு நிறைய கிடைக்க ஆரம்பித்தன. தந்தையும், மகனு மாகத் தங்களுக்கான வசிக்குமிடத்தைக் கட்டுவதையும், தங்களுக்குத் தேவையான காய்கறித் தோட்டம் உண்டாக்கியதையும் அலமுவும், அவள் தாயாருமாகக் கவனித்தார்கள். அவர்களுடைய காய்கறித் தோட்டத்தில் நிறைய காய்கறிகள் விளைய ஆரம்பித்ததும் அவை மதுரத்தம்மாளுக்கு அனுப்பி வைக்கப்பட்டன. அவளுக்கு வண்டிக்காரனை எந்த வேலைக்கும் பயன்படுத்திக் கொள்ள முடியவில்லை. என்றாலும் சிறுவன் சிதம்பரத்தின் மூலம் சின்னச் சின்ன வீட்டுக்காரியங்களைச் சாதித்துக்கொண்டாள். ஒருசமயம் யாரோ ஒருவர் அந்தக் காய்கறிகளைப் பிராமணத் தெருவில் விற்று பணம் பண்ணலாம் என்று ஆடியபாதத்திடம் ஆலோசனை கூறியபோது சிறுவன் சிதம்பரம் அழுத்தந்திருத்தமாக, "என்னுடைய காய்கறிகள் விற்பனைக்கு அல்ல! எனது ஓய்வு நேரத்தில் அவற்றைப் பயிரிடுகிறேன். எனக்கு யாருக்குத் தரப் பிடிக்கிறதோ அவர்களுக்குத்தான் தருவேன்.'' தான் சொல்லும் ஆளுக்குத்தான் காய்கறிகளைக் கொடுத்தாக வேண்டும் என்ற பையனின் உரிமையைப் பறிக்க ஆடியபாதம் முயலவில்லை. அவனாக அந்தச் செடிகொடிகளுக்கு ஒரு நாளும் தண்ணீர் பாய்ச்சியதுகூட கிடையாது.

விரைவிலேயே தந்தையின் அளவிற்கு அந்தச் சிறுவனும் சம்பாதிக்க ஆரம்பித்தான். யார் எந்த வேலை செய்யச் சொன்னாலும் முகஞ்சுளிக்காமல் செய்து தந்து, தனது வேலை களுக்குக் குறைந்த தொகையே ஊதியமாகப் பெற்றாலுங்கூட பெரிய மனிதனைப்போல் அதில் ஒரு பங்கைத் தனியாக பத்திரப் படுத்தி சேமித்துவந்தான். பதினைந்து வயதிற்குள் உயரமாகவும், திடகாத்திரமாகவும் வளர்ந்துவிட்ட சிதம்பரத்தின் தோள்கள்

ஊரில் எந்த மனிதனுடைய தோள்களுக்கும் சமமான வலுவைப் பெற்றிருந்தன. கடவுளின் பல்லக்கைத் தோளில் சுமந்து வந்தால், அது கடினமான பணியாக அந்நாளில் கருதப்பட்டதால், அதற்குக் கூலியாக அவனுக்கு இரண்டு ரூபாய் கிடைத்தது. ஏதாவது கடைக்காரரோ, வியாபாரியோ அவசரமாக வீட்டிற்கோ, வேறு எங்காவதோ போக வேண்டி வந்தால் அவருக்குப் பதிலாய் சிதம்பரம் பொறுப்பாகக் கடையைக் கவனித்துக்கொள்வான். தன்மானமும், ரோஷமும் கொண்டிருந்த அந்தச் சிறுவன் திருட மாட்டான் என்று கடைக்காரர்களுக்கு நல்ல நம்பிக்கை இருந்தது. கடைக்காரர் இல்லாதபோது கடையில் என்ன வியாபாரம் நடந்தாலும் அதைப்பற்றி பொய் பேசவோ, மறைக்கவோ மாட்டான் சிதம்பரம். போஸ்ட் மாஸ்டர்கூட தனது அலுவலக வேலையில் கூடமாட உதவ ப்யூன் இல்லாதபோது சிதம்பரத்தைச் செய்யச் சொல்லி அவனை சிறிது சிறிதாக தனது துறைக்குள் நுழைத்து, அதற்கான கூலியும் வழங்கினார். திவான் பகதூர், அவர் மகள், மருமகன், முன்னாள் நீதிபதி எல்லோருக்குமே கும்பகோணத் திலிருந்து பல சாமான்கள் அவசரமாகத் தேவைப்படும்போது, அவர்கள் வயதானவர்கள் ஆதலால் அடிக்கடி கும்பகோணத் திற்குப் பயணம் செய்ய முடியவில்லை. என்பதால், அவர்களெல் லோருமே தேவைப்படும் பொருட்களை வாங்கி வரச்சொல்லி சிதம்பரத்தின் கையில் அதற்குத் தேவையான பணம் கொடுத்து அனுப்புவார்கள். எப்பொழுதும் வாங்கிய பொருட்களுக்கான கணக்கு வழக்கை அவன் மிகக் கச்சிதமாகப் போட்டுத்தருவான்.

அவதூதரின் ஆலோசனைப்படி சிதம்பரம் பள்ளிக்கு அனுப்பப்பட்டான் என்றாலும் பிற பிள்ளைகளோடு இருக்கும் போது அவனுக்கு, தான் மிக வயதானவனாகத் தோன்றி அசௌகரியமாக உணர்ந்தான். கற்றுத் தரப்பட்டதை விரைவாக கிரகித்துக்கொண்டான் என்றபோதும் அவனுக்குக் கற்பதில் சந்தோஷம் ஏற்படவில்லை. தனது பதினான்காவது வயதைப் பள்ளியில் கழித்தபின் அவதூதர் காலடியில் விழுந்து தனக்குப் பள்ளிக்குப் போகப் பிடிக்கவில்லை என்று தெரிவித்தான். அதற்குப்பின் முன்னாள் நீதிபதி அவனுக்கு ஆங்கில, தமிழ் எழுத்துக்களைக் கற்றுத் தந்து அவனை அவற்றை எழுதவைத்து, கணிதப் பாடத்திலும் பயிற்சி கொடுத்து வேறு பல உபயோகமான விஷயங்களையும் அவனிடம் பேசி, தான் வெகுகாலமாய் எண்ணி வந்த ஒரு வகை வாய்வழி அடிப்படைக் கல்வியை சிதம்பரத்தைக் கொண்டு நடைமுறைப்படுத்திப் பார்த்தார். சிதம்பரம் சிறந்த மாணவனாக, கற்பிக்கப்பட்டவைகளை விரைவாகவும் முழுமையாகவும் கிரகித்துக்கொண்டு சீக்கிரத்திலேயே

தானாகவே புத்தகம் படிக்கக் கற்றுக்கொண்டு, ஆங்கிலம், தமிழ் ஆகிய இரண்டு மொழிகளிலுமான புத்தகங்களைப் படிக்க முடிந்தவனாய் அலமுவிடமிருந்து தனக்குத் தேவையான புத்தகங்களைப் பெற்றுக்கொண்டு – அவை பெரும்பாலும் அவள் பாடப் புத்தகங்களாகவும் அவை போன்றவையாகவும்தான் இருக்கும் – படித்து வந்தான். ஒரு வருடத்தில் பள்ளியில் கற்றுக் கொண்டதைவிட ஐந்து மடங்கு அதிகமாக முன்னாள் நீதிபதியின் மாணவனாக இருந்த காலகட்டத்தில் கற்றுக் கொண்டுவிட்டான்! ஆனால் அந்த தனது வெற்றி குறித்து முன்னாள் நீதிபதி அவதூதரிடம் பேச முயன்றபோது, அவதூதர் பாதி சிரிப்பும், பாதி கேலியுமாய் தன்னைப் பொறுத்தவரை முன்னாள் நீதிபதியின் நடைமுறைப்படுத்தப்படாத புதிய கல்வித் திட்டத்தின் வெற்றி அது என்பதைவிட கற்றுக்கொண்ட மாணவனின் ஆர்வமும் புத்திக் கூர்மையுமே அப்பாடத்திட்டம் வெற்றி பெறக் காரணம் என்றார். அதற்கு முன்னரும் பின்னரும் முன்னாள் நீதிபதிக்குத் தன் வாழ்நாளில் வேறு எந்த மாணவனும் அகப்படாததால் அவரால் பாடத்திட்டத்தால் மாணவனா, மாணவனால் பாடத்திட்டமா என்பதுபற்றி எந்த முடிவிற்கும் வர இயலவில்லை. ஆனால், எந்தக் காரியத்தில் ஈடுபட்டாலும் சிதம்பரம் சிறந்து விளங்குவான் என்பது மட்டும் அவருக்கு நிச்சயமாகத் தெரிந்தது.

கார்மலைட் சகோதரிகளுக்கும் சிதம்பரத்தைப் பற்றி நல்ல அபிப்பிராயம் இருந்தது. அவர்கள் எந்த வேலை தந்தாலும் ஒரு மனிதனின் உழைப்பைவிட அதிகமாய் செய்து தந்தான் சிதம்பரம். அந்த கிறித்துவ சகோதரிகள் தாய்மையின் கரிசனத்தோடு அவனைப் பற்றி, அவன் தந்தையைப் பற்றியெல்லாம் அன்போடு விசாரித்து வந்தது அவன் அது நாள் வரை அறிந்திராத இனிமையாய் – அவனால் மிகவும் விரும்பப்பட்டது. யாரைப் பற்றியும் நல்லதாக ஒரு வார்த்தையும் பேசத்தெரியாத மகாதேவ ஐயர் போன்ற மனிதர்கள் அவனிடம், அந்தக் கிறித்துவப் பெண்களிடம் கவனமாக, எச்சரிக்கையாக இருக்கும்படியும் அடிக்கடி அவர்களிடம் போகக்கூடாது, போனால் அவனையும் கிறித்துவனாக மதம் மாற்றிவிடுவார்கள் என்றும் அச்சுறுத்தியும் அவன் அதையெல்லாம் பொருட்படுத்தவில்லை. அப்படியெல்லாம் சிதம்பரத்தை யாரும் எளிதாக மதம் மாற்றிவிட முடியாது. அவன் ஒரு உண்மையான ஹிந்துவாய் எல்லாக் கோயில் களுக்கும் அடிக்கடி சென்று எல்லாக் கடவுளர்களிடமும் பிரார்த்தித்துக் கொள்வான். ஏதாவது வேலை இருந்தாலொழிய கோயிலுக்குள் நுழைந்தறியாத அவன் தகப்பனிடமிருந்து சிதம்பரம் வேறுபட்டவனாய் இருந்தான்.

சிதம்பரம் அழகும், கம்பீரமும் கொண்ட பையன். சுத்தமாக, நிமிர்ந்த நடையுடன் இருந்த அவன் தனது வாலிபப் பருவத்தின் பிற்பகுதியில் மீசை வளர்க்க ஆரம்பித்ததும், வேட்டியும் அரைக்கைச் சட்டையும்தான், மற்றெல்லா கிராமத்து மக்களைப் போன்றே, அணிந்திருந்தான் என்றாலும் பார்க்க லட்சணமாய், களையாய் இருந்தான். தனது சிறு வயது முரட்டுத்தனத்தை யெல்லாம் அவன் விட்டொழித்திருந்தான் என்றாலும் அதன் நிழலாய் அவனிடம் முரட்டுப் பிடிவாதமும், பெருமிதமும் தங்கி விட்டன. என்றாலும் அவை தன்னை மீறி வெளிப்பட்டு விடாமல் கவனமாகக் கட்டுப்படுத்தி வைத்திருந்தான். வாழ்க்கையில் தனது அந்தஸ்தை – ஒரு எளிய குதிரை வண்டிக்காரனின் எளிய மகன் என்ற ஸ்தானத்தை – அவன் என்றும் கவனத்தில் இருத்தியிருந்தான். தனது அந்த நிலையை மீறி நடக்க என்றுமே முயன்றதில்லை அவன் – அதற்கான நிர்ப்பந்தம் ஏற்படாத வரையிலும். சாத்தனூர் வாசிகளில் பெரும்பாலோர் அவன்மேல் பிரியமாக இருந்ததற்கு அதுவும் ஒரு காரணம்.

அதாவது எல்லோருக்கும் அவனைப் பிடித்திருந்தது. மணி ஐயரைத் தவிர. ராஜலக்ஷ்மி விலாஸ் காபி ஹோட்டல் முதலாளி யான மணி ஐயரைத் தவிர. அவர் திடீர் பணக்காரராதலால் தனது பணத்தாலும், அந்தஸ்தாலும் எல்லோருக்கும் எரிச்சலூட்டும்படிக்கு தடால்புடால் என்று தர்பார் நடத்திக் கொண்டிருந்தார். நல்லது கெட்டது என்று எதையும் விளைவிக்க முடியாத சாதாரண மனிதன்தான் அவர் என்று அவர்களுக்குத் தெரிந்திருந்ததால் அவருடைய சுய விளம்பர செய்கைகளையெல்லாம் ஊரார் பொறுத்துக்கொண்டு இருந்தார்கள். அவருடைய ஹோட்டலும் நல்ல உணவு விடுதியொன்றும் அல்ல. மோசமான காபியும் சிற்றுண்டியும் வழங்கினாலும் ஊரின் முக்கியமான கடைவீதியில் இருந்ததால் அவர் ஹோட்டலில் எப்பொழுதுமே கூட்டம் நிரம்பி வழிந்தபடி இருந்தது. தவிர, இரவில் ஹோட்டலை வர்ண விளக்குகளால் அலங்கரித்தும் வைப்பார். ஹோட்டலில் ஒரே சமயம் நூற்றிருபது பேர் உட்கார்ந்து சாப்பிடும் அளவு பெரியதாக, தேவையான மேஜை, நாற்காலிகள் போடப்பட்டிருந்தன. மேஜைகளும், நாற்காலிகளும் நிஜ அல்லது போலி சலவைக்கற்கள் பதிக்கப் பெற்றிருந்தன. மின் விசிறிகளும் இருந்தன. முப்பதுகளின் இறுதியில் ஆரம்பிக்கப்பட்ட ஹோட்டல் அது. ஆரம்பந்தொட்டே முதலாளிக்கு நல்ல முறையில் லாபம் சம்பாதித்துத் தந்து, ஆரம்பித்த பத்து வருடங்களுக்குள்ளாக ரொக்கமாகவே நிறைய வைத்திருப்பவராய், மணி ஐயர் சாத்தனூரின் செல்வந்தர்களில் ஒருவராக உயர்ந்துவிட்டார். சிவஷண்முகம் செட்டியாரிடம்கூட

அத்தனை பணம் கிடையாது என்று ஊரில் பேசிக்கொண்டார்கள். அவர் பிறப்பிலேயே சாத்தனூரரைச் சேர்ந்தவர்தான். அவருடைய தாத்தா, தன் பெற்றோர்களிடம் சண்டையிட்டு வீட்டை விட்டு வெளியேறி ஒரு நல்லதும் வந்து சேராமல் அங்கே இங்கே அலைந்து கொண்டிருந்தார். அவருடைய பிள்ளையும் அப்படியேதான். ஆனால் மணி ஐயர் ஹோட்டல் தொழிலில், தூரத்திலுள்ள சென்னை, திருவனந்தபுரம் போன்ற நகரங்களிலெல்லாம் வேலை செய்து பயிற்சி பெற்று தான் சேமித்து வைத்திருந்த தனது சொந்தப் பணத்திலேயே, சாத்தனூருக்குத் திரும்பி வந்து அங்கு ஒரு ஹோட்டல்காரராகவும் தன்னை ஸ்தாபித்துக்கொண்டார். ஊரில் அந்தப் பணமெல்லாம் அவருடையதல்ல என்றும் எங்கேயோ அவர் மேல் முழு நம்பிக்கை வைத்திருந்த எந்த முதலாளியையாவது ஏமாற்றி அவர் பணம் அபகரித்திருக்க வேண்டும் என்றும் பேசிக் கொண்டார்கள். ஆனால் அந்தப் பேச்சு எவ்வளவு தூரம் உண்மை என்பதை என்றும் தெரிந்துகொள்ள முடியாது.

சீக்கிரமே சர்வமானிய அக்ரஹாரத்தில் இடிந்து விழும் நிலையிலிருந்த வீடொன்றை மணி ஐயர் வாங்கி நாற்பதுகளின் நடுவில் அதை இரண்டு மாடிகள் கொண்ட வீடாகப் புதுப் பித்துக் கட்டிக்கொண்டார். சாத்தனூரிலேயே அவருடைய வீட்டில்தான் முதன் முதலில் மின்சார இணைப்பு கொடுக்கப்பட்டு பல்புகள் எரிந்தன. தொலைபேசி சாத்தனூரில் புழக்கத்திற்கு வர ஆரம்பித்ததும் அவருடைய வீட்டில்தான் முதன்முதலாகத் தொலைபேசி வைக்கப்பட்டது. 1952இல் அரசாங்கத்தால் சாத்தனூரில் கட்டப்பட்ட சாத்தனூர் சிற்பக்கலைப் பள்ளிக்கு அவர்தான் அறங்காவலரும் நிர்வாகியுமாக இருந்து வந்தார். இன்னொரு அறங்காவலராக தாவூத் ஷா இருந்து வந்தபோதிலும் தனது பதவியைப் பற்றி அடிக்கடி மணி ஐயர் பெரிதாகப் பீற்றிக் கொண்டபடியே இருந்ததால் அவரை அறங்காவலராக ஞாபகம் வைத்திருந்தனர். உள்ளூர்வாசிகளுக்கு தாவூத் ஷா அவ்விதம் பறைசாற்றிக் கொள்ளாமல் மௌனமாக இருந்து வந்ததால் அவரும் அறங்காவலர்களில் ஒருவர் என்பது ஞாபகத்தில் இருக்கவில்லை.

சாத்தனூர் வாசியும், உள்ளூர்ப் பணக்காரப் பெண் மணிகளில் ஒருவளுமான மணி ஐயர் மனைவியின் மீது எல்லோருக்குமே மதிப்பிருந்தது. அந்தப் பெண்மணி கருணையும், தாராள மனமும் கொண்டவளாய், ஆரோக்கியமாய், கடவுள் பக்தியுடன் இருந்து வந்தாள். எந்த நல்ல காரியத்திற்கென்றாலும் தாராளமாக நிதியுதவி செய்ய முன்வந்தாள். மணி ஐயரைப் பொறுத்தவரை, பிரதிபலனாய் ஏதாவது கிடைக்குமென்றால் அவர் உதவி செய்யத்

தயங்கியதேயில்லை. அவர்களுக்கு ஒரு பெண்ணும் நிறைய பிள்ளைகளும் பிறந்தபோதிலும் அந்தப் பெண்ணும், மூன்றாவது பையனும் மட்டுமே உயிரோடு இருந்தார்கள். தாயைப்போலவே மகளும் நல்லவளாகத் திகழ்ந்து, அவள் எப்பொழுது சாத்தனூருக்கு வந்தாலும் ஊராரெல்லாம் பெரிதும் வரவேற்று உபசரித்தனர். அவள் தன் கணவனோடும் குழந்தைகளோடும் டில்லியில் வாழ்ந்து வந்தாள். அவள் கணவன் இந்திய அரசாங்கத்தின் பெயரற்ற பல அதிகாரிகளில் ஒருவனாக பணிபுரிந்து வந்தான். ஆனால் அவர்களுடைய பிள்ளை ராஜா தந்தையைப் போலவே தற்பெரு மையும், திமிருமாய் எப்பொழுதும் தங்கள் செல்வ வளத்தைப் பற்றிய தன்னுணர்வுடன் இருந்தான். அப்பாவும் சரி, பிள்ளையும் சரி – உள்ளூர் பாஷையில் சொல்லப்போனால் – சரியான பெண்பித்தர்கள். மணி ஐயரின் மனைவி ஆரம்ப நாட்களில் தனது கணவனைத் திருத்த முயன்று பின் அது நடவாது என்று நம்பிக்கையிழந்து விட்டாள். ஆனால் மகனோ, ஆரம்பத்திலிருந்தே தறிகெட்டலைந்தான். பதினாறு வயது தொடங்குவதற்குள்ளாகவே தனக்கென்று 'வைப்பாட்டி' வைத்துக்கொள்ள ஆரம்பித்து இருபத்தி இரண்டு அல்லது இருபத்தி மூன்று வயதை எட்டுகையில், மணி ஐயர் தனது இளமைப் பருவத்தில், ஐம்பதுகளின் ஆரம்பத்தில் இருந்து வந்ததேபோல் அத்தனை பெண்பித்தனாய் அலைய ஆரம்பித்தான். ஆனால் அப்பா இல்லாதபோது அவருடைய வியாபாரத்தைக் கவனித்துக் கொண்டான். மணிஐயரும் தனது மகனைச் சீர்திருத்துவதற்கென எந்த முயற்சியும் எடுக்கவில்லை.

வீட்டிற்கு விருந்தாளிகள் வரும் சமயங்களில், பண்டிகை நாட்களின்போதெல்லாம் மணி ஐயரின் மனைவிக்கு அடுப்படியில் உதவி செய்யவென மதுரத்தம்மாள் வரவழைக்கப்படுவாள். மணி ஐயரின் மனைவிக்கு ராஜலக்ஷ்மி அம்மாள் என்று பெயர். ஹோட்டலுக்கு அவள் பெயரைத்தான் வைத்திருந்தார்கள். ஆனால் அவளுக்கு உதவி தேவைப்பட்ட போதெல்லாம் உதவிக்கு ஹோட்டல் பையன்களையோ, பரிசாரகனையோ கூப்பிட்டனுப்பாமல் மதுரத்தம்மாளை மட்டுமே எப்பொழுதும் ஆளனுப்பி வரச் செய்வாள் அவள். மதுரத்தம்மாளுக்கு அந்த அதிகம் கஷ்டப்பட்ட ஆனால் அதீத பொறுமைசாலியான ராஜலக்ஷ்மி அம்மாளைப் பிடிக்கும். கோயிலிலோ, கடைத்தெருவிலோ அவளைப் பார்த்தால் அவளோடு சற்றுநேரம் நின்று பேசிவிட்டுத்தான் போவாள் மதுரத்தம்மாள். ஒரு பணக்காரப் பெண்மணி ஏழை சமையற் காரிக்கு சினேகிதியாக இருக்க முடியுமெனில் அவர்களிரு வரையும் தோழிகள் என்று கூற முடியும். சமயங்களில் அம்மா அங்கிருக்கிறாளா என்று பார்க்க அலமு அவர்கள் வீட்டிற்குப்

போவாள். அப்படிப்பட்ட சமயங்களிலெல்லாம் ராஜலக்ஷ்மி அம்மாள் அலமுவிடமும் அன்பாகவும், கருணையோடும் நடந்து கொள்வாள். ஒரு சமயம், அலமுவுக்குப் பதினான்கு வயதாகும் போது நடந்த நிகழ்ச்சியொன்று ராஜலக்ஷ்மி அம்மாளை அலமுவிடம் அன்பு செலுத்துவதை நிறுத்த வைத்திருக்கக்கூடும் அப்படி நடக்காதது அதிசயம்தான். அன்று அலமு பள்ளிக்குப் போயிருந்தாள். பள்ளி விட்டதும் அம்மா, ராஜலக்ஷ்மி அம்மாள் வீட்டில் வேலை செய்துகொண்டிருப்பாள் என்று தெரியுமாதலால் அங்கே சென்றாள். அவர்கள் வீட்டின் முன்னறையைக் கடந்து செல்லும்போது அந்த வீட்டின் வாரிசு ராஜா கண்ணாடி முன் நின்று முகத்தில் பவுடர் அப்பிக் கொண்டிருப்பதைப் பார்த்தாள். அவளுக்கு ஊரில் அவனுக்கிருக்கும் அவப்பெயர் தெரியுமாதலால் இன்னொரு முறை தலையுயர்த்தி அவனைப் பார்க்கவில்லை. என்றாலும் சமையலறைக்குப் போக அவனைத் தாண்டித்தான் போக வேண்டியிருந்தது. அவள் மேலே நடக்க, கண்ணாடி வழியே அவள் பிரதிபலிப்பைக் கண்ட ராஜா திரும்பிப் பார்த்து மறையும் அந்தப் பெண்ணின் உருவத்தால் பெரிதும் ஈர்க்கப்பட்டான். அவனுக்குக் கடைத்தெருவில் கொஞ்சம் வேலையிருந்தாலும் உடனடியாகப் போகாமல் சமையலறையிலிருந்து அலமு திரும்பி வரக் காத்திருந்தான். போன பத்து நிமிடங்களுக்கெல்லாம் வந்த வேலை முடிந்தவளாக அலமு திரும்பி வர ராஜா அவளை 'ஹலோ டார்லிங்!' என்று விளித்தான். அவனுடைய ஆங்கில அறிவு அந்த மட்டுக்குத்தான் என்றாலும் அலமுவுக்கு அது தெரியாதாகையால் அவளும் கோபமாக ஆங்கிலத்திலேயே 'யார் உன்னுடைய டார்லிங்?' என்று ஆவேசமாகக் கேட்க முற்பட்டும் அவள் குரல் அவளுக்கு ஒத்துழைக்காததால் அவள் கூறியது அவளுக்கு மட்டுமே தெளிவின்றிக் கேட்டது. ராஜா அவள் வழியில் இடைமறிப்பதாய் நின்று தமிழில், "நீ மிகவும் அழகாக இருக்கிறாய். எனக்கு ஒரு முத்தம் கொடு" என்றான். அந்தத் தடவை அலமுவுக்குக் குரலெழும்பியது. இருவரின் தாயார்களும் வேலை செய்துகொண்டிருந்த சமையலறையை எட்டும்படியாகத் தனது குரலை உச்சஸ்தாயிக்கு உயர்த்திக்கொண்டு, "உன்னுடைய சினிமா வசனங்களையெல்லாம் உன் மேட்டுத் தெருப் பெண்களோடு வைத்துக்கொள்" என்றாள்.

"அவர்கள் மதிப்பு முப்பது ரூபாய் மட்டும்தான். ஆனால் நீயோ குறைந்தபட்சம் மூவாயிரம் ரூபாயாவது பெறுவாய்" என்றவன் வலது கையை நீட்டி அவள் கன்னத்தைத் தொட்டான்.

அவளுடைய இடத்தில் வேறு எந்தப் பெண் இருந்திருந்தாலும்

பயந்து அழுதபடியே ஓடியிருப்பாள். ஆனால் அலமு அப்படிப்பட்ட கோழையல்ல. அவள் தனது வலது கரத்தை பதிலுக்கு உயர்த்தி அவனுடைய கன்னத்தில் 'சுர்'ரென்று வலிக்குமாறு பலமாக, சப்தம் கேட்குமாறு அறைந்தாள்.

இதற்குள் சமையலறைக்குள் வேலை செய்துகொண்டிருந்த இருவரின் தாயார்களும், அலமுவின் குரல் உயரக் கேட்டு, என்ன நடக்கிறது என்று அறிவதற்காக வெளியே வந்தவர்கள் அலமு ராஜாவின் கன்னத்தில் அறைவதைப் பார்த்தனர். ராஜா பெரிய தீரனாக பாவனை செய்துகொள்வான் என்றாலும் அவனுக்கு அடி உதை எல்லாம் பிடிக்காதாகையால், விழுந்த அடியில் விதிர்த்துப் போய் நின்றான். அவனுடைய அம்மா வந்ததைப் பார்த்திருக்காவிட்டாலும்கூட பிடறியில் கால்பட அவ்விடத்தை விட்டுப் புறமுதுகு காட்டியிருப்பான். ஒரு வார்த்தையும் பேசாமல் அவ்விடத்தை விட்டு அகன்றான். அலமுவும் தன் அம்மா விடமோ, அவன் அம்மாவிடமோ எதுவும் பேசாமல் தன் வழியே வெளியேறிப் போனாள்.

இப்படிக்கூட நடக்கும் என்று கனவிலும் எதிர்பார்த்திராத மதுரத்தம்மாள் திக்பிரமையடைந்து நின்றாள். ராஜாவின் அம்மா ராஜலக்ஷ்மியம்மாளிடம் தன் மகளின் செயல் குறித்து மன்னிப்பு கேட்க முற்பட்டவளை ராஜலக்ஷ்மி அம்மாள் இடைமறித்து, அவள் இருகரங்களையும் பிடித்துக்கொண்டவாறு, "அலமு அவனை அறைந்தது அவனுக்குத் தேவைதான். அவனுக்கு வேண்டியதுதான் அது. பல காலமாகவே அவன் இப்படி அடி வாங்குவதாய்தான் நடந்துகொண்டு வருகிறான். அவனை இப்படி அடிக்கக் கூடிய பெண்கள் பலர் இருந்தால் எத்தனை நன்றாயிருக்கும்" என்றவள் "அவன் அப்பாவையும்கூட'' என்று சற்று யோசித்து சேர்த்துக்கொண்டாள்.

ஆனால் ராஜலக்ஷ்மியம்மாளின் பேச்சு, வீடு திரும்பியதும் தன் மகளை மதுரத்தம்மாள் கண்டிப்பதைத் தடுத்து நிறுத்த வில்லை. ஆனால் அலமு அஞ்சவில்லை. அவள், 'ஒரு பெண் தன் மானத்தைக் காப்பாற்றிக்கொள்ள வன்முறையில் ஈடுபடலாம். அதற்கு அவளுக்கு உரிமை உண்டு' என்ற மகாத்மாவின் கூற்றை மேற்கோள் காட்டினாள். "அந்த ராஜா அவன் அப்பாவைப் போலவே ஒரு மிருகம்."

"அங்கு நடந்தது மாதிரி ஏதாவது தெருவில் நடந்திருந்தால்..."

"எல்லோரும் எனக்கு உதவி செய்ய ஓடி வந்திருப்பார்கள். சாத்தனூரில் யாருக்கு ராஜாவையும், அவன் அப்பாவையும்

பிடிக்கும்? அவர்கள் பணத்தால் மட்டுமே ஊரார் அவர்களைப் பொறுத்துக்கொள்ள வேண்டியதாக இருக்கிறது. உனக்குத் தெரியுமே!" என்றவள் ஒரு நிமிஷ யோசனைக்குப் பின், தொடர்ந்து 'சிதம்பரத்தைப் பார். சாதா வண்டிக்காரனின் மகன். பிராமணன் இல்லை என்றாலும் எத்தனை கண்ணியமாக நடந்துகொள்கிறான்!"

அலமுவுக்கு, தன் மனதில் ராஜாவிற்கும், சிதம்பரத்திற்கும் இடையேயான வேற்றுமை பற்றிய நினைப்பு ஏன் எழ வேண்டும் என்று புரியவில்லை.

7

அவதூதருக்கு என்றுமே ராஜலக்ஷ்மி விலாஸ் காபி ஹோட்டல் திறந்திருந்தது. அவர் எப்பொழுது வேண்டுமானாலும் போய், என்ன வேண்டுமானாலும் இலவசமாகவே கேட்டு வாங்கிச் சாப்பிடலாம். ஆனால் அவர் அபூர்வமாகத்தான் ஹோட்டலுக்குச் செல்வார். அப்படியே சென்றாலும் – அவருக்கென்றால் கல்லாப்பெட்டி இருக்கையை விட்டுக்கூட நீங்கிச்சென்று தானே பார்த்து அவருக்கு வேண்டியதைக் கொண்டு வந்து தந்து பிரத்யேகமாகக் கவனிப்பார் மணி ஐயர் என்றாலும்கூட – அவர் காபியோ, மற்ற எதுவுமோ கொண்டுவரச் சொல்லிக் கேட்டதேயில்லை. ஆனால் அந்த ஹோட்டலில் முன்னாலிருந்த ஆறடி ஆழ சாக்கடையிடம் அவதூதர் விசேஷமான பிரியம் கொண்டிருந்தார். அங்கிருப்பவர்களுக்கு பார்க்க தமாஷாய், அதில் அடிக்கடி குதித்து முங்கியெழுவார். பஞ்சாமியிடம் அவருடைய கல்லாப்பெட்டியைக் காலியாக்கி வேடிக்கை காட்டியதைப் போலெல்லாம் மணி ஐயரிடம் விளையாடுவதில்லை அவதூதர். பஞ்சாமி ஹோட்டல் கல்லாப்பெட்டியிலிருந்து சில்லறையை அள்ளித் தெருவில் வீசியடித்தும் சிற்றுண்டி சாப்பிட்டுக் கொண்டிருக்கும் வாடிக்கையாளர்களை, அதற்கான காசு கொடுக்க வேண்டாமென்று கூறியும் எச்சில் மேஜைகளை இழுத்துப் போட்டுக்கொண்டு அதன் மேல் கால்நீட்டி குறட்டை விடுவதன் மூலம் வாடிக்கையாளர்களை வெளியேற்றி விடுவதும் ஆன விஷமத்தனங்களைப் போலவெல்லாம் மணி ஐயரிடம் அவதூதர் தனது சக்தியைக் காட்டும் நிகழ்ச்சிகளை நடத்தியதில்லை என்றாலும் பள்ளிக்கட்டட

நிதிக்கு நன்கொடை கொடுக்குமாறு அவதூதர் கூறியபோது அதன்படியே செய்தார். எந்த ஒரு தொகையையும் குறிப்பிட அவதூதர் மறுத்துவிட்ட போதிலும் அவராகவே முன்வந்து மூவாயிரம் ரூபாய் அளித்தார். கல்லாப்பெட்டியிலிருந்து பணத்தை எடுப்பது போன்ற தொல்லைகளைக் கொடுத்து அவதூதர் பஞ் சாமியை எரிச்சலடையச் செய்திருக்கக்கூடுமென்றாலும் பஞ்சாமி தன்னை அவதூதரின் நண்பன் என்றே கருதி வந்தார். மணி ஐயருக்கோ அவதூதர் தன்னை நெருங்கியவராகக் கருதாமல் தூரத்திலேயே நிறுத்தி பழகி வந்தாரே என்று வருத்தம். குதிரை வண்டிக்காரனின் பிள்ளைகூட தன்னிடம் ஹோட்டலிலோ, அல்லது வீட்டிலோ வேலையில் அமர திட்டவட்டமாக மறுத்து விட்டதும் அவதூதரின் வேலையாகத்தான் இருக்கும் என்று கருதினார் அவர். ஆனால் மணி ஐயரின் மனைவியோடு அவதூதர் சினேகமாகவே இருந்தார். அடிக்கடி வீட்டிற்குச் சென்று அவள் கையால் சாப்பிட அதையும், இதையும் கேட்பார். டில்லியிலிருந்து எப்பொழுதாவது வரும் அவர் பெண்ணிடம்கூட அவதூதர் சினேகமாகத்தான் இருந்தார். டில்லியில் தன்னை அவதூதர் அடிக்கடி வந்து சந்திப்பதாய் கூறுவாள் அவள். "அதெப்படி முடியும்? அவர் எங்களோடு எப்பொழுதும் சாத்தனூரிலேயேதானே இருக்கிறார்! அவர் உன்னை டில்லியில் சந்தித்திருக்க சாத்தியமேயில்லை" என்று அவள் அம்மா மறுத்ததோடு, தொடர்ந்து, "ஆனால், அவதூதரைப் பொறுத்தவரையில் எதுவுமே அசாத்தியமில்லை என்பது எனக்குத் தெரியும்தான்" என்றாள். ராஜா பொதுவாக அவதூதரைத் தவிர்த்து வந்தான் என்றாலும் ஒருநாள் அவதூதரே அவனைக்கூப்பிட்டு, "நீ கொடுத்த ஐம்பது ரூபாய்க்குப் பதிலாக செல்லாயி என்ன தந்தாள் உனக்கு?" என்று கேட்டார். ராஜா ஆச்சரியப்பட்டு, தர்மசங்கடத்துடன் பேசாமல் இருந்தான். தான் கொடுத்த ஐம்பது ரூபாய்க்குப் பதிலாக செல்லாயி, என்ன தந்தாள் என்பது பற்றி அவனால் பேச முடியவில்லை. அவள் அவனுக்குத் தந்திருந்தது பெண் வியாதி. அதைப் பற்றி எவரும் – தவிர்க்க முடியாத நிலையில் மருத்துவரிடம் கூறுவதைத் தவிர – பேசிக் கொள்வதில்லை. நல்லவேளை, தன்னைப் பதில் சொல்லுமாறு அவதூதர் கட்டாயப்படுத்தவில்லை என்று நிம்மதியாயிருந்தது அவனுக்கு. அந்த சந்திப்பிற்குப் பிறகு ஒரு வாரம் முழுவதும் ராஜா, எப்படி கிராமத்தில் நடப்பது எல்லாம் அவதூதருக்குத் தெரிந்து விடுகிறது என்று கண்டுபிடிக்க மண்டையை உடைத்துக் கொண்டான். எத்தனை யோசித்தும் பதில் கிடைக்கவில்லை. அவதூதரின் சக்தி ரகசியம் என்னவாயிருந்தாலும் அது மிகக் கவனமாகப் பாதுகாக்கப்பட்டுள்ளது.

ஒரு தடவை கடை வீதியில் தனியே அவதூதரை சந்தித்த போது, ராஜா "நான் நடுத் தெருவைச் சேர்ந்த அந்தப் பெண்ணைக் கல்யாணம் செய்துகொள்ள விரும்புகிறேன். அவளை எனக்குக் கல்யாணம் பண்ணிக் கொடுப்பார்கள் என்று நீங்கள் எண்ணுகிறீர்களா?" என்று கேட்டான்.

"அவர்கள் பண்ணிக் கொடுக்கக் கூடும். ஆனால் அந்தப் பெண் உன்னை கிட்டே வர அனுமதிப்பதற்குள் ஆற்றிலே குதித்து விடுவாள்" என்று பதில் தந்த அவதூதர் அவனைத் தாண்டி நடந்துபோனார்.

இப்படியாக, ஊதாரி ராஜாவுக்கு, சாத்தனூரில் தங்கள் பணத்தால் விலை கொடுத்து வாங்க முடியாத ஒன்று இருப்பது புரிய வந்தது. ஆனால் அதனாலெல்லாம் அவன் அலமுவை மறந்துவிடவில்லை. அதற்கெல்லாம் கன்னத்தில் வாங்கிய ஒரு அடி மட்டும் போதாது.

அவன் எதிர்பார்த்ததற்கும் விரைவாகவே அடுத்த அடி வந்தது. ஒருநாள் மாலை கடை வீதியின் மேற்குப் புறமாய் அலமு ஏதோ வேலையாய் அவசரமாய்ப் போய்க் கொண்டிருப் பதைப் பார்த்தவன், அவள் போன வழியே திரும்பி வரும்போது வழிமறிக்கத் தோதாய் போய் நின்றுகொண்டு காத்திருந்தான். அரைமணி நேரம் காத்திருந்த பின்னர் அவள் அவசர அவசரமாகத் திரும்பி வந்துகொண்டிருப்பதைப் பார்த்தான். அஸ்தமன நேரமும், முன்னிருட்டு நேரமுமாய் இருள் பரவ ஆரம்பித்திருந்தது. தெரு விளக்குகளெல்லாம் எரிய ஆரம்பித்துவிடும் நேரம். அந்தத் தெரு போவோர் வருவோர் யாருமின்றி வெறிச்சோடிக் கிடந்தது அந்தச் சமயம். சரியான சந்தர்ப்பம் என்று எண்ணிக்கொண்டவனாய் ராஜா தைரியமாக அவளுக்கு முன்னால் வந்து வழிமறித்து, "அன்றைக்கு சுலபமாகத் தப்பித்து விட்டாய், ஆனால் இப்பொழுது அத்தனைச் சுலபமாக நீ தப்பிக்கப் போவதில்லை. இங்கே உன்னை நான் முத்தமிடுவதைத் தடுக்க யாருமில்லை" என்றான்.

"என்னால் முடியும்" என்றாள் அலமு. அவனைக் குறித்து இம்மி அச்சமும் இன்றி, "இன்னும் ஒரு அடி நெருங்கினாயோ உன்னுடைய அடுத்த கன்னத்தையும் என்னுடைய கை பதம் பார்க்கும். அதுவும் இந்தத் தடவை இன்னும் அதிக வேகமாக அடிப்பேன்."

"உன்னிடமிருந்து உதை வாங்குவதுகூட சுகம்தான்!" என்றவன் விரைந்து அவளை நெருங்கித் தொடப் பார்க்க, சொன்னபடியே கையை வீசி அடித்தாள் அலமு. அலமு நல்ல தேக ஆரோக்கியம்

வாய்ந்த, பள்ளியில் விளையாட்டு வீராங்கனையாகத் திகழ்ந்து வரும் பதினைந்து வயதுப் பெண். வெறுப்பை முழுக்க வைத்து அவள் அடித்த அடியில் நிலை தடுமாறித் தள்ளாடினான் ராஜா. காது முழுவதும் வலியின் ரீங்காரம் பரவியது. குடிகாரனைப்போல் தள்ளாடினான்.

அதிலிருந்து அவன் சமாளித்து மீள்வதற்குள், தெருவில் அவர்களிருவரும் மட்டுமே இருந்த நிலை மாறிவிட்டது. எங்கோ வண்டியோட்டிச் சென்றிருந்த சிதம்பரம் திரும்பி வந்து கொண்டிருந்தான். தெருவில் அவர்களிருவரும் நின்றிருப்பதைப் பார்த்து ஏதோ அசம்பாவிதம் நடந்துகொண்டிருக்கிறது என்று ஊகித்தவனாய் அவர்களிருவரையும் இடிப்பதுபோல் வண்டியைக் கொண்டு வந்து நிறுத்தி, கையில் சாட்டையுடன் உரத்த குரலில், "இவன் உனக்குத் தொந்தரவு தருகிறானா? என்னிடம் சொல்லு பெண்ணே, இந்தச் சாட்டையாலேயே அவனைச் சரியாக அடித்து விடுகிறேன்!" என்று கூறியவன், உள்ளுக்குள் கோபம் கொந்தளித்தாலும் அதைக் கட்டுப்படுத்தியபடியே வண்டியிலிருந்து கீழே குதித்தான்.

தன்னுணர்வு பெற்றவனாய் ராஜா தனக்குக் கிடைக்கப் போகும் மரியாதையை நினைத்துக் கலங்கிப்போய் நின்றான். அந்தப் பெண்ணுக்கும் சரி, அந்தப் பையனுக்கும் சரி, தான் சரிசமமானவனில்லை என்று அவன் அறிந்திருந்தான். இப்பொழுது அவர்கள் இருவரும் சேர்ந்து எதிர்க்கும் நிலையில் அவன் நிச்சயம் புறமுதுகு காட்டித்தான் ஆக வேண்டும். அப்படியே, ஒரு வார்த்தையும் பேசாமல், ஏதோ அவசர காரியம் ஆக வேண்டியிருப்பதேபோல் அங்கிருந்து வேகவேகமாக நடந்து போயே போய்விட்டான்.

ராஜா அங்கிருந்து மறைந்தபிறகு அந்தப் பெண்ணுக்கும், பையனுக்குமிடையே தர்மசங்கடமானதொரு மௌனம் நிலவியது. சிதம்பரம்தான் அதை உடைத்தான்.

"அந்த ஹோட்டல் முதலாளிப் பிள்ளை நடந்து கொள்ளும் விதத்திற்கு குதிரைச் சாட்டையால் சரியாக அடிக்கத்தான் வேண்டும்."

"ஒரு நாள் அவனுக்கு அது கிடைக்குமென்று நம்புகிறேன். ஆனால், உங்கள் கையால் வேண்டாம். அவர்கள் உங்களைத் தண்டிப்பார்கள். இங்கே குதிரை வண்டிக்காரனின் மகனுக்கு குதிரைச்சாட்டையால் அடிக்கும் தகுதி இல்லை!" என்றாள் அலமு.

அது உண்மைதான் என்று சிதம்பரம் எண்ணிக் கொண்டாலும், ராஜாவை குதிரைச் சாட்டையால் விளாசாமல் அவனைத் தடுத்து நிறுத்தியது அந்த எண்ணமல்ல. அலமு அந்தப் பையனின் மிக சமீபமாக நின்றிருந்ததால் ராஜாவை அடிக்கும் அடி அந்தப் பெண்ணின் மீதும் விழுந்துவிடக் கூடும் என்ற கரிசனத்தால்தான் அவன் சாட்டையை வீசாமல் தன்னைக் கட்டுப்படுத்திக் கொண்டான். தான் எண்ணியதை அலமுவிடம் தெரியப்படுத்தாமல், “இது ஆளரவமற்ற இடம். இங்கெல்லாம் இந்த மாதிரி சமயத்தில், தெருவிளக்குகூட எரிய ஆரம்பிக்காத நேரத்திலெல்லாம் நீ தனியே வரக்கூடாது. நானும் வீட்டிற்குத்தான் போகிறேன். வண்டியில் ஏறிக்கொள். உன்னை தெற்குப் பிரதான வீதியில் இறக்கிவிட்டுப் போகிறேன்” என்றான்.

எதுவும் யோசிக்காமல் அலமு வண்டிக்குள் குதித்து ஏறிக் கொண்டாள். வண்டியை சிதம்பரம் கடைவீதி வழியாய் செலுத்தி தெற்குப்புறமாய் திரும்பி, கிழக்குப் பிரதான வீதிக்குள் நுழைந்து அந்தச் சாலையைக் கடந்தபின் தெற்குப் பிரதான வீதிக்குள் நுழைந்தான். தெற்குச் சன்னிதி திருப்பத்தில் அவன் வண்டியை நிறுத்த அலமு இறங்கிக்கொண்டு ஒரு வார்த்தை நன்றிகூட சொல்லாமல் வீடு நோக்கி ஓடினாள். ஆனால், பஞ் சாமி காபி ஹோட்டல் படிகளிலிருந்து அவதூதர் அவளைப் பார்த்துக்கொண்டிருப்பதை அவளால் உணர முடிந்தது. அது அவதூதராக இல்லாமல் அப்படிப் பார்த்துக்கொண்டிருந்தது அவள் அம்மாவாக இருந்திருந்தால் எக்கச்சக்கமாக அறிவுரை தந்திருப்பாள் என்பது அவளுக்குத் தெரியும். அவளுடைய கொள்ளுப்பாட்டி அலமேலு அம்மாளைப் பற்றி – சிதம்பரத் தைப் பார்க்கவில்லையானாலும், பெண்கள் தனியாக வண்டியில் போவது எத்தனை தவறு என்பதைப் பற்றியெல்லாம் பிரசங்கம் கேட்டிருக்க வேண்டியதாயிருந்திருக்கும். ராஜாவைப் பற்றியோ, சிதம்பரத்தைப் பற்றியோ அம்மாவிடம் எதுவும் சொல்வதில்லை என்று தீர்மானித்துக் கொண்டாள் அலமு. ராஜா இன்னும் அதிகமாக வாலாட்டியிருந்தாலும் அவள் மட்டுமாகவே தன்னைப் பாதுகாத்துக்கொண்டிருக்க முடியும் என்பதில் அவளுக்கு சந்தேகமில்லை. கிராமப்புற சமூகச் சூழலில் வளரும் பெண், நகர்ப்புறப் பெண்ணைவிட விரைவாகவும், தெளிவாகவும் வாழ்க்கையைப் பற்றிய உண்மைகளை ஆரோக்கியமான முறையில் தெரிந்துகொண்டு விடமுடிகிறது. மூன்று வருடங்களுக்கு முன் பருவம் எய்தியவள்தான், உடலுறவு குறித்த அனுபவம் ஒன்றும் அடைந்திராதவள்தான் என்றாலும் ராஜா தன்னிடம் வேண்டுவது என்ன, தன்னை வழி மறித்தது எதற்காக என்று

அவள் அறிந்திருந்தாள். அவளுக்கு வேண்டாத மனிதனிடமிருந்து தன்னை எப்படியும் காப்பாற்றிக் கொண்டுவிட அவளால் முடியும் என்றபோதும் மனதிற்குப் பிடித்தவனாய் நேர்ப்படுபவனோடு இணைந்து உடலுறவின்பம் பற்றி அனுபவித்தறிய அவளுக்கு ஆர்வமும் இருந்தது. ஆனால் கிராம சமுதாயங்களின் சம்பிரதாயப் பழக்க வழக்கங்கள் ஒவ்வொருவனையும் அடுத்தவனை உன்னிப்பாகக் கவனிக்கச் செய்து எங்கேனும், ஏதேனும், தவறு நேர்ந்துவிட்டால் உடனடியாக அது கவனிக்கப்பட்டு ஊரில் பரப்பப்பட்டு விடுவதும் வழக்கமாயிருந்தது. சில சமயங்களில் தவறு செய்வதற்கான முயற்சிகூட கண்டுபிடிக்கப்பட்டு கடுமையான பின் விளைவுகள் உண்டாயின. கிராமத்தில் கற்பு, நன்னடத்தை, பண்பாடு என்பது பற்றியெல்லாம் திட்டவட்டமான, குறுகலான, வரையறைகள் நிலவி வந்தன என்றாலும் அவையெல்லாம் அனுசரிக்கப்பட்ட நேரங்களை விடவும், அத்துமீறல்களே அதிகமாயிருந்தன. அதனால்தான் ராஜாவும், அவன் தந்தையும், தங்கள் துர்நடத்தை களுக்குப் பின்னும் கிராமத்தில் பெரிய மனிதர்களாக உலவி வர முடிந்தது.

தனது வீட்டு வாயிலை நெருங்கியதும், அலமு தனக்குள் ளாக, தன்னிடம் தவறாக நடந்துகொள்ள முயன்றது ராஜாவாக இல்லாமல் சிதம்பரமாக இருந்திருந்தால் தான் அதைத் தடுத் திருப்போமா என்று கேட்டுப் பார்த்துக் கொண்டாள். தனது எண்ணவோட்டம் குறித்து லஜ்ஜையடைந்தவளாய் உள்ளே சென்றவளுக்கு அங்கே அம்மாயில்லாதது சந்தோஷமாக இருந்தது. அம்மா கோயிலுக்குப் போயிருப்பாள்.

அந்த நிகழ்ச்சிக்குப் பிறகு – பள்ளிக்கு, கடைவீதிக்கு, அம்மாவைத் தேடிக்கொண்டு எங்காவது என்று எப்பொழுது வீட்டை விட்டு வெளியே போகும் வாய்ப்புக் கிட்டினாலும் அந்த சமயங்களிலெல்லாம் சிதம்பரம் எங்காவது தெரிகிறானா என்று தான் தேடுவதை அவளால் உணர முடிந்தது. தன்னுடைய, பிரக்ஞையுடன் கூடிய விருப்பிற்கு அப்பாற்பட்டதாய் இது எப்படி நிகழ்ந்துவிட்டது என்று அவளுக்கு விளங்கவில்லை. சிதம்பரம் கண்ணுக்கு அழகாக வளர்ந்து நிற்கும் இளைஞன் என்பது உண்மைதான். கிராமத்திலேயே வேறு எந்த இளைஞனும் பிராமண வாலிபர்களில்கூட, சிதம்பரத்தளவு அழகாகவும் லட்சணமாகவும், அவளுக்குத் தெரிந்த வரையில் இல்லை. இது எதைத் தெரிவிக்கிறது என்பது பற்றி நினைத்துப் பார்க்க அவளுக்கு பயமாயிருந்தது. அவளுடைய அம்மாவும், அப்பாவும் குலம் கோத்திரம் பார்ப்பதுபோல் அவள், ஜாதி மத வேறுபாடுகளைப் பற்றிய

அத்தனை குறுகிய நோக்கு கொண்டவளாக இருக்கவில்லை. பள்ளியில் படித்துக்கொண்டிருக்கும் சிறு பெண்தான் அவள் என்றாலும் கருத்துக்களில் நவீன காலத்தைச் சேர்ந்த பெண்ணாகவே இருந்தாள். அத்தகைய குறுகிய வேறுபாடுகளுக்கெல்லாம் அப்பாற்பட்டவராக அவதூதர் திகழ்வதை அவளால் உணர முடிந்தது. ஆனால் அவருக்கு முடியக்கூடியது அவளைப் போன்ற சாதாரண மனிதர்களுக்கு சாத்தியமாகாததாயிருக்கலாம்.

சிதம்பரமும் அவளைச் சந்திக்கக் காத்துக்கொண்டிருந்தான் என்பது வெளிப்படை. ராஜா சம்பந்தப்பட்ட அந்த நிகழ்ச்சி நடந்த ஒரு வாரத்திற்குள், அலமு பள்ளி செல்லப் போய்க்கொண்டிருந்த போது தனக்காகவே காத்திருப்பதுபோல், தெற்குப் பிரதான வீதி திருப்பத்தில் சிதம்பரம் வண்டியோடு காத்துக்கொண்டு நின்றிருப்பதைப் பார்த்தாள் அவள். அது அவளுக்கு முழு ஆண்டுத் தேர்வு சமயம். ஏற்கனவே, இருந்த சில வீட்டுக் காரியங்களை செய்து முடித்துவிட்டுக் கிளம்பியதில் ஐந்து பத்து நிமிடங்கள் தாமதமாகவே கிளம்பியிருந்தாள். வீட்டிலிருந்து பள்ளிக்குக் கிட்டத்தட்ட ஒரு மைல் தூரம் நடக்க வேண்டும். சரியான நேரத்தில் கடைசி நிமிடத்தில்தான் போய்ச் சேருவோம் என்று அவளுக்குத் தெரிந்திருந்ததால் சிதம்பரம் அவளைக் கூப்பிட்டு, “வண்டியில் ஏறிக்கொள். உனக்கு இன்று நேரமாகிவிட்டது. நானும் அந்த வழியாகத்தான் போகிறேன். உன்னை பள்ளியருகில் இறக்கி விட்டு விடுகிறேன்” என்று கூறியதும் நன்றியோடு ஏறிக்கொண்டாள். சிதம்பரம் அவளுக்காகவே காத்துக்கொண்டிருந்த மாதிரிதான் இருந்தது. ஆனால் யாராவது அவள் வண்டிக்குள் ஏறிக்கொண்டதை பார்த்திருப்பார்களோ? சாதாரண சமையற்காரியின் பெண்ணான அவள் தாவூத் ஷாவின், சிவஷண்முகம் செட்டியாரின் பேத்திகளைப் போலெல்லாம் வண்டியில் பள்ளிக்குப் போக முடியாது. ஆனால் அவசர அவசரமாக அத்தனை தூரம் நடந்து சென்றால் முடிவில் மூச்சிரைக்க பரிட்சைக் கூடத்தை அடைந்தபின், முதல் கேள்வியைப் படித்து பதிலெழுதுவதற்கு முன் குறைந்தபட்சம் பத்து நிமிடமாவது களைப்பாற்றிக் கொள்ள வேண்டியதாகுமே என்ற பயம் அவளுக்கு. அவள் குதிரை வண்டியில் உட்கார்ந்திருந்தபோது எதிர்புறத்திலிருந்து, அவள் புறமாய் பார்த்து, அவதூதர் தெற்குப் பிரதான வீதிக்குள் திரும்புவதைப் பார்த்தாள் அவள். ஓரக் கண்ணால் பார்த்தவளுக்கு அவதூதர் வண்டியைக் கடந்து செல்கையில் அவளைப் பார்த்தது தெரிந்தது. ஆனால் அவர் எதுவும் சொல்லவில்லை. எனவே தான் செய்வதில் தவறொன்றுமில்லை என்று தனக்குள் தீர்மானமாகச் சொல்லிக் கொண்டாள் அலமு. ஐந்து நிமிடம் முன்னதாகவே பள்ளியை அடைந்துவிட்டவள்,

சிதம்பரத்திற்கு மனதார நன்றி சொல்லியபடியே வண்டியை விட்டுக் கீழே இறங்கும்போது சிஸ்டர் ஜூடித் தன்னையே பார்வையில் கேள்விக்குறியோடு கவனித்துக்கொண்டிருப்பதைப் பார்த்தாள். சிஸ்டரின் பார்வை தன்னைப் பின் தொடர்வதை உணர்ந்தபடியே வேகவேகமாக உள்ளே சென்றாள்.

அன்றுதான் முதல் பரிட்சை, தமிழ்ப்பாடம். ஆங்கிலத்திலும், தமிழிலும் அவள் படிப்பில் சிறந்து விளங்கும் மாணவியாக இருந்ததால் கேள்வித்தாள் சுலபமாக இருந்தது. நன்றாக பதிலெழுத முடிந்தது. திருப்தியாக, பரீட்சைக் கூடத்தை விட்டு வெளியே வந்து கொண்டிருக்கையில்தான் அவளை அழைத்தாள் சிஸ்டர் ஜூடித். பின் மீதி மாணவர்களுக்குக் கேட்காத தொலைவில் அவளைத் தனியே அழைத்துச் சென்று, "இன்று காலை நான் பார்த்தபோது நீ சிதம்பரத்தின் குதிரை வண்டியிலிருந்துதானே இறங்கிக்கொண்டிருந்தாய்?" என்று வினவினாள்.

"ஆமாம். அவரும் இதே வழியாகத்தான் போய்க் கொண்டிருப்பதாகக் கூறி என்னை இங்கே இறக்கிவிடுவதாகக் கூறி அழைத்தார். நான் வீட்டிலிருந்து நேரங்கழித்துக் கிளம்பியிருந்ததால் பரிட்சைக்குத் தாமதமாகிவிடுமோ என்று பயந்து கொண்டிருந்தேன்."

உனக்குத் தெரியும் அலமு – நான் உனக்கு நல்லது நடக்க வேண்டும் என்று எண்ணுபவள். நீ இத்தகைய பணம் செலவாகும் பழக்கங்களிலெல்லாம் ஈடுபடக்கூாது. நீ ஒரு ஏழைப்பெண். உன்னால் குதிரை வண்டிச் சவாரிக்கெல்லாம் பணவசதி கிடையாது... மேலும்..." என்றவள் சொல்லலாமா கூடாதா என்று தயங்குபவளாய் மேலே தொடராமல் சற்று நிறுத்தினாள்.

அலமு குழப்பத்துடன் அவளையே பார்த்துக்கொண்டிருக்க, சற்று இடைவெளிக்குப் பிறகு சிஸ்டர் ஜூடித் தொடர்ந்து கூறினாள். "உன் நல்லதற்குத்தான் இதைச் சொல்லுகிறேன். சிதம்பரம் நல்லவன் என்பதெல்லாம் எனக்குத் தெரியும். அவன் நன்மைக்கும் உன் நன்மைக்கும் சேர்த்துத்தான் நான் இதைக் கூறுவது. நீ தனியாக சிதம்பரம் வண்டியில் வந்திருக்கக் கூடாது."

"ஏன் சிஸ்டர், எனக்கு சிதம்பரத்தைத் தெரியும்."

"எல்லோருக்கும் சிதம்பரத்தைத் தெரியும்தான். தவிர சாத்தனூரிலிருக்கும் எல்லோருக்கும் உன்னையும் தெரியும். நான் உனக்கு எதிராக எதையும் கூறவில்லை. ஆனால் உன் வயதில் நீ ஜாக்கிரதையாக இருக்க வேண்டும். 'பஞ்சும், நெருப்பும்' என்று பழமொழி கூறுவார்களே, அதுமாதிரி. இதற்குமேல் இதைப் பற்றி நான் பேச விரும்பவில்லை. உன்னை எச்சரிக்கிறேன். கவனமாக இரு."

பரிட்சை நாட்களிலெல்லாம் ஒரு வேளைதான் பரிட்சை. எனவே பரிட்சை எழுதி முடித்த பிறகு சர்வமானிய அக்ரஹாரம் வழியாகப் போய் ஒருமணி நேரம் நொண்டிப் பெண் ஹேமாவுடன் சேர்ந்திருந்த பின் தன் வீட்டிற்குப் போவதை வழக்கமாக்கிக் கொண்டிருந்தாள் அலமு. சிஸ்டர் ஜுடித் கூறியதில் அவளுடைய தன்மானம் அடிபட்டுவிட்டது. ஏதோ ஒரு சிறு தூண்டுதல் ஏற்பட்டாலும் தவறிழைத்து விடுமளவு அத்தனை பலவீனமானவளாகத் தன்னை சிஸ்டர் ஜுடித் பேசிவிட்டது வருத்தமாயிருந்தது. இந்த எண்ணமே மனதை முழுமையாக ஆக்கிரமித்திருந்ததால் அலமு ஹேமாவிடம் அதுபற்றிக் கேட்டாள். அவளைவிட மூன்று வயதே பெரியவளான ஹேமாவுக்கு இதுபற்றியெல்லாம் அதிகமாகப் பெரிதாக ஒன்றும் தெரிந்திருக்க நியாயமில்லை என்றாலும் அவள் நிறைய புத்தகங் களைப் படித்திருக்கிறாள். அதனால் தீர்மானமாகக் கூறினாள்: "இந்த ஜாதி, மத சமாச்சாரங்களெல்லாம் வேண்டாத விஷயங்கள். அது எல்லோருக்கும் தெரியும். குழந்தைத் திருமணம் முதலான நமது பேசி நிச்சயிக்கப்படும் திருமணங்களெல்லாம் சமூகத்தின் சாபக்கேடு. ஆனால் ராமனைப் போன்ற விஞ்ஞானியால்கூட இந்த சமூகக் கட்டு திட்டங்களையெல்லாம் புறக்கணிக்க முடிய வில்லை. ஆனால் இவையெல்லாவற்றையும் வீணான, வேண்டாத காரியங்களாய் ஒதுக்கும் நாளும் வரும். தாவூத் ஷாவின் பேத்தி ஆயிஷா அவளும் உன் பள்ளியில்தான் படிக்கிறாள். நீ கூட ஒரு தடவை அவளை இங்கே அழைத்து வந்திருக்கிறாய் ஞாபகமிருக்கிறதா? அவள் எனக்குத் தெரிந்த எத்தனையோ பிராமணப் பெண்களைவிட எல்லா விதத்திலும் மேலானவள். அவள் என்னுடைய சகோதரனுக்குத் தக்க, நல்ல மனைவியாகத் திகழ்வாள். ஆனாலும் எங்கள் வீட்டார் அதற்கு ஒத்துக்கொள்ள மாட்டார்கள். ஒரு பிராமணன் முஸ்லிம் பெண்ணைத் திருமணம் செய்துகொள்வது தங்கள் குலத்திற்கு இழுக்கு என்பதாக அவர்கள் நினைக்கிறார்கள். அந்தப் பெண்ணின் வீட்டாரும் அதே மாதிரிதான் கருதுகிறார்கள்."

அலமு அதிகம் பேசாமல், தன் சினேகிதி பேசுவதைக் கவன மாக கேட்டபடி அமர்ந்திருந்தாள். அவள் எண்ணம் முழுவதும் சிதம்பரம் நிறைந்திருந்தான். அவளால் மட்டும் அவனைத் திருமணம் செய்துகொள்ள முடிந்தால்...! அவன் தாழ்ந்த சாதி என்பதையெல்லாம் பற்றி அவள் பொருட்படுத்தவே மாட்டாள். ஆனால் அவளுடைய அம்மாவும் சரி, அவனுடைய அப்பாவும் சரி ஒப்புக்கொள்ள மாட்டார்கள். இந்த சாத்தனூர் போலி மனிதர்களுக்கு, பிராமணர்களுக்கு அவள் ஒரு பாடம் கற்பிக்க வேண்டும். அவளால் மட்டும் முடியுமானால் நிச்சயம் செய்வாள்.

தான் பேச ஆரம்பித்த விஷயத்தைப் பற்றிய தனக்குத் தெரிந்த எல்லா விவரங்களையும் கூறித் தீர்த்தபின் ஹேமா, "நீ ஏன் இன்று இத்தனை மௌனமாக இருக்கிறாய்? ஏதாவது நடந்ததா? சொல்" என்றாள்.

தன்னுடைய எண்ணவோட்டத்தைத் தன்னால் முடிந்த அளவு சாமர்த்தியமாக வெளியே தெரியாமல் திரை போட்டுக் கொண்டாள் அலமு. "இன்று என்னுடைய முதல் பரிட்சையை எழுதி முடித்தேன். நேற்று இரவு வெகுநேரம் கண் விழித்துப் படித்ததால் களைப்பாக இருக்கிறது. தவிர, நான் நன்றாகவேதான் செய்திருக்கிறேன் என்றபோதிலும் பேப்பர் கஷ்டமானதாகத்தான் இருந்தது."

அலமு காபி சாப்பிட்டு விட்டுத்தான் போகவேண்டும் என்று வற்புறுத்தினாள் ஹேமாவின் அம்மா. அவள் சமையலறையில் காப்பி தயாரித்துக் கொண்டிருந்த சமயம் அவதூதர் அவர்கள் வீட்டிற்குள் நுழைய, அவளுடைய வழக்கப்படி அலமு அவர் கால்களில் விழுந்து வணங்கி அவரை வரவேற்றாள். அவ்விதம் செய்ய முடியாதவளாய் சக்கர நாற்காலியில் இருந்த ஹேமா இரண்டு உள்ளங்கைகளையும் நாசிக்கு முன்புறமாய் சேர்த்துக் குவித்தவண்ணம் உயர்த்தி அவரை நமஸ்கரித்தாள்.

அவதூதர் வேடிக்கையாக "இன்று எந்தத் தலைபோகிற பிரச்சனை பற்றி இருவரும் யோசித்துக் கொண்டிருக்கிறீர்கள்?" என்று கேட்டார்.

"தலைபோகிறபடியொன்றும் இல்லை. சாத்தனூர் பெரிய மனிதர்களாக பவனி வரும் பிராமணர்களிடம் மண்டிக்கிடக்கும் பொய்புரட்டு, போலித்தனம் பற்றி பேசிக் கொண்டிருந்தோம்."

"அப்படியா? போலித்தனம், பொய்புரட்டு எல்லாம் இங்கே இருப்பதைப் போலவே உலகின் எல்லாப் பகுதியிலும் மண்டிக் கிடக்கிறது என்று என்னால் உங்களிடம் நிச்சயமாகக் கூற முடியும். எனக்குத் தெரியும்." அவதூதர் சற்று இடைவெளி விட்டுப் பின்னும் கூறினார். "உங்களைப் போன்ற சிறு பெண்களும் எந்தப் பெரியவர்களைப் போலவும் போலித்தனத்தோடும், பொய் புரட்டோடும் இருக்க முடியும் என்பதும் எனக்குத் தெரியும்."

கூறிவிட்டு அலமுவையே கூர்ந்து பார்த்தார் அவதூதர். ஒரு கணம் அவளுக்கு ஒன்றும் புரியவில்லை. அதற்குள், அவதூதரின் குரலைக் கேட்ட ஹேமாவின் தாயார் அவருக்கும் சேர்த்து காபி எடுத்துக்கொண்டு வந்து அவருக்குக் கைக்கெட்டும் தூரத்தில காபி தம்ளரை கீழே வைத்துவிட்டு அவர் காலடியில் விழுந்து

வணங்கியவாறே, "சுவாமி நான் நேற்றிரவு ஒரு கனவு கண்டேன். நான் எப்பொழுதாவது அபூர்வமாகத்தான் கனவு காண்பேன். அதில் என் பெண்ணுக்குத் திருமணம் நடந்தது. அவள் கல்யாணக் கோலத்தில், மணப்பெண் உடையில் இருந்தாள்."

"நல்ல சமயத்தில்தான் கண்டிருக்கிறது" என்றார் அவதூதர் கொதிக்கக் கொதிக்க இருந்த காபியை உறிஞ்சிக் குடித்த வண்ணமே. பெண்களிருவரும் காபி ஆறக் காத்துக் கொண்டிருந்தனர்.

ஹேமா துடிப்பான பெண்ணாதலால், "நான் சாத்தனூரிலேயே எந்தப் பையனையாவது திருமணம் செய்துகொள்ளப் போகிறேன் என்றால், எனக்கு சிதம்பரத்தை திருமணம் செய்து கொள்ளத்தான் விருப்பம்" என்றாள்.

உடனே அதை மறுப்பதாய் அவளுடைய அம்மா "சிவ சிவா" என்றாள். அவளுடைய சம்பிரதாயத்திலேயே ஊறிப்போன ஆத்மாவிற்கு தனது பெண் ஹேமா, பிராமண குலத்தில் பிறந்தவள், ஒரு தாழ்ந்த குலப்பையனான – அவன் எந்த சாதியாயிருந்தாலும் – சிதம்பரத்தை மணப்பதென்பது நினைத்துப் பார்க்கக்கூட முடியாததாக இருந்தது. "இப்படிப்பட்ட வார்த்தைகளை என் பெண் வாயிலிருந்து நான் கேட்க வேண்டிய நிலைமையென்றால் உலகத்திற்கு என்ன ஆகப்போகிறதோ தெரியவில்லை" என்று அவதூதரிடம் முறையிட்டாள் அந்தத் தாய்.

அவதூதர் அவளுக்கு உதவியாகப் பேசவில்லை.

"பிராமணப் பையன் ராஜாவைக் காட்டிலும் சிதம்பரம் எத்தனையோ நல்லவன். ஆனால், அதற்காக ஹேமா அவனைத் திருமணம் செய்துகொள்ள வேண்டும் என்று அர்த்தமில்லை" என்று கூறியவர் மேலும், "அதுவும் தவிர, சிதம்பரம் இப்போது போலவே எப்பொழுதும் வண்டிக்காரனாகவேதான் இருப்பான் என்றும் சொல்ல முடியாது. உலகத்தில் அவனும் நல்ல நிலைமைக்கு – ஸ்திதிக்கு வருவான் என்று எனக்குத் தெரியும்" என்றார்.

"எனக்கும் சிதம்பரத்தைப் பிடிக்கும்" என்றாள் ஹேமாவின் அம்மா. "நானும் அவனுக்கு நல்லது நடக்க வேண்டும் என்றுதான் விரும்புகிறேன். ஆனால் அதற்காக என் பெண் அவனைத் திருமணம் செய்துகொள்ள நான் சம்மதிப்பேன் என்று அர்த்தமல்ல. எனக்கு 'ராஜா ஒரு உபயோகமற்ற ஆள்' என்று தெரியும். இருந்தாலும் அவனுக்கு ஹேமாவைத் திருமணம் முடிக்க நான் ஒப்புக்கொள்வேன், அவன் திருந்தி நல்ல கணவனாக இருக்க வழியிருக்கிறது."

“அவன் திருந்தமாட்டான்!” என்று சொல்லி, அவதூதர் விடைபெற்றுப் போனார்.

அவதூதர் வெளியேறியதற்குப் பிறகு அலமு முன்பை விடவும் மௌனமாகிப் போனாள். சிதம்பரத்தைப் பற்றிய தனது எண்ணத்தைத் தான் வார்த்தையில் வடிப்பதற்கு முன்பாகவே அவனை மணப்பது குறித்து தன் விருப்பத்தை வெளிப்படையாகவே பேசிவிட்ட தன் உற்ற தோழியிடம் அவளுக்குச் சிறிது பொறாமைகூட ஏற்பட்டது. ஹேமா அவளோடு கிராமத்தின் தினசரி வாழ்க்கை நிகழ்ச்சிகளையெல்லாம் பற்றிப் பல விஷயங்களைப் பேசிக் கொண்டிருந்த நாழியெல்லாம் அலமுவின் மனம், தான் சிதம்பரத்தைக் காதலிக்கிறோமோ என்று தனக்குத் தானே திரும்பத் திரும்பக் கேட்டவண்ணமே இருந்தது. ஹேமா, தான் சமீபத்தில் குலாம் கவுஸின் மனைவி நஜ்மாவைச் சந்தித்ததைப் பற்றிக் கூறி அவளைப் பற்றி வெகுவாகப் புகழ்ந்து கொண்டிருந்தாள். ஆனால் அவற்றையெல்லாம் அரைகுறையாக செவிமடுத்துக் கொண்டிருந்தாள் அலமு. அவளுடைய எண்ணங்கள் அவள் கவனத்தைத் தங்களை நோக்கி ஈர்த்தபடியே இருந்தன. அவசர அவசரமாக ஹேமாவிடம் விடை பெற்றுக்கொண்டு கிளம்பியவள் நேரே வீட்டிற்குப் போகாமல் முருகன் கோயிலுக்கு, அவள் வழக்கமாகப் போகும் நேரம் அதுவல்ல என்றாலும், போனாள். அந்த சமயத்தில் கோயில் வெறிச்சோடியிருக்கும். அலமு வடக்குத் தாழ்வாரத்தில் காற்றோட்டமான பகுதியில் அமர்ந்துகொண்டு ஏற்கனவே படியாத தனது தலைமுடியைக் காற்று மேலும் கலைத்து விளையாட இடங்கொடுத்தவளாய் தனக்குள் யோசித்தபடி இருந்தாள். ஒருவழியாக அவள் வீடு போய்ச் சேர்ந்தபோது சாயங்காலமாகி விட்டிருந்தது. தெளிவாக சிந்திக்க முடியாமல் இன்னும் குழம்பியிருந்த மனத்துடனேதான் கிளம்பிப் போனாள். ஆனால் அடுத்தநாள் நடைபெறும் இரண்டாவது பரிட்சைக்கு இறுதி ஆயத்தங்கள் அவள் செய்துகொள்ள வேண்டியிருந்தது. அடுத்த நாள் ஆங்கிலப் பாடத்திலும் அவள் நன்றாகத் தேர்ச்சி பெற்றிருந்தாள்.

அன்றிரவு அவள், தான் சிதம்பரத்தோடு ஓடிப்போய் – அவளோடு ஓடிப்போக அவன் எப்பொழுதும் தயாராகவே இருந்தான் – அதுவரை அவர்கள் பார்த்திராத ஒரு புது நகரத்தில் தங்கள் புதிய வாழ்க்கையைத் தொடங்குவதாகக் கனவு கண்டாள். ஆனால் அவள் எழுந்ததும் அதைக் கனவு என்று சொல்வதைவிட பயங்கரக் கனவு என்று சொல்வது பொருந்தும் என்பதாகப்பட்டது. ஏற்கனவே மகனால் புறக்கணிக்கப்பட்ட

தன் தாய், அவளைத் தானும் ஒதுக்கிவிட்டால், என்ன சொல்வாள்? சாத்தனூர் வாசிகளெல்லாம் இதுபற்றி அறிந்தால் அலமு என்ற பெண் நல்லவள், பண்புமிக்கவள் என்றெல்லாம் எண்ணியிருந்த, நல்லபடியாக வளர்க்கப்பட்ட ஒரு பிராமணப் பெண், வண்டிக்காரன் மகன் சிதம்பரத்தைத் தன் துணைவனாகத் தேர்ந்தெடுத்துக் கொண்டு ஓடிப்போய் விட்டாள் என்று எத்தனை கேவலமாகப் பேசுவார்கள்... அவனிடம் அவர்கள் மிகக் கடுமையாக நடந்துகொள்ளக்கூடும். இந்தக் கொடூரமான கருணையற்ற சாத்தனூர் பிராமணர்கள் அவனை உயிர் போகுமாறு அடித்துக்கூட போட்டுவிடக்கூடும். ஒரு உயர்குல பிராமணப் பெண்ணைத் திருமணம் செய்து கொள்ளத் துணிந்ததற்காய்... அவள் அவதூதரிடம் ஆலோசனை கேட்கலாம் என்றாலும் தன் மனம் விரும்புமாறு அவர் ஆலோசனை கூறுவாரோ... ஒருவேளை அவர் அலமுவின் பெற்றோர்களிடம் அவளைக் காட்டிக் கொடுத்துவிடக்கூடும்... அதை அவளால் பொறுத்துக்கொள்ள முடியாது... இனி சிதம்பரத்தை சந்திப்பதைத் தவிர்க்கவேண்டும் என்று தனக்குள் தீர்மானித்துக் கொண்டாள். அது சிரமமான காரியம்தான். சாத்தனூர் சிறிய ஊராதலால் ஒரு நாளில் பல தடவைகள்கூட அவர்கள் ஒருவரையொருவர் பார்க்கக்கூடிய வாய்ப்புகள் ஏற்படும். ஆனாலும், அவனுடன் தனியாக இருப்பதையோ, அவன் வண்டியில் சவாரி செய்வதையோ அவளால் தவிர்த்துவிட முடியும். சிஸ்டர் ஜூடித் பஞ்சு நெருப்பு பற்றி, இரண்டையும் பக்கத்துப் பக்கத்தில் வைத்தால் பற்றிக் கொள்ளும் என்பதால் பஞ்சு, நெருப்பிலிருந்து விலகியே இருக்க வேண்டும் என்றெல்லாம் கூறினாள். அவள் அதைத்தான் செய்யப் போகிறாள். சிதம்பரத்தைப் பற்றி நினைப்பதைத் தவிர்த்துவிடுவாள். நடைமுறைப்படுத்துவது சிரமம் என்றாலும் அவளுடைய தீர்மானம் தைரியமானது.

அந்தப் பெண்ணும் தன்னுடைய தீர்மானத்தைக் கிட்டத்தட்ட ஒரு வருட காலம் முழுவதும் இம்மி பிசகாமல் செயல்படுத்தி வந்தாள். அவ்வப்பொழுது சிதம்பரத்தைப் பார்த்தாள் என்றாலும், அப்பொழுதெல்லாம் பேசுவதற்கு வாய்ப்பு இருந்தாலும்கூட அதை அவள் பயன்படுத்திக் கொள்ளவில்லை. அவன் அவளிடம் பேசியபோதெல்லாம் வேண்டுமென்றே பதிலளிப்பதைத் தவிர்த்தாள். அவன் முகம் ஏமாற்றத்தில் சோர்ந்து போவதைக் காண முடிந்தது அவளால். ஒருமுறை அவன், தான் எந்த விதத்திலாவது அவளை வருத்தப்படுத்தி விட்டானோ என்று வாய்விட்டே கேட்டு விட்டான். அதற்கும் பதிலளிக்காமல் மௌனமே சாதித்தாள் அலமு. அவன், தான் எதிர்பார்த்ததற்கும்

மேலாய் அழகிலும், பண்பிலும் சிறந்த இளைஞனாக மிளிர்வதை மனதிற்குள் மிகுந்த திருப்தியும், மகிழ்வுமாய் கவனித்தாள் அவள். முன்னெப்போதையும்விட மிக அதிகமாகத் தன் கவனம் முழுமையையும் படிப்பில் செலுத்தியதன் பலனாய் பள்ளித் தேர்வுகளிலும், தனது பாட ஞானங்களிலும் பள்ளி சகோதரிகள் – சிஸ்டர் ஜுடித் உள்பட – எல்லோரும் மிகவும் பாராட்டும்படியாக சிறந்து விளங்கினாள். அவள் பள்ளியிறுதி வகுப்பு பொதுத் தேர்வை எழுத உட்கார்ந்தால் அவள் பள்ளியிலேயே அதிக மதிப்பெண்கள் பெற்ற மாணவியாக வருவாள் என்று வெகுவாக நம்பிக்கையோடு எதிர்பார்த்திருந்தனர் அவர்கள். தனது மனக் குழப்பங்களுக்கும், சலனங்களுக்கும் இடையிலும் அவள் தனது பத்தாம் வகுப்பு பரிட்சைகளில் சிறப்பாக எழுதித் தேர்ச்சி பெற்று பதினோறாம் வகுப்பிற்கு நிறைய நம்பிக்கைகளுடனும், தனது மனது இன்னும் ஒரு முடிவுக்கு வராத நிலையிலுமாய், நுழைந்தாள் அலமு.

பதினோறாம் வகுப்புப் படித்துக் கொண்டிருந்தபோது அவளுடைய பதினாறாம் வயதில் அது நடந்தது. சிதம்பரம் நோய்வாய்ப்பட்டான். முதலில் சாதாரண காய்ச்சல் என்று பேசப்பட்டது. பின் டைஃபாயிட் என்று கண்டுபிடிக்கப்பட்டு, இரண்டு மாதங்களுக்கும் மேலாக, டைஃபாயிட் திருப்பியும் தாக்கியதில் அவன் பஞ்சாமியின் தம்பி, அவன் மனைவி ஆகிய இருவரின் கவனிப்பில் அவர்கள் மருத்துவமனையிலேயே படுத்த படுக்கையாக இருக்கவேண்டி வந்தது. ஒருவழியாக அவன் குணமாகி வெளியே வந்தபோது முன்பிருந்ததில் பாதியாக இருந்தான். அவன் நர்ஸிங்ஹோமில் இருந்த சமயம் கூட அலமு, கவனமாகத் தனது அம்மாவையும் தன்னோடு அழைத்துக்கொண்டு வாரம் ஒருமுறை போய் அவனைப் பார்த்துவிட்டு வருவதை வழக்கமாக்கிக் கொண்டிருந்தாள். அவன் மருத்துவமனையை விட்டு வெளியே வந்த அன்று மதுரத் தம்மாள் அவன் தங்கள் வீட்டில்தான் சாப்பிட வேண்டும் என்று வற்புறுத்தினாள். முன்னாள் நீதிபதியின் மனைவியும் அவனை மருத்துவமனையில் போய் அடிக்கடி பார்த்தாள். தங்கள் வீட்டில் அவன் சாப்பிடவேண்டும் என்று அவளும் வற்புறுத்தினாலும் அவன் கிட்டத்தட்ட மாப்பிள்ளை உபசாரமே கிடைக்கும் மதுரத்தம்மாள் வீட்டிற்குப் போவதைத்தான் விரும்பினான். அப்பொழுது 1953இன் இறுதிக்கட்டம். சாத்தனூரில் அடை மழையும், இனிய சீதோஷ்ண நிலையுமாய் மாறி மாறி வந்து இழந்த தேக ஆரோக்கியத்தையெல்லாம் திரும்பப் பெற்றவனாய் சிதம்பரம் முன்னைவிடக் களையாக இருந்தான். நோயால் சற்று வெளிறிப் போயிருந்தாலும் நோய் குணமானபின் கவனமாக உடம்பைப்

பார்த்துக்கொண்டதில் சற்று சதை போட்டிருந்தான். அலமு அவனிடம் கரிசனத்தோடு இருந்தாலும் வழக்கத்திற்கு மாறாக அதிகம் பேசாது இருந்தாள். அதைப்பற்றி மதுரத்தம்மாள்கூட கேட்டுவிட்டாள். சிதம்பரம் சாப்பிட்டுக் கொண்டிருக்கும்போது மெதுவாக நழுவித் தன் புத்தகங்களிடம் போய்விட முயன்றாள் அலமு. ஆனால் அவள் அம்மா அவளிடம் “நீ ஏன் சிதம்பரத்திடம் உற்சாகமாக எதாவது சொல்லக் கூடாது? அவன் நல்ல பையன் என்பது உனக்குத் தெரியுமில்லையா. சாவின் வாசலிலிருந்து வேறு திரும்பி வந்திருக்கிறான் பாவம்” என்றாள்.

பரிட்சைக்குப் படிக்க வேண்டியிருப்பதாக, பதிலுக்கு ஏதோ முணுமுணுத்தாலும் அலமு, சிதம்பரத்தோடு இரண்டொரு வார்த்தை பேசுவதற்காக சந்தோஷமாக அங்கேயே உட்கார்ந்தாள். பேசியதென்னவோ அவனுடைய காய்கறித் தோட்டத்தைப் பற்றி ஒரு சில சமாச்சாரங்கள்தான். அவன் நோய்வாய்ப் பட்டிருந்தபோது, அலமுதான் அந்தத் தோட்டத்தைப் பராமரித்து வந்து, முன்னெப்போதையும்விட அதிகமான விளைச்சலுண்டாக்கினாள். பொதுப்படையாக இரண்டொரு வார்த்தைகளே பேசியபோதிலும் அது அவனை – அவளுக்கிருந்த எண்ணங்களையெல்லாம் – மீட்டுக்கொண்டு வந்தது. அவன் மேல் தனக்கான பற்றுதலைக் கண்டு மலைத்துப் போனாள் அவள். அவளுக்குப் புரிந்தது, அவள் நெருப்புடன் விளையாடிக் கொண்டிருக்கிறாள் என்பது. அவளைப் பார்த்ததில் அவனும் அதே நிலையில் இருப்பதும் நன்றாகவே தெரிந்தது. பள்ளிப்படிப்பை முடித்துக் கல்லூரியில் சேர்ந்த பிறகு ஒருவழியாக சாத்தனூரிலிருந்து பொருளாதார ரீதியிலும், பிற வகையிலுமாய் விடுதலை பெற்ற பின்னர் அவளால் ஒருவேளை சிதம்பரத்தைத் திருமணம் செய்துகொள்ள இயலக்கூடும். ஆனால் அதற்கு வெகுதூரம் இருக்கிறது. இப்பொழுதைய மனத்தின் பாரம் மிக அதிகமாக இருந்தது அவளுக்கு. தன் கண்வழி மனதை அவன் அறிந்துகொண்டு விடுவானோ என்ற கிலேசத்தில் அவனை நேருக்கு நேர் பார்ப்பதைத் தவிர்க்கப் பார்த்தாள். அவன் மிக உற்சாகமாய் பேசிக்கொண்டே போனான். அவனுடைய உற்சாகம் நோயிலிருந்து மீண்டதற்காகவும் இருக்கலாம். சூட்சுமமாய், தன்னைப் பற்றிய அவள் நினைப்பைத் தெரிந்துகொண்டுவிட்டதாலும் இருக்கலாம். என்னதான் தீர்மானம் செய்துகொண்டாலும், அவனைத் தவிர்ப்பது என்பது மிகவும் சிரமமான காரியமாகத்தான் இருக்கப்போகிறது.

பள்ளியில் எல்லாம் நல்லபடியாக நடந்து வந்தது, அலமுவுக்குப் பெரிய ஆறுதலாயிருந்தது. பத்தாம் வகுப்பு கோடை விடுமுறையின் சமயம் ஒரு புதிய ‘நன்’, ஹங்கேரியைச் சார்ந்த சீமாட்டி,

சிஸ்டர் ஃபெலிசைட் தனக்கு நன்றாகத் தெரிந்த பிரெஞ்சு மொழியையும், ஓவியந்தீட்டும் கலையையும் பள்ளியின் சில மாணவ மாணவியருக்குக் கற்றுக் கொடுத்தாள். அலமு அதிலும் சிறந்த மாணவியாக விளங்கினாள். சுலபமாக தனது பிரெஞ்சு மொழிப் பாடங்களைக் கற்றுத் தேர்ந்ததோடு இரண்டு மாதங்களுக்குள்ளாகவே, படம் வரையும் கலையிலும் தேர்ந்தவளானாள்.

சிஸ்டர் ஃபெலிசைட் நடத்தி வந்த சித்திர வகுப்புகளின் தொடர்ச்சியாய் ஒரு நிகழ்ச்சியைக் குறிப்பிடலாம். அவதூதரின் முகத்தைப் படமாக வரைந்தாள் அலமு. சிஸ்டர் ஃபெலிசைட் அதை வெகுவாகப் பாராட்டினார். அன்று பள்ளியிலிருந்து திரும்பி வந்துகொண்டிருக்கையில் அலமுவின் எதிரே அவதூதர் வந்துகொண்டிருந்தார். அவரிடம் தான் வரைந்த படத்தைப் பெருமையாகக் காட்டினாள் அலமு. அவர் ஆச்சரியப்படுவார் என்று எதிர்பார்த்தாள். ஆனால் அவரோ அதனை எடை போடுவதாய் ஆழ்ந்து ஒரு நிமிடம் பார்த்து விட்டு, பின், "இது என்னுடைய தலைதான். ஆனால் அந்தக் கண்கள் என்னுடை யவையில்லை. அவை சிதம்பரத்தின் கண்கள்." அலமு ஆர்வங் குன்றியவளாய் சோர்ந்து போனாள். அடுத்த நாள் திரும்ப அந்த சிஸ்டர் ஃபெலிசைட் இடம் அவதூதரின் மதிப்பீட்டைப் பற்றிக் கூறியபோது திரும்ப அந்த ஓவியத்தை வாங்கிப் பார்த்துவிட்டுக் கூறினாள். "உன் அவதூதர் உண்மையிலேயே மிகச் சிறந்த மேதைதான். ஓவியக் கலையில் பயிற்சி பெற்ற என்னால்கூட, ஓவியக்கலையைப் பொறுத்தவரை பாமரனான அவர் ஒரே பார்வையில் கண்டு பிடித்ததை, இனங்காண முடியவில்லை. அவர் சொன்னது போலவே, தலை சந்தேகத்திற்கிடமின்றி அவருடையதுதான். ஆனால் கண்கள் வேறு யாருடையதோதான். நான் அந்தச் சிதம்பரத்தை – அவதூதர் குறிப்பிட்ட அந்த மனிதனை – பார்த்திருப்பதாக நினைவில்லை. பார்த்திருக்கிறேனோ நான்?" எதற்கென்றே தெரியாமல் சட்டென்று தன் கன்னம் சிவப்பதை அலமுவால் உணரமுடிந்தது. அவதூதருக்கு எதற்கு அவள் சிதம்பரத்தின் கண்களைத் தந்தாள்...? அதே சமயம் அங்கு வந்த சிஸ்டர் ஜூடித்திடம் அவளிடம் சிஸ்டர் நடந்த விஷயத்தை விளக்கியதும், அவர் ஆழம் பார்க்கும் விழிகளால் தன்னையே பார்ப்பதைக் கண்டாள் அலமு. அதைப் பற்றி சிஸ்டர் ஜூடித் மற்ற சிஸ்டரிடம் ஏதேனும் கூறுவாள் என்று அலமு எதிர்பார்த் திருந்ததால், அப்படியொன்றும் நடக்காமல் ஏமாந்து போனாள்.

சாத்தனூரிலிருந்த மனித வர்க்கத்தைச் சார்ந்தவர்களில் சிஸ்டர்

ஜுடித்தான் அலமுவின் மனப்போராட்டங்களைக் குறித்து எப்படியோ அறிந்துவிட்டவளாய் இருந்தாள். ஒரு நல்ல துடிப்பான, அறிவுபூர்வமாயும், உணர்வுபூர்வமாயும் சிறந்த பிராமணப் பெண்ணின் – அலமுவின் வயதையும் கணக்கிலெடுத்துக் கொள்ள வேண்டும் – எதிர்ப்புணர்வை, தளைகளை அறுத்தெறியும் துடிப்பை மற்றெல்லாரையும்விட சிஸ்டர் ஜுடித்தால் உணர முடிந்தது. தனக்கு மிகவும் பிரியமான மாணவி அவதூறுகளுக்கும், கஷ்டங்களுக்கும் ஆளாகப் போகிறாள் என்று அவளுக்கு நிச்சயமாகத் தெரிந்தது. அவளுக்கு அலமுவின் கொள்ளுப்பாட்டியான அலமேலு அம்மாளின் மொத்தப் பின்னணியும், சரித்திரமும் மிக நன்றாகவே தெரியும். எச்சரிக்கை செய்வதால் எந்தப் பயனுமில்லை என்பதும் அவளுக்குத் தெளிவாகப் புரிந்தது. இந்த மாதிரியான இக்கட்டான சூழ்நிலையில் அவளால் செய்யக்கூடியது பிரார்த்தித்தல் ஒன்றுதான். அலமுவுக்காய் தனது கடவுளிடம் பிரத்யேகமாகப் பிரார்த்தித்துக்கொண்டாள். அலமுவின் மேல் விழப் போகிற அவதூறுகளிலிருந்தும் இடையூறுகளிலிருந்தும் அவளைக் காக்க வேண்டுமாய் தனது கடவுளிடம் வேண்டிக் கொண்டாள். தனது பிரார்த்தனை நிச்சயம் உதவும் என்று அவள் நம்பினாள். கூடவே அலமு குறித்து அவதூதரிடம் கலந்தாலோசிப்பது எனவும் தீர்மானித்துக் கொண்டாள். அவதூதருக்கு அலமுவிடமும், அவள் குடும்பத்திடமும் அன்பும், கரிசனமும் உண்டு என்று ஜுடித்திற்குத் தெரியும். கஷ்டத்தில் தவிப்பவர்கள் எல்லோருக்குமே அவர் அதே விதமாய் உதவ முன்வருவார் என்று சொல்ல முடியாதுதான்... விசித்திரமாகத் தோன்றினாலும், சிஸ்டர் ஜுடித்திற்கு அவதூதரிடம் முழு நம்பிக்கை இருந்தது. அவள் கிறித்துவப் பெண்மணியாக இருந்த போதிலும் அவள் பரம்பரை பரம்பரையாக ஹிந்துக்களாகப் பிறந்து, வாழ்ந்து முடிந்தவர்களின் வழியில் வந்து பின்பு, சொந்த வாழ்வில் நேரிட்ட ஒரு துயரின் காரணமாய் கிறித்துவ மதத்திற்கு – அதுபற்றி தன் கடவுளிடம் மட்டும்தான் தெரிவித்திருக்கிறாள் – 'நன்'னாய் மாறியவள். தன்னை மாதிரியான எந்தவொரு இழப்பிற்கும் அலமு ஆளாகிவிடமாட்டாள் என்று அவள் மனப்பூர்வமாக நம்பினாள்.

கல்கத்தாவிலும், சென்னையிலுமாக நிறைய வியாபாரங்களில் கை விட்டிருந்த டேவிட் மூப்பன் அவற்றின் மூலம் நிறைய சம்பாதித்துக் கொண்டு இருந்தார். பள்ளிப் படிப்பை முடிக்கும் திறமையான பள்ளியில் முதலாக வரும் மாணவி சிரமமேதுமின்றி ஐந்து வருடக் கல்லூரிப்படிப்பைத் தொடர ஏதுவாய் 'ஸ்காலர்ஷிப்' வழங்கவென கொஞ்சம் பணம் பள்ளிக்கு நன்கொடையளிக்கப் போகிறார் என்று ஊரில் பேசிக் கொண்டார்கள். அதற்கான

எல்லா ஏற்பாடுகளையும் டேவிட் மூப்பன் செய்திருந்தார். பணம் மட்டும் இன்னும் தந்திருக்கவில்லை. இந்த வருடம் அவர் அந்த உதவித் தொகைக்கான பணத்தை அளித்துவிட்டால் அதைக் கொண்டு அலமுவின் கல்லூரிப் படிப்பிற்கு உதவ முடியும் என்று சிஸ்டர் ஜுடித் நம்பினாள். நிச்சயம், அலமுதான் பள்ளியிலேயே முதலாவதாக, பொதுத்தேர்வில் அதிகளவு மதிப்பெண்கள் பெற்று வருவாள். அவள் அம்மாவிடம் சம்மதம் வாங்கிவிட முடியும். டேவிட் மூப்பன் அளிப்பதாகக் கூறியிருக்கும் உதவித்தொகை அவளுடைய கல்லூரிக்குச் செலுத்த வேண்டிய கட்டணம், தவிர அவளுக்குப் புத்தகங்கள், உடை வாங்கவும் உதவியாக இருப்பதோடு அவளுடைய குடும்பத்திற்கும் சிறிது கிடைக்கக் கூடிய அளவு மீதமாகும். மூப்பனின் உதவித்தொகை மாதா மாதம் இருநூற்றியைம்பது ரூபாய் வரையில், கல்லூரி வருடம் என்ற கணக்கிலில்லாமல் வருடம் பூராவும், பனிரெண்டு மாதங்களுக்கும் கிடைக்கும். நிச்சயமாகக் கொடுத்துவிடுவார் டேவிட் மூப்பன் – அளிக்கிறேன் என்று கூறும் தொகையைத் தராமல் நிறுத்திவிட எந்தக் காரணமுமில்லை. இந்த வருடம் அவர் நன்கொடை அளித்து அந்த 'உதவித் தொகைத் திட்டமும்' நடைமுறைக்கு வந்துவிடும் என்று தீர்மானமாகக் கூற முடிந்தாலும், அப்படியில்லை என்றாலுங்கூட தாவூத் ஷாவையோ, பஞ்சாமியையோ அணுகி அலமுவின் மேற்படிப்புச் செலவை ஏற்றுக் கொள்ளும்படி பேசி முடிக்க வழியுண்டு. இல்லை இறுதி முயற்சியாக அவதூதரை அணுகி ஆலோசனை கேட்டால் அவர் நிச்சயம் நடக்கக்கூடியதாக ஏதாவதொரு வழிகாட்டுவார் என்று சிஸ்டர் ஜுடித்திற்கு நம்பிக்கையிருந்தது. ஒருவேளை, மனப்போராட்டங்களிலும், குழப்பங்களிலும், பிரச்சனைகளிலுமாக, தான் பயந்தபடிக்கே சிக்கிக்கொண்டு அலமுவால் சரிவர பரிட்சை எழுத முடியாமல், நல்ல மதிப்பெண்கள் வாங்க முடியாது போய்விட்டால் பிறகு ஒன்றும் செய்ய முடியாது. தான் நினைக்கும் அதே வகையான உணர்வுப் போராட்டத்தில்தான் அலமு சிக்கிக்கொண்டிருக்க வேண்டும். சிஸ்டர் ஜுடித் பெருமூச்செறிந்தாள். இப்படியெல்லாம் எந்தவொரு மாணவிக்காகவும் கவலைப்படுவது அவள் வழக்கமே இல்லை.

மாதங்கள் போயின. அலமுவின் படிப்பில் எந்தவித எதிர் மறையான மாற்றமும் தெரியவில்லை. அரையாண்டுத் தேர்வு நடந்துகொண்டிருக்கையில் சிதம்பரம் நோய்வாய்ப்பட்டான். பாவம் அலமு, திரும்பவும் கரிசனத்தாலும் கருணையினாலும் வண்டிக்காரன் மகனோடு உணர்வுபூர்வமாய் மாட்டிக்கொள்ளப் போகிறாள் என்று எண்ணிக்கொண்டாள் சிஸ்டர் ஜுடித்.

நடக்கப்போவது இன்னின்னதென்று அவளால் தெளிவாக ஊகிக்க முடிந்தது. ஆனாலும், ஆசிரியைகள் அவள்மேல் வைத்திருக்கும் நம்பிக்கையை அலமு தகர்க்க மாட்டாள் என்று சிஸ்டர் ஜூடித் நம்பினாள். அலமுவும் தகர்க்கவில்லை. மனதின் உளைச்சலைப் பற்றிய எந்தவித அறிகுறியையும் வெளியே காட்டாதவாறு, எப்பொழுதும் போலவே நல்ல முறையில் படித்து வந்தாள் அலமு. பொதுத்தேர்வு வந்தபோது அலமு மிகத் தீவிரமாகப் படித்துக்கொண்டிருந்தாள். உற்சாகமாயும், ஊக்கத்தோடும் இருந்த அவளை ஒவ்வொரு நாளும் பரிட்சை முடிந்த பிறகு சிஸ்டர் ஜூடித் ஆர்வமும், அக்கறையுமாக "எப்படி எழுதினாய்?" என்று விசாரிப்பாள். அலமுவும் எப்பொழுதும் கூறுவதுபோல், "என்னால் முடிந்தவரையில் சிறப்பாகப் பண்ணினேன்" என்று பதில் கூறுவாள்.

இதற்கிடையில் டேவிட் மூப்பனும் தான் தருவதாகச் சொன்ன உதவித்தொகைத் திட்டத்திற்கான நன்கொடையை அளித்துவிட்டிருந்தார். அதிகத் தொகைதான் அது. தாராளமாக இரண்டு பேருக்கு உதவித்தொகை – ஒன்று மாதா மாதம் இருநூற்றியைம்பது ரூபாயும், இன்னொன்று நூற்றைம்பது ரூபாயுமாக – பள்ளியின் ஒவ்வொரு வருடத்தைய இரண்டு மிகச்சிறந்த மாணவர்களுக்கு அவர்களுடைய மேற்படிப்பிற் காகப் பள்ளியால் கொடுக்கப்பட்டது. பரிட்சை முடிவுகளுக்காக எல்லோருமே காத்துக்கொண்டிருந்தார்கள்.

அந்தக் கோடையில் அலமுவின் தீர்மானம் விழுந்தது. அவளால் அதற்கு மேலும் தாக்குப்பிடிக்க முடியவில்லை. மனதின் உணர்வுகளுக்கு அடிமையாகி மனதை வெற்றிகொள்ள அனுமதித்துவிட்டாள். விளைவுகளைப் பற்றி அவள் கவலைப் படவில்லை. அவை வரும்போது அவள் சமாளித்துக் கொள்வாள்.

•

8

அலமு பதினோறாம் வகுப்புப் படித்துக்கொண்டிருந்த அந்த வருடம் சாத்தனூரில் பரபரப்பாகக் கூட்டம் நிரம்பி வழிந்தது. கிட்டத்தட்ட எல்லாக் குடும்பங்களுக்குமே விருந்தினர்கள், பல்வேறு பிரதேசங்களிலிருந்தும் வந்திருந்தார்கள். முன்னெந்த வருடத்திலும் இல்லாத அளவு சாத்தனூரில் பல திருமணங்கள் குறிப்பாக பிராமணக் குடும்பங்களில் நடந்தேறின. திருமண காரியங்களுக்கும், அதற்கு முன்னும் பின்னுமாய் நடந்தாக வேண்டிய காரியங்களுக்குமாக அலமுவின் தாய் எல்லாக் குடும்பங்களுக்கும் வேண்டப்பட்ட வரையில் அத்தியாவசியமாய் அழைக்கப்பட்டாள். அலமுவும், கைக் காரியங்களில் தேர்ச்சி பெற்று, நல்லமுறையில் வளர்ந்து வரும், இனிமையாகப் பாடக்கூடிய பெண்ணுமாக இருந்ததால் கல்யாணங்களிலெல்லாம் அவளையும் கலந்துகொள்ள அழைத்தனர். பள்ளி இறுதியாண்டு, நிறைய படிக்க வேண்டும் என்றெல்லாம் கேட்டுக் கொண்டாலும் ஊரில் எவரையேனும் அதிருப்திக்கு ஆளாக்க வேண்டும் என்றாலொழிய அவளால் கல்யாணங்களுக்கும், விசேஷங்களுக்கும் போய் வருவதிலிருந்து தப்பிக்க முடியாது போயிற்று.

அந்த வருடம்தான் மற்றெல்லாரிடமிருந்தும் வேறுபடுத்திக் காட்டக்கூடியவிதமாய், அவதூதர் ஒரு பித்தன் வேலையை நிகழ்த்திக் காட்டினார். அவர் எப்பொழுதுமே கல்யாணங்களுக்கு – பெண், பிள்ளை ஆகிய இரண்டு பேரின் குடும்பத்தார்களும் அவதூதர் வருவதைப் பெரிதும் விரும்பி வரவேற்றாலும் – போகமாட்டார். ஆனால் ஒரு கல்யாணத்திற்கு,

சரியான முக்கியத் தருணமாகிய தாலி கட்டும் நேரத்தில் வருகை தந்து உரக்க ஒப்பாரி வைத்தபடியே மார்பில் ஓங்கியடித்துக் கொண்டு பெரிதாக அழத் தொடங்கினார். திருமணத்திற்கு வந்திருந்தவர்கள் எல்லோரும் ஏதும் புரியாமல் அதிர்ந்துபோய் நின்றார்கள். அவருடைய செய்கை பின்வரப்போகும் ஏதோ கெடுதலைப் பற்றிய முன்னறிவிப்பு என்று எண்ணினார்கள் அவர்கள். பத்து நிமிடங்களுக்கும் மேலாக அவதூதரின் அழுகை தொடர்ந்து நீடித்தது. பிறகு அவர் அழுவதை நிறுத்தி, "இங்கே சுற்றிக்கொண்டிருந்த தீய சக்தியை நான் வெளியே துரத்தியா யிற்று. இனி தாலி கட்டுவது நடக்கட்டும். குறித்த நேரத்திற்குள் தாலி கட்டுவதை நடத்திவிடலாம்" என்று கூறிவிட்டு கல்யாண வீட்டினர் விருந்து சாப்பிட்டுவிட்டுப் போகுமாறு எத்தனை வற்புறுத்தியும் நிற்காமல் வெளியேறி விட்டார். அன்றைய தினம் திருமணமான பெண் பின்பு ஒருசமயம் அவரிடம் எதற்காக அவர் தனது திருமணத்தில் அப்படி அழுதார் என்று விசாரிக்க "நான் அழுதேனா?" என்று வெகுளியாகக் கேட்டார் அவதூதர்! அந்தக் கேள்விக்கு என்ன பதில் கூற இயலும்!

அந்தக் கல்யாண காலத்தின் கடைசி திருமணங்களில் ஒன்றில் மாப்பிள்ளை வீட்டாரோடு, அரசாங்க உத்தியோகஸ்தர்களான சிலரும் ஒரு குழுவாக வந்திருந்தனர். அவர்களில் ஒருவன், பார்க்க லட்சணமாகவும், பார்வையைக் கவரும் நடையுடை பாவனைகளும் கொண்டு இருந்தான். அவன் இந்திய அரசாங்கத்தின் நிதித்துறையில் உத்தியோகம் பார்த்துக்கொண்டு மாதம் ஆயிரம் ரூபாய்க்கும் மேலாக சம்பாதித்துக்கொண்டு இருந்தான். அந்தக் கல்யாணம் நாலு நாட்கள் நடக்கும் அபூர்வ கல்யாணம். அதில் மூன்று நாட்கள் அலமுவை கவனித்துக்கொண்டிருந்தவன் நான்காம் நாள் அவளைத் திருமணம் செய்துகொள்ளும் விருப்பத்தைத் தெரிவித்தான். வரதட்சணை ஏதும் இல்லாமல் அவளைத் தான் திருமணம் செய்துகொள்ளத் தயாராக இருப்பதாகக் கூறியதோடு மட்டுமில்லாமல் அலமுவின் அப்பா ராமச்சந்திர ஐயரின் பொருளாதார நிலைமை தெரிய வந்ததும் திருமணச் செலவு முழுவதையும் தானே ஏற்கவும் முன்வந்தான். மாப்பிள்ளையோடு வந்திருந்த அவன் மாப்பிள்ளை மூலமே தனது விருப்பத்தைத் தெரியப்படுத்தினான். மாப்பிள்ளை, இளைய ராமச்சந்திர ஐயரிடம் அது பற்றித் தெரிவிக்க, அவர் தன் மனைவியிடம் கலந்தாலோசித்தார். இருந்தும் முடிவெடுக்க முடியாமல், பஞ் சாமியின் ஹோட்டலில் அவதூதரைச் சந்தித்து அவரிடம் அது பற்றிக் கேட்க அவதூதர் அந்த சம்பந்தம் வேண்டாம் என்று

க.நா. சுப்ரமண்யம் | 163

கூறிவிட்டார். "அவனைக் கல்யாணம் செய்து கொண்டு அலமு சந்தோஷமாக இருக்க முடியாது" என்று அவதூதர் கூற, அவர் வார்த்தைதான் ராமச்சந்திர ஐயருக்கு வேதமாதலால், அலமுவைப் பெண் கேட்டவனிடம் அவதூதர் அந்த சம்பந்தத்தை ஏற்கவில்லை என்று கூறிவிட்டார். கல்யாணச் செலவுகளுக்காகக் கையில் ரொக்கமாய் மூவாயிரம் ரூபாய் தருவதாகக்கூடச் சொல்லி ராமச்சந்திர ஐயரை நெகிழ்த்தப் பார்த்தான். அலமுவுக்கு விஷயம் தெரிய வந்து அதைக் குறித்து தனது தோழி ஹேமா விடம் அந்த சம்பந்தம் பற்றிக் கலந்தாலோசித்தாள். "வேண்டவே வேண்டாம்" என்று தீர்மானமாகக் கூறிவிட்டாள் ஹேமா. இதில் ஏதோ சில்மிஷம் இருக்கிறது. தவிர அவதூதரே வேண்டாம் என்று கூறிவிட்டார். சாத்தனூரில் யாருக்கும் அந்த வரனைப் பற்றியோ, அவன் குடும்பத்தைப் பற்றியோ ஏதும் தெரியாது. இந்த சந்தர்ப்பத்தைப் பயன்படுத்தி சாத்தனூரை விட்டும், சிதம்பரத்தை விட்டும் போகும் வாய்ப்பு கிட்டியிருந்தால் அலமு சந்தோஷப் பட்டிருப்பாள். ஆனால் அப்படி நடக்கக் கூடாது என்று இருந்தது.

அலமுவை மனைவியாகக் கேட்டவன், உண்மையான ஆர்வத்துடன் அவதூதரை அணுகி அவரைக் கையால் பிடித்து நிறுத்தி "எதனால் அவர் அலமுவுக்கும் தனக்கும் திருமணம் நடக்கக்கூடாது என்று தடுக்கிறார்'' என வினவினான். அவதூதர் பதில் கூறவில்லை. அந்த இளைஞன் இரண்டாம் முறையாகத் தனது கேள்வியை, இம்முறை அவதூதரைக் கேவலமாகப் பேசுவதாக ஏதோ சேர்த்துக் கூறிக் கேட்டதும் அவதூதர் கேட்கக் கூடிய தூரத்தில் இருக்கும் அனைவருக்கும் கேட்கும்படியாக உரத்த குரலில் அவனிடம், "இன்று காலை உன்னுடைய தங்க மாத்திரைகளைச் சாப்பிட்டாகி விட்டதா?" என்று கேட்டார். கிராமத்து மக்களுக்கு பொதுவாக விஷயஞானம் இல்லாது இருக்கலாம் என்றாலும், தங்க மாத்திரைகள் என்பது 'ஸிஃபிலிஸ்' நோயால் பீடிக்கப்பட்டவர்களுக்குத் தரப்படுவது என்று கிராமத்தாருக்குத் தெரியும். சுற்றிலும் எழுந்த சிரிப்பு தன்னைக் குறித்தே என்று அறியாத அந்த இளைஞன், அவதூதரின் கையை விடாமல் பிடித்து உலுக்கி, "தங்க மாத்திரைகளுக்கும் என் திருமணத்திற்கும் என்ன சம்பந்தம்?"என்று கேட்டான்.

அவன் கையை மிருதுவாகப் பற்றி விலக்கிவிட்டபடியே அவதூதர் கூறினார், "நீ எத்தனை சீக்கிரம் முடியுமோ அத்தனை சீக்கிரம் டில்லிக்குப் போய்ச் சேரு."

"ஆனால் அந்தப் பெண்ணையும் என்னோடு கூட்டிக்

கொண்டு போக விரும்புகிறேன். இத்தனை நாட்களாக நான் தேடிக்கொண்டிருந்த மனைவி அவள்தான்.”

அவதூதர் கண்டிப்பாக, “நீ மரியாதையாக டில்லிக்கு விரைந்து போய் அந்த சிந்திப் பெண்ணைத் திருமணம் செய்து கொள்.”

“எந்த சிந்திப் பெண்?” என்று கேட்டான் அந்த வாலிபன். ஏற்கனவே, அவதூதருக்கு தன்னுடைய தங்க மாத்திரைகளையும், அந்த சிந்திப் பெண்ணையும் பற்றித் தெரிந்திருக்கிறது என்ற உண்மையே அவனை தைரியமிழக்க வைத்தாகிவிட்டது.

‘‘புபுல்” என்று கூறிய அவதூதர் அவனுக்கு முதுகைக் காட்டியபடி திரும்பிக் கொண்டார்.

அந்த ஆளுக்கு ஒன்றும் புரியவில்லை. ‘இத்தனை தூரத்தில் இந்தக் கிராமத்தில் வசித்து வரும் இந்த நிர்வாண மனிதனுக்கு எப்படி புபுலுக்கும் தனக்குமிடையேயான தொடர்பு பற்றியும், அவளைத் தான் திருமணம் செய்துகொள்வதாக வாக்களித்திருந்தது பற்றியும், தெரிந்தது?”

சில அடிகள் நடந்து சென்ற பின்னர் அவதூதர் திரும்பி அவனைப் பார்த்துக் கூறினார்: “நீ புபுலைத் திருமணம் செய்து கொள்ளாமலிருந்தால் அவள் உன் வாழ்க்கையை நரகமாக்குவாள். நீ அவளைக் கல்யாணம் செய்துகொண்டாலும் அவள் உனக்கு நரகம்தான் தருவாள் என்றாலும் அது நீ அறிந்த, உன்னால் ஊகிக்க முடிந்த நரக வேதனையாகத்தான் தெரியும். எப்படியாயினும் நீ நரகத்தில்தான் இருக்கப் போகிறாய், போய் வா.”

இந்த வரனும், அது கிட்டத்தட்ட முடியும் விதத்தில் அமைந்ததும் அலமுவை சற்றே அலைக்கழித்தது. கடந்த ஒரு வருடமாகவே, கூராகிக் கொண்டு வரும் அவள் உணர்வுகளெல்லாம் உடலுறவைப் பற்றி, குறிப்பாக சிதம்பரத்துடன் சேர்ந்தனுபவிக்கும் இன்பத்தைப் பற்றிய எண்ணங்களிலேயே திளைத்திருந்தன. இன்னும் அதிக காலம் சாத்தனூரில் வசித்திருந்தால், தனக்குப் பிடித்தவனின் அருகாமையிலேயே இருக்க நேர்ந்தால் மனதைக் கட்டுப்படுத்த முடியாமல் போய் தவறிழைத்துவிட நேர்ந்துவிடுமோ என்று பயந்தாள் அலமு. பரிட்சைகளெல்லாம் நடந்து முடியும் வரை அவள் ஏடாகூடமாக எதுவும் செய்துவிட மாட்டாள். ஆனால் அதற்குப் பிறகு விடுமுறையில் அவள் மூளைக்கு வேலை கொடுக்க எதுவும் இல்லாத நிலையில் அவள் என்ன செய்யக்கூடுமோ – அவளுக்குத் தெரியவில்லை.

அலமுவைப் போலவே சிஸ்டர் ஜூடித்தின் எண்ணவோட்டமும் இருந்தது. பரிட்சைகளெல்லாம் ஆரம்பிப்பதற்கு வெகுகாலம் முன்பிருந்தே, விடுமுறையில் அலமுவை ஏதாவது வேலையில் ஈடுபடுத்தி அவளை வேறு அக்குறும்புகளிலிருந்து தள்ளிவைக்கத் திட்டமிட்டிருந்தாள் அவள். அவள் அது குறித்து யாரிடமும் ஆலோசனை கேட்கவில்லை. சிஸ்டர் தெரஸாவையும், ஏன், அவதூதரையும்கூட கலந்தாலோசிக்கவில்லை. அவளுக்கு அலமுவைக் குறித்த தனது பயங்களைப் பற்றியும், தனது பயங்களைக் குறித்து அவதூதர் சிரித்த விதத்தையும் பற்றி நினைக்கையில் சற்றே அவமானமும், வெட்கமும் ஏற்பட்டது. ஆனால், அலமுவின் மேல் அத்தனை அக்கறை கொண்டு, ஒரு தாய், சகோதரியைப்போல அலமுவுக்காய் கவலைப்படும் சிஸ்டர் ஜூடித்தின் சோர்ந்த முகத்தைப் பார்த்து அனுதாபம் கொண்ட அவதூதர் கூறினார்: “எது நடக்குமோ அது நடந்தே தீரும். இது இது நடக்கும் என்று முன்கூட்டியே எதிர்பார்த்து மண்டையைக் குழப்பிக் கொள்ளாதீர்கள். அது பாதி வழியிலேயே பிரச்சனையை எதிர்கொள்வதாகிவிடும். அலமுவால் தாங்கிக்கொள்ள முடியாத எந்தக் கெடுதியும் அவளுக்கு வராது. நான் இதை உங்களுக்கு நிச்சயமாகக் கூறமுடியும்.”

அவர் கூறியதைக் கேட்டும் திருப்தியடையாதவளாய் அலமுவிற்காகத் தான் தீட்டியிருந்த திட்டங்களைத் தொடர்ந்தாள் சிஸ்டர் ஜூடித். விடுமுறை விட்டதும் திரும்பவும் அலமுவை பிரெஞ்சு வகுப்புகளிலும், ஓவிய வகுப்புகளிலும் சேரும்படி செய்தாக வேண்டும். விடுமுறையில் அலமுவை மனதை அலையவிடாதபடிச் செய்ய இன்னொரு திட்டமாய் கணக்குப் பாடத்தில் பலவீனமாக இருந்த தாவூத் ஷாவின் பேத்தி ஆயிஷாவை அலமுவிடம் அனுப்பி கணக்குப் பயிலுமாறு செய்யலாம் என்ற முடிவிற்கு வந்தாள். சிஸ்டர் தெரஸாவின் அனுமதி பெற்று தாவூத் ஷாவைப் போய்ப் பார்த்து பள்ளி ஆசிரியைகளுக்கெல்லாம் ஆயிஷாவிற்குக் கற்றுத் தருவதற்கென்று நேரம் ஒதுக்குவது சற்று சிரமமாக இருக்கும். அவர்களை விடவும் அலமுவிடம் கணக்கு கற்றுக்கொள்ள ஆயிஷாவை அனுப்புவது அவர் பேத்திக்கும் அதிக நன்மை பயக்கும். அந்த ஏழைப் பெண்ணுக்கும் ஏதாவது வருமானம் கிடைக்க வழி செய்யும் என்றும் கேட்டுக்கொண்டாள். பாடம் சொல்லித் தருவதற்கான சம்பளமாக முப்பது ரூபாய் ஒரு மாதத்திற்குத் தரலாம் என்று யோசனை கூறினாள். தாவூத் ஷாவிற்கு சூட்டிகையான பெண்ணான அலமுவிடம் என்றுமே பிரியமும் அனுதாபமும் உண்டு என்பதால் அவர் உடனடியாக

ஒப்புக் கொண்டார். அவருக்கு முப்பது ரூபாய் பெரிய தொகை யல்ல. மேலும் அந்தப் பணம் அலமுவிற்கும், அவள் குடும்பத் திற்கும் உதவியாக இருக்கும். பாடம் கற்பிப்பதிலும் அலமு விற்குப் பயிற்சியளிப்பது, பின்னாளில் அவள் ஆசிரியர் பயிற்சிக் கல்லூரியில் சேரும்போது மிகவும் உதவியாக இருக்கும்.

தான் என்ன ‘விரும்பினாளோ’ அதை நடத்திக்கொள்ளும் படியான வாய்ப்பை சிஸ்டர் ஜூடித்தின் திட்டம் அலமுவிற்கு ஏற்படுத்தித் தந்துவிட்டது. ஆயிஷாவிற்கு சொல்லித் தருவதற்காய் தாவூத் ஷாவின் வீட்டிற்குப் போய் வருவது வீட்டை விட்டு, அம்மாவின் கண்காணிப்பிலிருந்து இரண்டு மணி நேரங்கள் தப்பித்து, வெளியே இருக்கும் வாய்ப்பை உருவாக்கியது அலமுவிற்கு. பிரெஞ்சு வகுப்பிற்கும், பெயிண்டிங் வகுப்பிற்குமாய் போய் வருவது – தினசரி இல்லையென்றாலும்கூட – வெளியே இருக்கும் வாய்ப்பை இன்னும் ஓரிரு மணி நேரங்கள் நீட்டிக்கும். முதல் நாள் அவள் பள்ளிக்குப் போய்க் கொண்டிருக்கும்போதே வண்டியோடு வந்த சிதம்பரம், “அலமு, ஏறிக்கொள். நான் பள்ளியருகில் உன்னை இறக்கி விடுகிறேன். ஆனால், விடுமுறை சமயத்தில்கூட உனக்குப் பள்ளி இருக்கிறதா என்ன?” என்றான்.

தான் செய்வது தெரிய வந்தால் நிச்சயமாக அதைத் தன் தாயார் ஏற்றுக்கொள்ள மாட்டாள் என்பதும் சிஸ்டர் ஜூடித் செய்யக்கூடாது என்று எச்சரித்து அனுப்பிய அதே காரியத்தைத் தான் செய்கிறோம் என்பதும் அலமுவிற்குத் தெரிந்திருந்தது. தன் இஷ்டத்திற்கு அவள் சிதம்பரத்துடன் ஏதாவது பேசுவதோ, கொள்வதோ அவர்கள் விரும்பாத விஷயங்கள். அது மிகவும் ஆபத்து என்று அவர்கள் கருதினார்கள். மற்றவர்கள் செய்யக் கூடாது, ஆபத்து என்று தடுத்த காரியத்தைச் செய்வதில் சந்தோஷமாக உணர்ந்தாள் அலமு. எப்பொழுதுமே அவள் சிதம்பரத்திடம் – அவனே ஆச்சரியப்படும் அளவு – சொந்த மாகவும், உரிமையுடனும் அளவளாவுவாள். அவனுடைய வண்டியில் போகக்கூடாது என்று தன்னை சிஸ்டர் ஜூடித் எச்சரித்திருப்பதைப் பற்றி அலமு சிதம்பரத்திடம் கூற, அதற்கு சிதம்பரம் “அப்படியானால் பள்ளி வரும் முன்பே சற்று தூரத்தி லேயே வண்டியை நிறுத்திவிடுகிறேன். அப்படிச் செய்வதன் மூலம் நீ என்கூட வண்டியில் வந்தாய் என்று சிஸ்டர் ஜூடித்திற்குத் தெரிய வராது” என்றான்.

தான் விரும்பியது போலவே அவனும் நடந்துகொள்ளத் தயாராக இருந்தது அலமுவுக்கு மிகுந்த இன்பத்தைக் கொடுத்தது.

ஆனால் அந்த முதல் நாள் அவள் அதிகமாக ஒன்றும் செய்து விடவில்லை. சிதம்பரம் தன்னோடு இருப்பதில் இயல்பாக உணருமாறு மட்டும் செய்துகொண்டாள்.

அலமு சிதம்பரத்தோடு அவன் வண்டியில் வந்தது பற்றி சிஸ்டர் ஜூடித்திற்குத் தெரிய வழியில்லை. இருந்தாலும் அலமு வருவதைக் கவனித்தவள் அவளிடம், "உன்னைப் பார்த்தால் எதனாலோ பரபரப்பாக, சந்தோஷமாக இருப்பதாகப் படுகிறதே? என்ன அது? உன்னுடைய பெற்றோர்கள் உனக்குத் திருமணம் செய்துவைக்கப் போகிறார்களோ!" என்று கேட்டாள்.

அலமு வழக்கமாகப் பொய் சொல்பவள் அல்ல என்றாலும் இப்பொழுது, "அப்படியெல்லாம் ஒன்றும் இல்லை சிஸ்டர். ஒரு பிராமணப் பெண்ணுக்குத் திருமணம் நடக்க வேண்டுமென்றால் மூவாயிரம், நாலாயிரம் ரூபாயாவது வேண்டும். அவ்வளவு பணத்திற்கு என் பெற்றோர்கள் எங்கே போவார்கள்? அவர்களிடம் முந்நூறு, நானூறு ரூபாய்கூட கைவசம் கிடையாது. என்னுடைய திருமணம் நடப்பதற்கு நிறைய காலம் ஆகும். கடவுள் மனம் வைத்தால் நான் அடுத்த வருடம் கல்லூரியில் இருப்பேன் என்று யோசித்துக்கொண்டே நடந்து வந்து கொண்டிருந்தேன். அதுதான் என்னுடைய சந்தோஷத்திற்கும், பரபரப்பிற்கும் காரணம். தவிர சிஸ்டர் பெலிஸைட்டின் வகுப்புகளும் மிக சந்தோஷமாகப் போய்க்கொண்டிருக்கிறது. எனக்கு ஓவியம் வரைவதும், வர்ணம் தீட்டுவதும் மிகவும் பிடிக்கிறது" என்றாள்.

இந்த விளக்கம் சிஸ்டர் ஜூடித்திற்கு திருப்திகரமான பதிலாகப்பட்டதால் அலமு தன்னிடம் பொய் சொல்லிக் கொண்டிருக்கக்கூடும் என்று கருதவில்லை அவள். அலமுவிடம், "நீ, சிஸ்டர் பெலிஸைட் வகுப்பு முடிந்ததும் என்னை வந்து கூப்பிடு. நானும் உன்னுடன் கூட வருகிறேன். இருவருமாகச் சேர்ந்து தாவூத் ஷா வீட்டிற்குப் போவோம். அவருடைய பேத்தி ஆயிஷாவிற்கு நீ கணக்குப் பாடம் சொல்லிக் கொடுப்பதற்கு ஏற்பாடு செய்யப்பட்டிருக்கிறது. அவள் கணக்கில் சற்று மட்டு. விடுமுறையில் இவ்வாறு கற்றுக்கொண்டால் அடுத்த வருடம் பள்ளியிலேயே முதலாவதாகத் தேறக்கூடிய வாய்ப்பிருக்கிறது அவளுக்கு" என்றாள்.

இந்த ஏற்பாட்டைப் பற்றி ஏற்கனவே அலமுவிற்கு ஓரளவு தெரிய வந்திருந்தது என்றாலும் தனக்குத் தெரிந்ததாகக் காட்டிக் கொள்ளவில்லை அவள். ஆச்சரியமடைந்தவளைப்போல், "நான்

அவளுக்கு என்ன சொல்லித் தர முடியும் சிஸ்டர்? அவளே புத்திசாலிப் பெண். அவளுக்கு ஏதாவது பாடத்தில் உதவி வேண்டியிருக்கிறது என்றால் உங்களில் யாராவது ஒருவரால் தான் சொல்லித் தர முடியும். எனக்கு எப்படிச் சொல்லித் தருவது என்று தெரியாதே."

தனது தோழி ஹேமா மனிதர்களின் போலித்தனங்கள், பொய்புரட்டல்கள் பற்றியெல்லாம் காரசாரமாகக் கருத்துத் தெரிவித்தது, கண்டித்தது எல்லாம் ஞாபகம் வந்தது அலமுவுக்கு. அவளுக்கும் அதெல்லாம் பிடிக்காதுதான். என்றாலும் இப்பொழுது பொய் பேசுபவளாகவும், நடிப்பவளாகவும் இருந்து வருவதை – வெகுளியான சிஸ்டர் ஜூடித்திடம் போய் அப்படி நடந்துகொள்வதை – அவளால் தவிர்க்க முடியவில்லை. அதுவும் ஒரு நல்ல காரியத்திற்காக. காதலைப் பற்றி, சிதம்பரத்திடம் தான் கொண்டுள்ள காதலைப் பற்றி, அவள் அப்படித்தான் நினைத்திருந்தாள்.

"நீ அந்த வகுப்பை முடித்துவிட்டவளானதாலும், அவள் வயதை ஒத்தவள் என்பதாலும் ஆயிஷா உன்னிடமிருந்து அதிகமாகக் கற்றுக்கொள்ள முடியும். அவளுக்கு ஒரு ஆசிரியை யாகவும், தோழியாகவும் இருக்கமுடியும் உன்னால். அம்மாதிரி சொல்லிக் கொடுப்பதுதான் சிறந்த முறையில் கற்பிக்கும் முறை என்று சிஸ்டர் தெரஸா கருதுகிறார்கள். அதனால் நான் உன்னை தாவூத் ஷாவின் வீட்டிற்குக் கூட்டிக்கொண்டு போகிறேன். அங்கு அவர்களுக்கெல்லாம் உன்னைத் தெரியும். உன்னைப் பற்றி நல்ல அபிப்பிராயமும் அவர்களிடம் உண்டு."

"தாவூத் ஷா ஒரு நல்ல, கருணை மனம் கொண்ட மனிதர். அவர் மனைவி ஃபாத்திமா பீவியும் கருணை மனம் கொண்ட வயதான பெண்மணி. அவள் ஆயிஷாவின் பாட்டியாக இருப்பதைவிட என்னுடைய பாட்டியாக இருந்தால் எவ்வளவு நன்றாக இருக்கும் என்று நான் அடிக்கடி நினைப்பதுண்டு" என்றாள் அலமு. அது உண்மைதான். அவள் பொய் பேசவில்லை. அவளுக்கு அவர்களிருவரையும் ரொம்பப் பிடிக்கும். அவர்களுக்கும் அவளிடம் அன்பும் பிரியமும் நிறைய உண்டு.

சிஸ்டர் ஜூடித் கூறினாள்: "இரண்டரை மாத காலத்திற்கு நீ அவளுக்குச் சொல்லிக் கொடுத்து வருவாய். தாவூத் ஷா உனக்கு மாதா மாதம் முப்பது ரூபாய் சம்பளம் தருவதற்கு ஒப்புக்கொண்டிருக்கிறார்."

“எனக்குச் சம்பளம் வேறு கிடைக்குமா? ஆயிஷாவிற்கு சொல்லித் தருவதே சந்தோஷம் கொடுக்கக் கூடியது. சம்பளம் தேவையில்லை” என்றாள் அலமு.

“நீ ஏதாவது சம்பாதித்துக் கொடுத்தால் அது உன் அம்மாவுக்கும் உதவியாக இருக்கும். பாவம், சாத்தனூரிலுள்ள எல்லோருமே குடும்பத்தை நடத்திக்கொண்டு போக உன் அம்மா ஓயாமல் உழைப்பதாகக் கூறுகிறார்கள். உனக்குக் கிடைக்கும் சம்பளம் உன் அம்மாவிற்கு உதவியாக இருக்கும் என்பது உனக்குத் தெரியுமில்லையா. தாவூத் ஷா கொடுக்கும் சம்பளத்தை வாங்கிக்கொள். மறுக்காதே. அந்தத் தொகை அவருக்கொன்றும் பெரியதல்ல.”

அந்த சமயம் வகுப்பு ஆரம்பமாகிவிடவே சிஸ்டர் விடை பெற்றுப் போகவேண்டி வந்தது. போவதற்குமுன், “கல்லூரியில் முதல் வருடம் எளிதாகத்தான் இருக்கும். எனவே கல்லூரியில் சேர்ந்த பிறகும் நீ தொடர்ந்து தினமும் சாயங்காலம் ஏழு மணியிலிருந்து எட்டு மணி வரை ஆயிஷாவிற்கு சொல்லிக் கொடுக்கலாம். அதைப்பற்றி அவர்களிடம் சொல்லிக் கொள்ளலாம். முதல் இரண்டு மாதங்கள் எப்படிப் போகின்றன என்று பார்க்கலாம். ஓவிய வகுப்பை முடித்ததும் என்னைக் கூப்பிடு” என்று அலமுவிடம் கூறிவிட்டுப் போனாள்.

வகுப்பு முடிந்ததும் அலமு, சிஸ்டர் ஜூடித்துடன் தாவூத் ஷா வீட்டிற்குப் போனாள். அங்கே தாவூத் ஷாவிடம், அவருடைய வேலை எதையோ செய்வதற்காக அழைக்கப்பட்டு, வந்திருந்தான் சிதம்பரம். சிஸ்டர் ஜூடித் அவன் உடல் நலத்தைப் பற்றி விசாரித்து அவனோடு ஒரு நிமிடம் பேசிக்கொண்டு நின்றாலும், அலமு அவனைக் கவனியாதவள்போல உள்ளே போனாள். பாத்திமா பீவி அலமுவையும், சிஸ்டர் ஜூடித்தையும் வரவேற்று அவர்களிடம் சிதம்பரத்தைப் பற்றி பாராட்டிப் பேசினாள். “அவன் ஆயிரத்தில் ஒரு பிள்ளை தெரியுமா. எப்பொழுதுமே பண்போடு நடந்துகொள்வான். எந்தக் காரியம் செய்யச் சொன்னாலும் செய்து தருவான். வீட்டுக்காரர் தனது வாசனைத் திரவியங்கள் தயாரிக்கும் தொழிலில் சிதம்பரத்திற்கு பயிற்சியளிக்கலாமா என்று யோசித்துக் கொண்டிருக்கிறார். இந்த வருடம் கடையிலிருந்து ஓய்வு பெற விரும்புகிறார் அவர். தான் விலகிக்கொண்டு கடையை ஒட்டுமொத்தமாக சிதம்பரத்தின் கையில் ஒப்படைத்துவிட விரும்புகிறார். ஆனால் தொழில் நுணுக்கங்களையெல்லாம் கற்றுக்கொள்ள சிதம்பரத்திற்கு எப்படியும்

ஒரு வருடமாவது வேண்டிவரும். அவன் புத்திசாலிப்பையன். சீக்கிரமே கற்றுக்கொண்டு விடுவான். நாங்கள் எங்களுக்குள் இதுபற்றி கலந்தாலோசித்துக் கொண்டாகிவிட்டது. ஆனால் இன்னமும் அதுபற்றி சிதம்பரத்திடம் கூறி, அவன் எண்ணத்தைக் கேட்கவில்லை. ஆனால் எந்த முடிவெடுப்பதற்கும் முன்பாக சாஹேப் அவதூதரைக் கலந்தாலோசிக்காமல் இருக்க மாட்டார்."

அந்த நல்ல செய்தியைக் கேட்ட சந்தோஷத்தில் அலமுவின் முகம் பளபளத்தது! அதைப் பார்த்து ஃபாத்திமா பீவி கூறினாள்: "இந்தப் பெண்ணைப் பாருங்கள். இவளும் ஒரு இனிய பெண். இவளுக்கும் சிறந்த எதிர்காலம் உண்டு. இவள் என்னுடைய உறவு என்று சொல்லிக்கொள்ள எனக்கு எத்தனை ஆசை தெரியுமா? ஆனால் அவள் அம்மா அதிர்ந்து போய்விடுவாள். ஆனால் அவளை எல்லோரும் நல்லவள், உழைப்பாளி என்று பாராட்டுகிறார்கள். எனக்குத் தெரிந்த பிராமணப் பெண்கள் சிலரை மாதிரி அவள் வம்பெல்லாம் பேசுவதேயில்லை என்று கேள்விப்பட்டிருக்கிறேன்."

"இந்தப் பிள்ளைகளை அவர்கள் முகத்திற்கு நேராய் அதிகம் புகழாதீர்கள். அவர்கள் தலை கனத்துவிடும்" என்று கூறிய சிஸ்டர் ஜூடித் தொடர்ந்து, "ஆயிஷாவிற்குத் திருமணம் நிச்சயமாகிவிட்டது என்று நான் கேள்விப்பட்டேனே, உண்மையா?" என்று கேட்டாள்.

ஃபாத்திமா பீவிக்கு பேசப் பிடித்தமான இன்னொரு விஷயம் கிடைத்துவிட்டது! "ஷா பரம்பரையின் பல்வேறு சந்ததிகளில் ஒருவனைத்தான் ஆயிஷா திருமணம் செய்து கொள்ளப் போகிறாள். அது முடிவாகிவிட்டது. அதனால்தான் அவள் வீட்டில் கணக்குப் பாடத்தைப் பிரத்யேகமாக ட்யூஷன் வைத்துக் கற்றுக்கொண்டு பதினோறாம் வகுப்பில் தேர்ச்சி பெற்று கல்லூரிக்குப் போய் படித்துப் பட்டமும் பெற வேண்டும் என்று விரும்புவது. தங்கள் மருமகள்கள் குறைந்தபட்சம் பட்டதாரிகளாகவாவது இருக்கவேண்டும் என்று மாப்பிள்ளை வீட்டார் வற்புறுத்துகிறார்கள். வேலைக்குப் போகக்கூட மாட்டார்கள் என்றாலுங்கூட படித்திருக்கவேண்டும் என்று விரும்புகிறார்கள். கல்யாணம் நிச்சயம் ஆகிவிட்டது என்றாலும் கூட ஆயிஷாவின் திருமணம் அவள் படித்துப் பட்டம் பெற்ற பின்தான் நடக்கும்."

இதுவரை மௌனமாகக் கேட்டுக்கொண்டிருந்த அலமு சிரித்துவிட்டாள். "பட்டதாரியாக என்ன விசித்திரமான காரணம்!"

ஃபாத்திமா பீவி அவளைக் கருணையோடு பார்த்தாள். "குழந்தை - நீ கூறுவது உண்மைதான். மாப்பிள்ளை வீட்டுக்காரர்களை சந்தோஷப்படுத்துவதற்காக கல்லூரியில் படிக்க வேண்டும் என்பது முட்டாள்தனமான காரணம்தான். ஆனாலும் அதைச் செய்துதான் ஆக வேண்டும். உலகத்தில் முட்டாள் மனிதர்கள்தான் எங்கும் நிறைந்திருக்கிறார்கள். எல்லாராலும் அவதூதரைப் போல் புத்திசாலியாகவும், ஞானத்தோடும் இருக்க முடிவதில்லை. நம்மை யெல்லாம் அல்லா மன்னிக்கட்டும், எனக்கு இந்த சம்பந்தத்தில் பூரண திருப்தி இல்லை என்றாலும் சம்பிரதாயத்திற்கும், விதிக்கும் எதிராய் நானும், சாஹேபும் என்ன செய்துவிட முடியும்? நாங்கள் தலை வணங்கத்தான் வேண்டும்."

"ஆயிஷா என்ன சொல்கிறாள்?" என்று தைரியமாகக் கேட்டாள் அலமு. திருமணம் என்று வரும்போது ஆயிஷாவின் விருப்பத்தைக் கேட்பது பற்றி அவள் அம்மாவோ, அப்பாவோ கவலைப்பட மாட்டார்கள் என்று அவளுக்குத் தெரியும்தான்.

"அவள் சின்னப் பெண். அவளுக்குத் தனியாக முடிவு செய்யும் அளவு என்ன தெரியும்? நாங்கள் அவளிடம் கலந்தா லோசிக்கவில்லை" என்று கூறிய ஃபாத்திமா பீவி அலமுவை ஆழம் பார்ப்பதாய் கூர்ந்து பார்த்தாள். "நீ அவளிடம் இது பற்றிப் பேசி அவள் முடிவை அறிந்து என்னிடம் கூறினால் எனக்கு மகிழ்ச்சியாயிருக்கும். அவள் சந்தோஷமாயிருக்க வேண்டும் என்றுதான் நாங்கள் விரும்புகிறோம். அல்லாவின் விருப்பப்படி எல்லாம் நடக்கும்."

"ஆயிஷா எங்கேயிருக்கிறாள் இப்போது? அலமு இன்றிலிருந்தே கற்றுக் கொடுக்க ஆரம்பிக்கட்டும்" என்று பேச்சை மாற்றினாள் சிஸ்டர் ஜூடித். நடந்துகொண்டிருந்த விவாதம் அலமுவைப் போன்ற இளம் பெண்ணுக்கு ஆபத்தானது என்று எண்ணினாள் அவள்.

"ஆயிஷா!" என்று ஃபாத்திமா பீவி உரக்கக் குரல் கொடுக்க, அந்த அழைப்பிற்காகவே கதவுக்குப் பின்னால் மறைந்து கொண்டு காத்திருந்ததே போல் உடனேயே உள்ளே வந்தாள் ஆயிஷா. தென்னிந்தியாவில் வாழ்ந்து வரும் முஸ்லிம்களுக்கே உரித்தான சிவந்த நிறத்துடன் இருந்த ஆயிஷா துடிப்பான பெண். முஸ்லிம்களுக்குப் பொதுவாக இல்லாத - நீள முகமும் அதிகச் சதைப்பின்றி கூர்மையாய் கீழிறங்கும் கன்னங்களும், தாடையும் அற்ற - மிருதுவான வட்ட முகத்தைக் கொண்டிருந்தாள் அவள். அவளுடைய முகம் மொத்தமாக அழகாகவும், பளபளப்போடும்

பொலிந்தாலும் அவள் கண்கள்தான் முகத்தின் மற்றெல்லா பகுதிகளையும்விட மிக அழகாக இருந்தன. அலமுவைவிட அவளுக்கு ஒரு வயதுதான் குறைவாக இருக்கும். இருவருமாகச் சேர்ந்து பக்கவாட்டிலிருந்த ஆயிஷாவின் படிக்கும் அறைக்குள் நுழைந்தார்கள். சிஸ்டர் ஜுடித் சிறிதுநேரம் ஃபாத்திமா பீவியுடன் அளவளாவிக் கொண்டிருந்தாள். அலமுவையும், சிதம்பரத்தையும் பற்றிய தனது பயங்களைப் பற்றி ஃபாத்திமா பீவியிடம் சொல்லலாமா, வேண்டாமா என்று தனக்குள் சிறிது நேரம் அலைபாய்ந்தவள் அப்படிச் செய்வது அலமுவிற்குத் துரோகம் இழைப்பதாக ஆகிவிடும் என்று கருதி அதைப் பற்றிப் பேசாதிருந்து விட்டாள். அப்படியேதாவது கண்டுபிடிக்க வேண்டிய விஷயம் இருந்ததென்றால் விரைவிலேயே ஃபாத்திமா பீவி அவளாகவே கண்டுபிடித்து விடுவாள். அவள் படிப்பறிவு இல்லாதவள் என்றாலும் புத்திசாலி.

விரைவில் விடைபெற்றுக்கொண்டு சிஸ்டர் ஜுடித் போய்விட்டாள். அதற்குப் பின் ஒன்றரை மணிநேரம் கழித்து அலமு தாவூத் ஷாவின் வீட்டை விட்டுக் கிளம்பினாள். ஆயிஷாவுடன் சினேகமுண்டாக்கிக் கொள்ள முடியும் என்ற நம்பிக்கை உண்டாயிற்று அவளுக்கு. ஆயிஷா, தன் வயதொத்த பெண்களின் பொதுவான ஆர்வங்களையெல்லாம் கொண்டு, துடிப்பான, புத்திசாலிப் பெண்ணாக விளங்கினாள். அவளும் பிராமணப் பெண்களைப் போலவே வரப்போகும் கணவனைப் பற்றிப் பேச வெட்கப்பட்டாள் என்றாலும் இன்னும் சில நாட்களில் அவளால் வெட்கம் விட்டுப் பேச முடியும் என்றும் நிச்சயமாக நம்பினாள் அலமு.

வந்தபோது சிதம்பரத்திடம் பேசிக் கொண்டிருந்த மாதிரியே, ஆயிஷாவிற்கு சொல்லிக் கொடுத்து முடித்து அலமு வீட்டிற்குக் கிளம்பியபோதும் தாவூத் ஷாவும், சிதம்பரமும் பேசிக் கொண்டி ருந்தார்கள். அத்தனை நேரமும் சிதம்பரம் அங்கேயேவா இருந்தான்? தெரிந்துகொள்ளக் குறுகுறுத்தது அலமுவுக்கு. அவள் கேட்காமலே அவளுக்குப் பதிலளிப்பதாய் தாவூத் ஷா கூறினார். "இவனை எனக்கு ஒரு வெண்கலத்தால் செய்யப்பட்ட நடராஜர் சிலையை சிற்பக்கலைப் பள்ளியிலிருந்து வாங்கி வரச் சொன்னேன். சென்னையிலிருக்கும் என் நண்பரொருவர் கேட்டிருந்தார். அந்தச் சிலையை நூறு ரூபாய்க்கு விற்கிறார்கள். இங்கே அதற்கான பணத்தை இவனிடம் கொடுத்து அனுப்பியிருந்தேன். இவன் என்ன செய்தான் தெரியுமோ?"

அலமு சிரித்தபடியே, "எனக்கெப்படித் தெரியும்? அந்த நூறு ரூபாயைத் தொலைத்து விட்டு இன்னொரு நூறு ரூபாய் கேட்கிறாரோ!"

"அப்படிச் செய்தால் அவனை சாமர்த்தியசாலியாகக் கருதிப் பாராட்டுவேனே நான்! ஏனென்றால், ஒரு வியாபாரி என்ற முறையில் எனக்கு நூறு சதவிகிதம் லாபம் அடிக்கவும் தகுதியுண்டு. ஆனால் அவனுக்கு இனி கமிஷன் கொடுப்பதைத் தவிர்த்துவிடுவேன். ஆனால் இவன் செய்ததே வேறு. சிறப்பப் பள்ளியில் மேல்வகுப்பு மாணவனொருவனைப் பிடித்து, அவர் களுக்கு விலையில் முப்பது சதவிகிதம் தள்ளுபடி உண்டென்பதால், அவன் மூலம் நூறு ரூபாய் சிலையை எனக்கு அறுபத்தி ஆறு ரூபாய்க்கு வாங்கிக் கொண்டு வந்து நிற்கிறான்!"

"அதில் என்ன தவறு?" என்று புரியாமல் கேட்டாள் அலமு.

"ஒன்றுமில்லை. ஆனால் இது என்னை இக்கட்டிற் குள்ளாக்கிவிட்டது. அவ்வளவுதான். சென்னையிலிருக்கும் எனது நண்பர் ஏற்கனவே என்னிடம் சிலையின் விலையைப் பற்றி விசாரித்துத் தெரிந்துகொண்டு முன்னாலேயே நூறு ரூபாயும் அனுப்பியாகிவிட்டது." அவர் – பகட்டான ஆசாமி. அவர்களுக்குத்தான் அதெல்லாம் சரிப்பட்டு வரும்."

"இப்பொழுது அலமுவைப் பார். பள்ளிப்படிப்பை முடித்து கல்லூரிக்குப் போகப் போகிறாள். இப்பொழுதே சம்பாதிக்கவும் செய்கிறாள். என் கிறுக்குப் பேத்திக்குப் பாடம் சொல்லிக் கொடுப்பதன் மூலம் ஒரு நாளைக்கு ஒரு ரூபாய் சம்பாதிக்க ஆரம்பித்துவிட்டாள். நீ ஏன் சிதம்பரத்திற்கும் கற்றுத் தரக் கூடாது, அலமு? இரண்டு வருடத்திற்குள் மெட்ரிகுலேஷன் பரிட்சை எழுதத் தகுதி பெற்றுவிடுவான் இவன். அதன் பின் கல்லூரியில் சேர்ந்து வக்கீலுக்கும் படிக்கலாம். எனக்கு ஆட்களைத் தெரியும். இவனுடைய அறிவுக்கூர்மைக்கு இவன் சிறந்த வக்கீலாகப் பிரகாசிக்க முடியும்" என்றார் தாவூத்.

அத்தனை நேரமும் சிதம்பரத்தையே பார்த்துக் கொண்டிருந்த அலமு, பார்வையைத் திருப்பி தாவூத் ஷா வேடிக்கையாகப் பேசுகிறாரா, உண்மையாகப் பேசுகிறாரா என்றறிய வேண்டி அவரைக் கூர்ந்து கவனித்தாள். அவர் உண்மையாகத்தான் பேசிக் கொண்டிருக்கிறார் என்று புரிந்தது அவளுக்கு. "எனக்குத் தெரிந்ததெல்லாவற்றையும் சிதம்பரத்திற்கு சந்தோஷமாகக் கற்றுத்தர நான் தயார். அப்படிச் செய்வதன் மூலம் எனக்கும்

லாபமுண்டு. ஆயிஷாவிற்கும், சிதம்பரத்திற்கும் சொல்லிக் கொடுத்து முடிக்கும் சமயத்தில் நானும் ஆசிரியர் பயிற்சியில் நல்லஅனுபவம் பெற்றுவிடுவேன்" என்று கூறினாள் அலமு.

"இதுதான் வேண்டியது! இப்படித்தான் இருக்க வேண்டும்" என்று சந்தோஷமாகக் கூவினார் தாவூத் ஷா.

அதி உற்சாகத்திலிருந்த தாவூத் ஷா உரக்கக் கூவியது ஃபாத்திமா பீவியின் காதுகளை எட்ட, என்ன விஷயம் என்றறிய உள்ளிருந்து வெளியே வந்தாள் அவள். இரண்டு இளையவர்களுக்கிடையே சந்தோஷம் கூத்தாடும் முகத்துடன் தனது கணவர் இருப்பதைப் பார்த்தாள். அவளுக்கு அவரைப் பற்றி நன்கு தெரியும் ஆதலால், "இந்தச் சின்னப் பிள்ளைகளை என்ன கூறிக் கிண்டல் செய்துகொண்டிருக்கிறீர்கள்?" என்று வினவினாள்.

நடந்ததெல்லாவற்றையும் ஆரம்பத்திலிருந்தே அவளிடம் மீண்டும் ஒப்பிப்பதைத் தவிர வேறு வழியில்லை தாவூத் ஷாவிற்கு. இறுதியாக, அவனுக்குப் படிப்பு சொல்லிக் கொடுக்க அலமு முன்வந்திருக்கிறாள் என்று கூறியபோது அவள் சுருக்கமாக, "அவள் அவனுக்கு சொல்லிக் கொடுப்பதற்குப் பதில் அவன் அவளுக்குத் தீங்கு விளைவிக்கக் கூடிய ஏதாவது ஓரிரண்டு விஷயங்களைச் சொல்லிக் கொடுத்துவிடலாம். எப்படியிருந்தாலும் இந்த உலகம், அவளுடைய உலகம் ஒரு பையனுக்குப் பாடம் சொல்லித் தர – அவன் தனியாக அல்லாமல் நாற்பது பேர்கள் கொண்ட ஒரு வகுப்பில் இருந்தாலொழிய – அனுமதிக்காது. போதும் இந்த விளையாட்டு. அந்தப் பணத்தை சிதம்பரத்திற்குத் தருவதுதான் நியாயம் என்று நீங்கள் நினைத்தால் அதை என்னிடம் கொடுங்கள் என்றாள்.

இப்பொழுது நான் மீதித் தொகையை அவருக்கு அனுப்பி வைத்தால் இரண்டாந்தரமான சிலையை வாங்கி அனுப்பி விட்டதாக நினைத்துக் கொள்வார். இந்த மிச்சத்தை நானே வைத்துக் கொள்ளவும் முடியாது. அதற்கு நான் உரிமையாளன் இல்லை."

"சிதம்பரத்திற்கு அதைக் கமிஷனாகக் கொடுத்துவிடுங்கள். அவருக்குத்தான் அது சேர வேண்டும்" என்றாள் அலமு.

"பார்த்தாயா சிதம்பரம், அலமுகூட சொல்கிறாள் – அந்தப் பணத்தைக் கமிஷனாகப் பெற உனக்குத்தான் தகுதியிருக்கிறது என்று ஆனால் அவன் வாங்கிக்கொள்ள மறுக்கிறான்."

"எனக்கெதற்கு முப்பது ரூபாய்? எனக்கு அதைச் செலவழிக்க எந்த வழியும் தெரியாது" என்றான் சிதம்பரம்.

சிதம்பரத்தின் முகத்தை உன்னிப்பாகக் கவனித்தவாறே, "நீங்கள் திருமணம் செய்துகொண்டு அந்தப் பணத்தில் உங்கள் மனைவிக்கு ஒரு புடவை வாங்கிக் கொடுக்கலாம்" என்றாள் அலமு, வேடிக்கையாக.

சிதம்பரமும் சளைக்கவில்லை. "அலமு நான் யாருக்கு அந்தப் புடவையைக் கொடுப்பது என்று மட்டும் தயவுசெய்து சொல்லிவிட்டால் நான் பணத்தை வாங்கிக்கொள்கிறேன்" என்றான்.

பதிலளிக்க முடியாமல் பேச்சிழந்து நின்ற அலமு சில கணங்களுக்குப் பிறகு, சமாளித்துக் கொண்டு, "எதற்கு மண்டையை உடைத்துக் கொள்ள வேண்டும்? அந்தப் பணத்தை அவதூதரிடம் கொடுத்து விடுங்கள். அதை வைத்துக் கொண்டு என்ன செய்வதென்று அவருக்குத் தெரியும்" என்றாள்.

"ஐயோ," என்றான் சிதம்பரம். "அவர் அதைத் தெருவிலே வீசியெறிந்துவிடுவார். ஆனால் 'சாஹப்'பால் அதனை பத்திரமாக வைத்திருந்து அதை நல்ல முறையில் செலவழிக்க முடியும். பணத்தை எப்படி நல்லமுறையில் உபயோகப்படுத்துவது என்பதை அறிந்தவர் சாஹப்தான். எனக்குத் தெரியாது. அவதூதருக்கும் தெரியாது. எங்கள் அப்பா கையில் இந்தப் பணம் கிடைத்தால் ஓபியம் மூட்டை வாங்கி அதன் அருகிலேயே எப்பொழுதும் கிடப்பார். ஆனாலும், அதிலிருந்து ஒரு நாலணாச் சில்லறையை குதிரைக்குக் கொஞ்சம் சர்க்கரை வாங்குவதற்காய் என்னிடம் முதலில் கொடுத்துவிடுவார் மறக்காமல்.

குரலில் உண்மையாகவே வருத்தம் தொனிக்க, "நீ பள்ளியிலும், கல்லூரியிலும் படித்து வக்கீலாகி இருந்திருக்க வேண்டும் சிதம்பரம்," என்றார் தாவூத் ஷா.

"பள்ளியை நான் பார்த்த கொஞ்ச காலத்திலேயே எனக்குப் பிடிக்கவில்லை அது."

"அதற்கு அலமு," அதைப் பாதுகாக்கும் பொறுப்பை ஏற்றுக்கொள்கிறேன். சிதம்பரத்திற்கு எப்போது அந்தப் பணம் தேவைப்படும் என்று எனக்குத் தெரியும்" என்றாள்.

அவள் கையில் அந்தப் பணத்தைக் கொடுத்தவாறே, "நான் நியாயமற்ற முறையில் சம்பாதித்த லாபம் அதோ போகிறது"

என்றார் தாவூத் ஷா விளையாட்டாக. "சிதம்பரம் அதை இழந்தாகிவிட்டது. ஆனால் அது அவனுக்குத் தெரியாது" என்று மறுபடியும் கூறினார்.

"ஃபாத்திமா பீவியைப் போன்ற பெண்மணியிடம் அதை இழப்பதைப் பற்றி நான் கவலைப்படவில்லை" என்று மெதுவாக முணுமுணுத்தான் சிதம்பரம். பிறருக்குக் கேட்காத மெல்லிய குரலில்தான் கூறினான் என்றாலும் அலமுவுக்கு அவன் கூறியது கேட்டுவிட்டது.

"நீங்கள் இருவரும் ஒரே வழியாகத்தான் போகிறீர்கள் என்று எனக்குத் தெரியும்" என்ற ஃபாத்திமா பீவி தொடர்ந்து, "ஆனால் இருவரும் சேர்ந்தாற்போல் ஒன்றாய் பிராமணத் தெரு வழியே போகாதீர்கள். அவர்கள் உங்களைப் பற்றிக் கெட்ட நோக்கோடு பார்ப்பார்கள்" என்று கூறி, அலமுவைத் திடுக்கிட வைத்தாள். ஃபாத்திமா பீவி கூறுவது எவ்வளவு உண்மை!

முஸ்லிம் தெரு வழியாக இருவரும் ஒன்றாய் போய்க் கொண்டிருக்கையில் அலமு சிதம்பரத்தின் காதில், "எனக்கு உங்களை ஏதாவது இடத்தில் தனியாகச் சந்திக்க வேண்டும். ராயரின் சவுக்கண்டியில் வேண்டுமானால் சந்திக்கலாம். அந்த இடம் தெரியும். இரண்டொரு நாளில் 'என்று, எப்பொழுது' சந்திக்கலாம் என்று உங்களுக்குத் தெரியப்படுத்துகிறேன். நீங்கள் அதனைப் பிறர் அறியாமல் ரகசியமாகச் செய்ய வேண்டும். தவிரவும் இப்பொழுதும் சரி, அப்பொழுதும் சரி நாம் இருவரு மாகச் சேர்ந்து யார் கண்ணிலும் பட்டுவிடக் கூடாது. இப்பொழுது நான் சர்வமானிய அக்ரஹாரம் வழியாகப் போகிறேன். நீங்கள் பிரதான வீதி வழியாகப் போங்கள்."

"ஏதாவது தெருமுனையில் ராஜா உனக்காகக் காத்துக் கொண்டிருக்கக் கூடும்."

"என்னை என்னால் பாதுகாத்துக்கொள்ள முடியும். கவலைப்படாதீர்கள். நான் ஒன்றும் பயந்த சின்னப் பெண் அல்ல."

சிதம்பரம் அவள் முகத்தை ஆழ்ந்து பார்த்தான். அதிலிருந்த தீவிரத்தைக் கண்டு, என்ன சொல்ல வந்தானோ, அது எதையும் கூறாமல் விடைபெற்றுப் போனான். அலமு மேட்டுத்தெரு வழியாக சர்வமானிய அக்ரஹாரத்திற்குள் நுழைந்து அங்கு தன் தோழி ஹேமாவோடு கொஞ்சநேரம் பேசிக் கொண்டிருந்துவிட்டு பின் நடுத்தெருவிலுள்ள தன் வீட்டிற்குப் புறப்பட்டாள். ராஜா

வழியில் நேர்ப்பட்டான் என்றாலும் அவளிடம் தான் பட்டது போதுமென்றோ, அல்லது அப்பொழுது பகல் நேரமானதால் தெருவில் நடமாட்டம் இருந்ததால் அவளிடம் வம்பு செய்ய பயந்தோ அவளை நிமிர்ந்து பார்க்காமல் தன் வழியே சென்றான். தன் தந்தையைக் கல்லாப் பெட்டியிலிருந்து வீட்டிற்குப் போவதற்காய் விடுவித்து தான் பொறுப்பேற்பதற்காக ராஜலக்ஷ்மி காபி விலாஸை நோக்கிப் போய்க் கொண்டிருக்கிறான் அவன் என்பது தெரிந்தது. அவள் எதிரே வந்த அடுத்த மனிதர் அவதூதர். எதிர்சாரியில் போய்க் கொண்டிருந்த அவதூதரிடம் பேசுவதற்காக அவள் நின்றபோதிலும் அவர் நிற்காமல் போய்க்கொண்டே இருந்தார். அவர் அவளைப் பார்த்ததாகவே தெரியவில்லை. அலமுவிற்கு அவருடைய பாராமுகம் கவலையளித்தது. எப்பொழுது அவளைப் பார்த்தாலும் அவளிடம் நின்று பேசுவார் அவதூதர். ஆனால் இந்தத் தடவை அவளிடம் பேசுவதற்கு நிற்காததோடு, அவள் நமஸ்காரம் என்று கூறியபோதுகூட அவதூதர் அவளை கவனித்ததாகவே தெரியவில்லை.

அவளுடைய மனப்போக்கை அறிந்துகொண்டு விட்டாரோ அவதூதர்...? அதனால் அவளிடம் அதிருப்தியடைந்து விட்டாரோ... ஆனால் அவருக்கு என் விருப்பம் பிடிக்கவில்லையென்றால் அதைப் பற்றி நான் ஏன் பொருட்படுத்த வேண்டும்? என்று தனக்குத் தானே கேட்டுக் கொண்டவளாய், எதையோ உதறுவதாய் தன் தலையை இப்படியும், அப்படியுமாய் அசைத்துக் கொண்டாள் அலமு. அதே கணம் தன்னை யாரோ உற்றுப் பார்த்துக்கொண்டிருப்பது போன்ற உணர்வு ஏற்பட்டு அலமு திரும்பிப் பார்க்க அங்கே போய்க் கொண்டிருந்த அவதூதர் தலையைத் திருப்பி தன்னைக் கவனிப்பதைக் கண்டாள். அந்தப் பார்வை அவளை சிறிது அசைத்துவிட்டது என்றாலும் அதை ஒப்புக்கொள்ள மறுத்தவளாய் தனக்குத் தானே 'நான் என்ன செய்கிறேன், செய்யப் போகிறேன் என்பதெல்லாம் அவருக்கு சம்பந்தமில்லாத விஷயங்கள். நிச்சயமாய் அப்படித்தான்' என்று சொல்லிக்கொண்டாள்.

ராயரின் சவுக்கண்டி என்னும் தோட்ட வீடு, சாத்தனூர் ரயில்வே ஸ்டேஷனுக்கும், சாத்தனூர் கிராமத்திற்கும் இடையே ஓடிக்கொண்டிருந்த இரண்டு ஆறுகளுக்கும் இடையில் இருந்த ஒரு தோட்டத்தின் நடுவே மண்சுவர்களைக் கொண்டு எழுப்பப் பட்டிருந்த சிறு குடிசை. அங்கே முன்னாளில் வாழ்ந்து வந்த அதன் சொந்தக்காரரின் பெயரால் அது ராயரின் சவுக்கண்டி

என்று வழங்கப்பட்டது. அந்த ராயர் பாண்டுரங்கப் பெருமானைப் பார்ப்பதற்காய் பந்தர்பூருக்குப் புறப்பட்டுப் போகும்வரை தனது கடைசி வீடாக அந்த சவுக்கண்டியில்தான் வசித்து வந்தார். அவதூதர் சாத்தனூரை வந்தடைவதற்கு முன்பாக அந்தக் கிராமத்திலேயே அறிவாளியாக – லோகாயுத விஷயங்களைப் பொறுத்தமட்டில் அவர்தான் ஊரிலேயே முட்டாளாக இருந்தார் என்றபோதும் – திகழ்ந்தவர் ராயர். தனது வீட்டை விற்பதற்கு முன்பாக அவர் நீண்ட தாடியுடன் சர்வமானிய அக்ரஹாரத்தில் வசித்துவந்த சமயம், அலமு அவரைப் பார்த்திருக்கிறாள். அவருடைய காலத்தில் ராயர் பெரிய பணக்காரராக, ஏறக்குறைய இருபது ஏக்கர்கள் கொண்ட நெல் வயலும், நாலைந்து தோட்டங்களும், ஒரு பெரிய வீடும் கொண்ட செல்வந்தனாக இருந்து வந்தார் என்று அவள் கேள்விப்பட்டிருக்கிறாள். ஆனால், அவற்றையெல்லாம் சரிவர நிர்வகிக்கத் தெரியாத காரணத்தால் தனது சொத்து சுகங்களில் முக்கால்வாசிக்கும் மேலாக தன் வாழ்நாளிலேயே இழந்து விட்டார் என்றும், ஊரில் பேசிக்கொண்டார்கள். ஆனால் உண்மையில் அவர் சொத்துக்களையெல்லாம் இழக்கக் காரணம் 'நிர்வாகத் திறமையின்மை' அல்ல. அபூர்வமாய் மட்டுமே காணக்கூடிய தயாள குணம்; தாராள மனப்பான்மை. தனது மனைவியை இழந்து, இருந்த இரண்டு பிள்ளைகளும் அருகிலில்லாமல் தூரப் பிரதேசங்களில் நல்ல உத்தியோகத்திலும் அமர்ந்துவிட்ட பிறகு அவருக்கு வாழ்க்கையில் செய்யக்கூடியது என ஒன்றும் இல்லாமல் சீக்கிரத்திலேயே தனது சொத்துக்களையெல்லாம் இழந்தும்விட்ட பிறகு கால்நடையாகப் பந்தர்பூரிலிருந்த புரந்தரதாசரைத் தரிசிக்க பாதயாத்திரை புறப்படுவதற்கு முன்பாக சில காலம் சவுக்கண்டிக்குள் வசித்துவந்தார். சாத்தனூரில் அவர் வாழ்ந்து கொண்டிருந்தபோது ஊரில் அவர் ஒரு அபூர்வப்பிறவியாக மதிக்கப்பட்டு வந்தார். அனைவருக்கும் அவருடைய சரித்திரம் தெரிந்திருந்தது. ஆனால் ஐம்பதுகளின் ஆரம்பத்தில் – 51இலோ 52இலோ அவர் இறந்து போன பின்னர் ஊர் அவரை சீக்கிரமாகவே மறந்துபோய் விட்டது. அதற்குப்பின், கடந்த இரண்டு மூன்று வருட காலமாகவே சவுக்கண்டி காலியாகத்தான் இருந்து கொண்டிருக்கிறது. தோட்டம் பராமரிப்பாரின்றிக் காடாக மண்டிக்கிடந்தது. மத்தியிலிருந்த குடிலோ பழுது பார்க்கப்படாமல் ஒரு கதவு பிய்ந்துபோய் தொங்கிக் கொண்டிருந்த நிலையில் இருந்தது.

ஏனோ அலமுவுக்கு அங்கேதான் ஊராரால் உளவு பார்க்கப்படாமல், அவர்கள் கழுகுப் பார்வையில் அகப்பட்டுக்

கொள்ளாமல் சிதம்பரத்தைச் சந்திக்க முடியும். அவர்கள் சந்திக்க அதுதான் சரியான இடம் என்று பட்டது. அந்த இடத்தில் ராயரின் ஆவி சுற்றிக்கொண்டிருப்பதாக ஊரார் நம்பு வதால் அங்கு யாரும் வரத் துணிவதில்லை என்று அவளுக்குத் தெரியும். ராயர் அவர் காலத்தில், சம்பிரதாயங்களிலிருந்து விலகிய மனிதராகவே வாழ்ந்து வந்தார். பிராமண சமுதாயம் அவர் மீது சுமத்தியிருந்த சம்பிரதாயக் கட்டுக்களையெல்லாம் எதிர்த்து வந்தவர் அவர். எனவே அவருடைய ஆவி அங்கு சுற்றிக் கொண்டிருப்பது உண்மையாகவே இருந்தாலும்கூட அது தன் செயலை, தீர்மானத்தை அங்கீகரிக்கவே செய்யும் என்று அலமுவுக்கு நம்பிக்கையிருந்தது. ஒருமுறை முடிவெடுத்த பின்னர் அவள் அதுகுறித்த மற்ற விவரங்களைப் பொருட்படுத்தவில்லை. ராயரைப் பற்றித் தான் கேள்விப்பட்டிருந்த விவரங்களையெல்லாம் தனக்குள் திரும்ப நினைவுபடுத்திக் கொண்டாள்.

ராயர் காவல்துறையில் நல்ல உத்தியோகத்தில் இருந்தவர். எதற்கென்று சரியாகத் தெரியாத எந்தக் காரணத்தினாலோ அவர் பதவியை விட்டு விலகிவிட்டார். அதுபற்றிக் குறிப்பிடுகையில் தனக்குச் சீட்டாட வேண்டும் என்று தோன்றியதால், அந்த விருப்பத்தை நிறைவேற்றிக் கொள்வதற்காக வேண்டி ஒரு வருடம் விடுமுறையில் இருந்ததாகச் சொன்னார். முதலில் மருத்துவச் சான்றிதழுடன் கூடிய முழுச் சம்பள விடுப்பும், பின் இறுதியில் ஊதியமில்லா விடுப்பும் எடுத்து இருந்தவர் கடைசியாக, எந்த நாளும் வீட்டிலேயே சீட்டு விளையாடிக் கொண்டிருப்பதற்காக வேலையை விட்டு நின்று போனார். அதன்பின் முழுதாக மூன்று வருடங்கள் பகல் முழுக்கவும், இரவின் பெரும்பகுதியும் சீட்டு விளையாட்டிலேயே கழித்து வந்தார். அவருடைய மனைவி பக்தி மார்க்கத்திற்குத் திரும்பியபோது அவரும் விரைவிலேயே அவளை மிஞ்சுமளவு பக்திமானாகி, குடும்பப் பரம்பரைப் பொருளாக வீட்டில் இருந்த களிமண்ணாலான பாண்டுரங்கர் விக்கிரகத்திற்குக் குடம் குடமாக நல்ல பாலை அபிஷேகம் செய்தார். இறுதியாக, அவர் மனைவி நோய்வாய்ப்பட்ட போது ராயர் இரண்டு வருடங்கள் இடம் பெயராது அவள் அருகிலேயே இருந்து அவளைக் கண்ணும் கருத்துமாகக் கவனித்து வந்தார். தன்னால் முடிந்த அளவு அவளுக்கு வைத்திய வசதிகளெல்லாம் செய்தும் ஒன்றும் பலனில்லாமல் போனதும் தானே ஹோமியோபதி வைத்திய முறையை மனைவியைக் குணப்படுத்துவதற்காகக் கற்றுக்கொண்டார். அப்படியும் அவள் இறந்தபின், அவளை எரித்த ஐந்தாம் நாள், ஈமக்காரியங்கள் எல்லாம் இன்னும் நடந்து

முடியாதபோதே, அவர் தஞ்சாவூருக்குப் போய் குடித்துக் கூத்தடித்து, அந்த ஊரில் வெகு சுலபமாகக் கிடைக்குமளவு பெருகியிருந்த பரத்தையர்களை நாடிப் போயும் நாட்களைக் கழித்தார். அவற்றிலெல்லாம் சோர்வு ஏற்பட்டதும் திரும்ப சாத்தனூர் வந்து சிறிது சிறிதாக துண்டு துண்டாகத் தனது நிலபுலன்களையெல்லாம் விற்றுத் தனது இரண்டு பிள்ளைகளையும் கல்லூரியில் சேர்த்துப் படிக்கவைத்து மாதா மாதம் அவர்களுக்குச் செலவுக்காக தாராளமாய் பணமும் அனுப்பித் தந்தார். அவருடைய இரண்டு பிள்ளைகளும் கல்லூரிப் படிப்பை முடிக்கும்போது அவருடைய நிலங்களெல்லாம் அனேகமாக விற்றாகிவிட்டது. அதற்குப் பிறகு பிள்ளைகளை இனித் தங்களைத் தாங்களே அவர்கள் பராமரித்துக் கொள்ள வேண்டியதுதான் என்று, அவர்கள் தன்னைப் பார்க்கக்கூட வரக்கூடாது என்று அனுப்பிவிட்டார். “என்னுடைய நிலைமை உங்களை அலைக்கழிக்கும். நீங்கள் என்னைப் பார்க்க வராது, என்னோடு எவ்வகையிலும் தொடர்பு கொள்ளாது இருப்பதே உங்களுக்கு நல்லது. யாரை வேண்டு மானாலும் திருமணம் செய்து கொள்ளுங்கள். உங்கள் குடும்பங் களையும் என்னிடமிருந்து விலகியே இருக்கும்படி பார்த்துக் கொள்ளுங்கள். எனக்கும், உங்களுக்கும் இனி எந்தத் தொடர்பும் இருக்கக்கூடாது” என்பதாய் தனித்தனியே இரு பிள்ளைகளுக்கும் கடிதமெழுதி அனுப்பிவிட்டார். அவர்களிருவரும் அவரைச் சந்திக்க முயன்றாலும் கல்யாணமானதும் மனைவிமார்களை அழைத்துக்கொண்டு வந்து, குழந்தைகள் பிறந்ததும் அவர்களை அழைத்துக்கொண்டு வந்து அவரிடம் காண்பிக்க முயன்றாலும் ராயர் அந்த உறவுப் புதுப்பித்தலையெல்லாம் திட்டவட்டமாக, அறவே மறுத்தொதுக்கிவிட்டார். கொஞ்ச காலம் சாத்தனூ ரிலேயே, அவர் மனம் மாறுவதற்காகக் காத்திருந்தவர்கள் இறுதியில் தங்களுடைய கல்மனம் கொண்ட தந்தையைத் திருத்தவே முடியாத அளவு மோசமானவராக முடிவு செய்துகொண்டு, சாத்தனூரை விட்டுப் போய்விட்டார்கள்.

அவர் சர்வமானிய அக்ரஹாரத்திலிருந்த தனது வீட்டை விற்றபோது, கண்ணில் பட்ட எல்லோரிடமும் அதை ஒரு முஸ்லிமிற்கு இரண்டாயிரம் ரூபாய்க்கு விற்கப்போவதாகத் தெரிவித்தார். சர்வமானியத் தெரு பிராமணர்கள், பிராமணர் களுக்கு மட்டுமான அந்தத் தெருவில் ஒரு முஸ்லிம் குடிவந்துவிடக் கூடாதே என்ற கவலையில் அவர் வீட்டை ஆயிரத்தெண்ணூறு ரூபாய் வரை கொடுத்து வாங்க முன்வந்தார்கள். ஆனால் ராயர் அதற்கு ஒப்புக்கொள்ள மறுத்து தனது வீட்டை வாங்க

முன்வரும் பிராமணன் இரண்டாயிரத்தொரு ரூபாய் தரவேண்டும் என்று தெரிவித்தார். தங்களுடைய தெருவில் முஸ்லிம் வருவதை பிராமணர்கள் விரும்பாததால், ராயரின் வீடு அவர் கேட்ட தொகைக்கே விலை போயிற்று.

சாத்தனூரில் பிறந்து வளர்ந்த இளைஞர்களுக்கெல்லாம் அவர் சீட்டாட்ட நுணுக்கங்களைப் பற்றியும் புகை பிடிக்கும் சூத்திரங்களைப் பற்றியும், ஊரிலிருந்த வயதான பிராமணர்களுக்கு எரிச்சலுண்டாக்குவதாய், விரிவாகக் கற்றுக் கொடுத்து வந்தார் ராயர். ஒருசமயம், ஒரு பிராமண இளைஞன் சேரியிலிருக்கும் ஹரிஜனப் பெண்ணொருத்தியை மணக்கப் பிடிவாதம் பிடித்தபோது அந்தக் காதலர்களை, அவர்களுக்கே தொல்லையுண்டாகும் அளவு, ஆதரித்தார் ராயர்! தனது தோட்டத்தில் சவுக்கண்டியைக் கட்டிக்கொண்ட அவரைப் பற்றி, அவர் அங்கே நிறைய ஓபியம் போதைப் பொருள் வைத்திருந்ததாகவும், தனது வாலிப நண்பர்களையெல்லாம் அதனை புகைக்குமாறு செய்ததாகவும் ஊரில் பேசிக்கொண்டார்கள். முப்பது நாற்பது வயதுகளில் இருந்த பிராமண இளைஞர்களையெல்லாம் ராயர் பெரிதும் பாதித்து, பிராமண சமுதாயத்தில் கோலோச்சிக் கொண்டிருந்த போலித்தனங்கள், சம்பிரதாயங்களையெல்லாம் எதிர்க்கச் செய்து வந்தார்.

9

சிற்றின்பம், சரீரசுகம், உடலுறவு எனப் பலவாறு கூறப்பட்டு வருவதன் தாத்பர்யம் அனுபவரீதியாகவே அலமுவுக்குத் தெரிந்தாகிவிட்டது. சமூகக் கட்டுக்களின் மேலான தனது எதிர்ப்பைத் தெரிவிக்க அலமுவுக்கு ராயரின் சவுக்கண்டி ஏற்ற இடமாக அமைந்தது. அந்த எதிர்ப்பைத் தான் தெரிவிக்கும் முறையைப் பற்றியும், தனது எதிர்ப்பின் கனபரிமாணத்தைக் குறித்தும் அலமு பெருமிதப்பட்டுக் கொண்டாள். ஆனால் அவளின் புரட்சி இன்னும் வெளியே தெரிந்திருக்கவில்லை. இன்னும் அது சிதம்பரத்திற்கும், அவளுக்கும் இடையேயான ரகசியத் திட்டமாகவே இருந்தது. தான் செய்து வருவது சரியல்ல என்று சிதம்பரத்திற்கு நன்றாகத் தெரிந்திருந்தது. கிராமத்திற்குத் தெரிய வந்ததோ – அவ்வளவுதான், அவன் தோலையுரித்து விடுவார்கள். யாருக்கும் தெரியாத வரை அலமுவுடனான இந்தத் தொடர்பும், உறவும் மிக சுகமாகவே இருந்து வந்தது. ஆனால் ஊருக்குத் தெரிந்துவிட்டால் அலமுவும், தானும் எத்தனை பின்விளைவுகளை எதிர்கொள்ள நேரிடும் என்ற எண்ணம் சிதம்பரத்தை எப்பொழுதுமாய் சுற்றிக் கொண்டிருந்தது. அலமுவைப் பொறுத்தவரை அவளை இது மாதிரியான எந்தக் குற்றவுணர்வும், கவலையும், பயமும் அலைக்கழிக்கவில்லை. சிதம்பரத்தை தான் அடைந்துவிட்டதில் மிக மிக ஆனந்தமாயிருந்தாள். ஆயிஷா சில நாட்கள் வேறு ஊரிலிருந்த தனது அத்தை வீட்டிற்குப் போயிருந்தாள். அதனால் ஆயிஷாவுக்குப் பாடம் சொல்லித் தருவதாகச் சொல்லிப் போகும் தன் பெண் அலமு உண்மையில், அந்த நேரத்தில் சிதம்பரத்தோடு

இருக்கிறாள் என்ற விஷயம் மதுரத்தம்மாளுக்குத் தெரிய வாய்ப்பில்லை. தாங்கள் இருவருமே பிறரறியாமல் ரகசியத்தைக் காத்து வருவதாய் அலமு நிச்சயமாய் எண்ணியிருந்தாள். தங்கள் தொடர்பைப் பற்றிக் கிராமத்தில் யாருக்கும் தெரிய வாய்ப்பில்லை என்று நம்பிக்கொண்டிருந்தாள். ஆனால் இந்தக் கணிப்பில் அவள் தவறு செய்துவிட்டாள். கிராமத்தில் இருந்த ஒரு ஆத்மா விற்கு, அவதூதருக்கு அறிவிற்கு அப்பாற்பட்ட ஒரு சக்தியினால், ஊரில் நடப்பது அனைத்தும் தெரிந்திருந்தது. கிராமத்தில் இன்னொருவனும் அலமுவையும், சிதம்பரத்தையும், பொறாமை யோடும், அழுக்காறோடும் கண்காணித்தபடியே இருந்தான். ஊரில் அவர்கள் இருவரும் அடிக்கடி காணாமல் போவதைக் கவனித்து, அவர்கள் ரகசியமாகச் சந்தித்து வந்த மறைவிடத்தையும் தொலைவிலிருந்தே கண்காணித்தபடி, சமயம் வரும்போது இந்த விஷயத்தைத் தனக்குச் சாதகமாகப் பயன்படுத்திக் கொள்ளும் எண்ணத்தோடு அந்த நேரத்திற்காய் காத்துக் கொண்டிருந்தான். சொல்லவே வேண்டாம் – அது ராஜலக்ஷ்மி விலாஸ் காபி ஹோட்டலின் சொந்தக்காரர் மணி ஐயருடைய வாரிசு ராஜாதான் என்று. தன்னைப் போன்ற பணமும், அனுபவமும் வாய்ந்தவனை புழுவாய் ஒதுக்கிவிட்டு அந்த ஏழை சின்னப்பெண் கேவலம் ஒரு வண்டிக்காரனைக் காதலனாக ஏற்றுக்கொண்டுவிட்டது ஒரு பெரிய அவமானமாக ராஜாவை உறுத்திக்கொண்டேயிருந்தது.

அந்தக் கோடை விடுமுறை அலமுவுக்கு மிகவும் சந்தோஷ மானதாகவும், திருப்திகரமானதாகவும் அமைந்தது. பிரெஞ்சு வகுப்புகளும், ஓவிய வகுப்புகளும், ஆயிஷாவுக்குப் பாடம் சொல்லிக் கொடுப்பதும் – ஆயிஷா ஐந்து நாட்கள் மட்டுமே அத்தை வீட்டுக்கு, வெளியூர் போயிருந்தாள் – ராயர் சவுக் கண்டியில் சிதம்பரத்துடன் சல்லாபித்திருப்பதுமாக அந்த விடுமுறையை அவள் மிகத் திருப்தியாகக் கழித்தாள். சின்னப் பெண்ணாக இருந்தவள் இப்பொழுது நன்றாக வளர்ந்து, அழகான பெண்மணியாகக் காட்சியளிக்க ஆரம்பித்திருந்தாள். வெப்பம் அதிகமான தட்பவெப்பப் பிரதேசங்களிலெல்லாம் பெண்கள் விரைவாக வளர்ந்து விரைவாகப் பொலிவிழந்து விடுவார்கள். பழைய காலத்தில் ஒரு பெண்ணுக்குப் பதினாறு வயதென்பது கிட்டத்தட்ட நடுத்தர வயதாகும். பனிரெண்டு வயதிற்குள்ளாகவே கல்யாணமாகி பதினாறு வயதிற்குள்ளாகவே ஒரு பிள்ளையைப் பெற்றெடுத்திருப்பாள். பழைய நிலைமை மாறி இன்று இருபது வயதாகியும் திருமணமாகாமல் நிற்கும் இந்துப்பெண்கள் இருக்கிறார்கள் என்பது உண்மையாயினும், சாத்தனூரில் அப்படியில்லை. இங்கே, பெண்களைப் பதினைந்து முதல் பதினேழு

வயதிற்குள்ளாகவே அவர்களுடைய தேக ஆரோக்கியம் மிகச் சிறந்து விளங்கும் பிராயத்தில் மணமுடித்துக் கொடுப்பது வழக்கமாக இருந்து வந்தது. ஒரு பிராமணப் பெண்ணைக் கல்யாணம் செய்து கொடுக்க அவள் பெற்றோர்களுக்குக் குறைந்தபட்சம் மூவாயிரம் ரூபாயாவது தேவைப்பட்டது. மிக எளிமையாக நடத்தப்படும் திருமணத்திற்கே அந்தத் தொகை குறைந்தபட்சத் தேவையாக இருந்து வந்த சமயம் அது. மதுரத்தம்மாளிடமும் சரி, ராமச்சந்திர ஐயரிடமும் சரி மூவாயிரம் அணாக்கள்கூட இருக்கவில்லை. ஆதலால் அவர்கள் அலமுவின் திருமணத்தைப் பற்றி இன்னும் நினைக்க ஆரம்பித்திருக்கவில்லை. ஆனால் அலமு தன் திருமணத்தைத் தானே தீர்மானித்துக் கொண்டாகிவிட்டது. அனுமதி கிடைத்தால் வெளிப்படையாகவே சிதம்பரத்திற்கு மனைவியாகி அவனோடு – சாத்தனூர் சம்பிரதாயக் கட்டு திட்டங்களையெல்லாம் தைரியமாக சமாளித்தபடி – குடித்தனம் நடத்த அவள் சித்தமாகவே இருந்தாள். ஆனால் விஷயம் தெரிந்தால் அவள் அம்மாவும் அப்பாவும் அலமு தங்களுக்கும், தங்கள் குடும்பத்திற்கும் அவப் பெயரையும், தலைக்குனிவையும் ஏற்படுத்திவிட்டதாக மனம் நொந்து போவார்கள். திருட்டுத் தனமாக சிதம்பரத்தைக் காதலனாக ஆக்கிக்கொண்டது தெரிய வந்தாலும் அதே அளவு அவமானத்தையும், தலைக்குனிவையும் தனது பெற்றோர்கள் அடைவார்கள் என்பதும் உண்மைதான். இருந்தாலும் தங்கள் தொடர்பு வெளியே தெரிய வராது என்று அலமு நம்பினாள்.

அலமுவின் மேல் சிஸ்டர் ஜூடித்திற்கு இருந்த தனிப் பிரியத்தைப் போலவே அவதூதருக்கும் அவளிடம் அக்கறையும், பிரியமும் இருந்தது என்றாலும் அதுபற்றி சாத்தனூரில் யாருக்கும், அலமுவின் பெற்றோர்களுக்குக்கூட தெரிந்திருக்க வில்லை. பொதுத்தேர்வின் முடிவு வெளிவந்த அன்று அலமு மாகாணத்திலேயே பதினேழாவது இடத்தைப் பிடித்திருப்பதும், ஆங்கிலத்தில் மாநிலம் முழுமையிலுமாய் அதிக மதிப்பெண்கள் வாங்கித் தனியிடத்தைப் பெற்றிருப்பதும் தெரிய வந்தது. எல்லோரும் அலமுவிடம் பாராட்டுதல்களையும், வாழ்த்துக்களையும் தெரிவித்துக் கொண்டிருந்தனர். அவள் மனம், ராயர் சவுக்கண்டியில் சிதம்பரத்தைத் தனியாக சந்திக்கும் தருணத்தை எண்ணித் தவித்துக்கொண்டிருந்தது. அச்சமயம், அவதூதர் சிதம்பரத்தைத் தன்னோடு வருமாறு அமைதியாக அழைத்து காவிரியாற்றைக் கடந்து ராயர் சவுக்கண்டிக்குக் கூட்டிக் கொண்டு போனார். அவதூதர் அந்த இடத்தை நோக்கிப் போவதைப் பார்த்ததுமே சிதம்பரத்திற்கு 'தனக்குத் தீர்ப்பு வழங்கப்படும் நாள் அது'

என்று தெரிந்துவிட்டது. தான் மிகவும் மதித்துவருபவரும், அவருக்குத் தன்னைப் பிடிக்கும் என்று அவன் எண்ணிக் கொண்டிருப்பவருமான அவதூதர் தன்னைப் பெரிதாகத் தண்டித்துவிட மாட்டார் என்று மட்டும் நம்பினான் அவன்.

அவதூதர் அவனைக் கடிந்துகொள்ளவோ, அவன்மீது குற்றச்சாட்டுகளை வீசவோ நேரம் செலவழிக்கவில்லை. "நான் உன் நன்மையை மனதில் கொண்டு சொல்கிறேன், சிதம்பரம். நீ உடனடியாக சாத்தனூரை விட்டுப் போக வேண்டும்" என்று மட்டுமே கூறினார்.

சிதம்பரத்திற்கு ஒன்றும் புரியவில்லை. "நான் எங்கே போவேன்? நோய்வாய்ப்பட்டிருக்கும் என் வயதான தந்தையை யார் கவனித்துக் கொள்வார்கள்?"

"நான் கவனித்துக் கொள்கிறேன்" என்று சுருக்கமாகக் கூறினார் அவதூதர். "ஒரு வருடத்தில் உன் தந்தையும் உன்னிடம் வந்து சேர்ந்து விடுவார். உன்னுடைய முதல் கேள்வியைப் பொறுத்தவரை – திண்டுக்கல்லில் பாதிரியார்கள் நடத்தி வரும் தொழிற்பயிற்சிப் பள்ளியில் போய்ச் சேரு. சிஸ்டர் ஜூடித் உனக்காக, அக்கறையோடு முயற்சி செய்து வாங்கித்தந்த அனுமதிக் கடிதம் இதோ இருக்கிறது. போய்ச் சேர இன்னும் ஐந்து நாட்கள்தான் இருக்கிறது உனக்கு."

அவதூதரின் காலடியில் நெடுஞ்சாண்கிடையாக விழுந்து வணங்கினான் சிதம்பரம். "எனக்கு இதற்குத் தகுதியில்லை. நான் பெரிய தவறு செய்துவிட்டேன். நான் மட்டுமே குற்றவாளியல்ல என்றாலும் அதை ஒரு காரணமாகக் காட்டி நான் தப்பித்துக் கொள்ள முடியாது."

"சரியோ, தவறோ, நீ செய்தது செய்ததுதான். அதற்காக நீயோ, அந்த இன்னொருவரோ கஷ்டப்படுவதை நான் விரும்ப வில்லை. இந்த சந்தர்ப்பம் ஒரு தொழிலைக் கற்றுக்கொண்டு பின் வாழ்க்கையில் முன்னேற உதவியாக இருக்கும் உனக்கு. நீ சாத்தனூருக்குள் திரும்பப் போகாமல் இருப்பதுதான் நல்லது. இப்பொழுது இங்கிருந்து புறப்படு. அடுத்த அரை மணி நேரத்தில் கும்பகோணத்திற்கு இங்கிருந்து ஒரு ரயில் புறப்படுகிறது. அங்கு போய் ஸ்டேஷனிலேயே காத்திருந்து, அடுத்த மூன்று மணிநேரத்தில் வந்து சேரும் திண்டுக்கல் போகும் ரயிலைப் பிடித்து திண்டுக்கலில் இறங்கி இதிலிருக்கும் தொழிற்பயிற்சிப் பள்ளி விலாசத்திற்குப் போ. சாத்தனூரிலிருக்கும் யாரும் உன்னைப் பார்க்கக் கூடாது. எத்தனை ஆசையாயிருந்தாலும், யாருக்கும் நீ கடிதம் எழுதாதே, இது என்னுடைய கட்டளை."

''நான் கீழ்ப்படிகிறேன்'' என்று மட்டுமே பணிவாகக் கூறினான் சிதம்பரம். சாத்தனூரை விட்டு ஒரேயடியாகப் பிரிவதற்கு முன்பாக தன் தந்தையிடமும், அலமுவிடமும், தாவூத் ஷாவிடமும் விடைபெற்றுக் கொள்ள விழைந்தான். என்றாலும் அவதூதர் அவனைக் கிராமத்திற்குள் போக வேண்டாம் என்று தடுத்துவிட்டார். அவர் கூறினால் அது சரியாகத்தான் இருக்கும். நேராக இங்கிருந்தே ஸ்டேஷனுக்குப் போய்விடுமாறு சொல்லி விட்டார் அவதூதர். "ரயில் கட்டணத்திற்கும், திண்டுக்கல்லில் போய் சேர்ந்த சில நாட்களுக்கான தினசரி செலவிற்கும் நான் என்ன செய்வது?" என்று கேட்டான் சிதம்பரம்.

"ஸ்டேஷனில் நீ பஞ்சாமி ஐயரைப் பார்ப்பாய். நான் கொடுக்கச் சொன்னதாகச் சொல்லி அவரிடம் நூறு ரூபாய் கேள். சற்றுத் தயங்குவார் என்றாலும் பணத்தைத் தந்து விடுவார். அதைப் பத்திரமாக வைத்துக்கொண்டு அதிலிருந்து ரயில் டிக்கெட்டும், இரண்டு ஜதை ஆடைகளும் வாங்கிக்கொள். திண்டுக்கல் போய் பள்ளியில் சேர்ந்துவிட்டால், அதன்பின் உன்னுடைய உணவு, தங்குமிடம், எல்லாம் பள்ளி பார்த்துக் கொள்ளும். அதெல்லாம் ஏற்பாடு செய்தாகிவிட்டது. பாதிரியார் 'பாரெட்'டைப் பார்க்க வேண்டுமென்று கூறி, அவரிடம் சாத்தனூர் கார்மலைட் பள்ளியைச் சேர்ந்த சிஸ்டர் ஜூடித் உன்னை அனுப்பியதாக அறிமுகப்படுத்திக் கொள்."

"அப்படியானால் சரி – நான் புறப்படுகிறேன்!" என்றவன் மறுபடியும் அவர் காலடியில் நெடுஞ்சாண்கிடையாக விழுந்து நமஸ்கரித்தான்.

அவதூதர் அவர் உடம்பில் சந்தனம் தடவும் தாவூத் ஷா நீங்கலாக சாத்தனூரிலுள்ள வேறு யாரையும் தன்னைத் தொட விட்டதில்லை. இப்பொழுது அவரே குனிந்து சிதம்பரத்தைத் தூக்கி நிறுத்தினார். அவன் கண்கள் கலங்கியிருந்தன. அவதூதர் தனது இரண்டு உள்ளங்கைகளையும் அவன் தலைமேல் வைத்து ஆசீர்வதித்தார். பின், அவனிடம், "இதைவிட வேறு நல்ல வழி இருக்காதா என்றுதான் எனக்கும் வருத்தம். ஆனால் வேறு வழியில்லை. நீ இன்னுமொரு நாள் சாத்தனூரில் தங்கினாலோ ராஜா ஊரை உனக்கு எதிராகத் திருப்பி விட்டுவிடுவான். ஊர்ப் பிராமணர்கள் உன்னை உயிர் போகுமாறு அடித்துப் போட்டு விடுவார்கள். என்னால் அவர்கள் உன்னைக் கொலை செய்யாமல் தடுக்கமுடியுமே தவிர, உன்னை அவர்கள் அடிப்பதைத் தடுத்து நிறுத்த இயலாது. அது அவர்களைப் பொறுத்த வரையில் சரியாகத்தான் இருக்கும். இல்லையா? நீ பண்ணிய காரியத்திற்கு

உனக்கு அது தேவைதான். என்றாலும் நீ அடிபடுவதை நான் விரும்பவில்லை. அது உன்னை வெறுப்படையச் செய்து தீயவனாக மாற்றிவிடும். அது அலமுவுக்குக் கஷ்டம் தரும். அனாவசியமாக உங்களிருவரில் எவரும் கஷ்டப்படுவதை நான் விரும்பவில்லை. புறப்படு. என்னுடைய ஆசிர்வாதம் உனக்கு உண்டு. போகுமிடத்தில் உனக்கு நல்ல எதிர்காலமும் உண்டு. சாத்தனூரில் நீ முன்னேற எந்த வழியுமில்லை. இன்றிலிருந்து பத்து வருடங்கள் கழித்து நாம் சந்திப்போம். அதற்கு முன்னால் கூடாது. ஆனால் இரண்டொரு வருடத்திலேயே ஆடியபாதம் உன்னிடம் வந்து சேர்ந்துவிடுவான் – நீ ஒரு தொழிலைக் கற்றுத் தேர்ந்தவுடன் அவன் வருவான். தச்சு வேலை நல்லது. புறப்படு. போய் வா."

சிதம்பரம் பயந்ததை விடப் பெரிதான தண்டனையாக இருந்தது இது. தன்னுடைய செய்கையின் விளைவாய் அவன் உயிர்போகுமளவிற்கு அடி வாங்குவான்; ஊர்ப் பிராமணர்கள் மதுரத்தம்மாளையும் ராமச்சந்திர ஐயரையும் அவர்கள் செய்யாத குற்றத்திற்காக சாதிப்பிரஷ்டம் செய்து விலக்கி வைத்து விடுவார்கள் என்றுதான் அவன் எண்ணியிருந்தான். அதை அவன் எதிர்பார்த்துத் தயாராகவே இருந்தான். ஆனால் தனது தந்தையிடமிருந்து, அவதூதரிடமிருந்து, அலமுவிடமிருந்து – சாத்தனூரையும் விட்டு – தான் அன்பு செலுத்தப் பழகியிருந்த மனிதர்களிடமும், உலகத்திலிருந்தும் முற்றுமாய் விலகிப்போக வேண்டுமென்பது உண்மையிலேயே மிகக் கடுமையான தண்டனைதான். சில பேருக்கு, சிதம்பரத்தின் குற்றத்திற்கு அவன் இலேசான தண்டனையோடு தப்பித்துக்கொண்டு விட்டதாகத் தோன்றினாலும், அவனைப் பொறுத்தவரையில் அது இலேசான தில்லை... ஆனால், அவதூதர் குறிப்பிட்டதுபோல், அவனாக வரவழைத்துக் கொண்டதுதான் எல்லாம். இரண்டொரு நிமிடங் களுக்கு, ஏதும் பேசாமல் அவதூதரையே பார்த்துக்கொண்டு நின்றான் அவன். வார்த்தைகளினால் ஆகக் கூடியது ஏதுமில்லை என்று தெளிந்தவன்போல், ஏதும் கூறாமல் அவ்விடத்தை விட்டுக் கிளம்பிப் போனான். ஒருமுறைகூடத் திரும்பிப் பார்க்காமல் போனவனைப் பாராட்டத்தான் வேண்டும். எது நடக்கவேண்டுமோ, அது நடந்துதான் ஆகவேண்டும். அது குறித்து மனம் வருந்துவதால் ஒரு பயனுமில்லை... தன் மனதைக் கவர்ந்த அந்த ஏழைப் பிராமணப் பெண்ணிற்காய் அவன் மனம் கரைந்தழுதது. அவன் இல்லாது அவள் துடித்துப் போவாள் என்று சிதம்பரத்திற்குத் தெரியும். தனக்காக அலமு ஊரை எதிர்த்து எந்தக் கஷ்டத்தையும் தாங்கத் தயாராகவே இருந்தாள் என்று அவனுக்குத் தெரியும் என்றாலும், அவதூதர் அதை சரியென்று

கருதாததால் அவனுக்கும் அது சரியான தீர்வாகப் படவில்லை. அவன் சவுக்கண்டியை விட்டுப் போயாகிவிட்டது.

ரயிலூதிக்கொண்டு போகும் சப்தம் கேட்கும் வரை அவதூதர் சவுக்கண்டியிலேயே இருந்தார். விரைவிலேயே, ஸ்டேஷனிலிருந்து, கிராமத்திற்குச் செல்லும் பாதையில் பஞ்சாமி நேர்ப்பட்டார். அவதூதரிடம் ஸ்டேஷனில் சிதம்பரத்தைப் பார்த்ததாகவும், அவன் தன்னிடம் நூறு ரூபாய் கேட்டதாகவும், அவதூதர் தரச் சொன்னதாகக் கூறியதால் தான் கொடுத்து விட்டதாகவும் தெரிவித்தார். அவதூதர் கிராமம் வரை பஞ்சாமியுடனேயே போனார். என்றாலும், வழியில் ஒரு வார்த்தையும் பேசவில்லை. பஞ்சாமி ஓட்டலருகில் வந்ததும் அவதூதர், பஞ்சாமியோடு சேர்ந்து ஓட்டலுக்குள் நுழையாமல் பின்தங்கி, தன் வழியே போவதற்கு முன் பஞ்சாமியிடம், "எனக்குத் தெரியும் – சிதம்பரம் இல்லாது சாத்தனூர் வருந்தும்... நானும்கூட. ஆனால் நான்தான் அவனை எங்கோ அனுப்பி வைத்தேன் என்று யாரிடமும் சொல்லாதே – கொஞ்ச காலமாவது..." என்றார்.

பஞ்சாமியின் கவலையெல்லாம் சிதம்பரம் போனது பற்றியல்ல. அவர் மனதை வேறு கவலை அரித்துக் கொண்டிருந்தது. அவர் மனதைப் படித்தவர் போல அவதூதர் கூறினார்: "உன்னுடைய மனைவி, அந்த நல்லவளிடம் உனக்கும் கோகிலத்திற்கும் இடையே உள்ள தொடர்பைப் பற்றிக் கூறி, கோகிலத்தை இங்கே, உன் தம்பியிடம் வைத்தியம் பார்த்துக்கொள்ள அழைத்து வா. அவனால் அவளைக் குணப்படுத்த முடியாவிட்டாலும், அவன் சிகிச்சை செய்தால் அவளுக்கு நல்லதுதான். பாவம், அவள் மார்பகத்தில் புற்றுநோய் வந்து கஷ்டப்படுகிறாள். அதற்கு அறுவை சிகிச்சை செய்ய முடியும் என்றாலும் அதனால் பலனொன்றும் இல்லை. நீ அவளைச் சாத்தனூருக்குக் கூட்டி வந்து வைத்துக்கொண்டால் அவள் கடைசி காலத்தில் சந்தோஷமாக இருந்துவிட்டுப் போவாள்."

"என் மனைவி ஒப்புக்கொள்ள மாட்டாள்."

"இல்லை, அவள் மறுக்க மாட்டாள். கோகிலத்தின் நிலைமையைப் பற்றி உன் மனைவியிடம் கூறினால் தன் சொந்தத் தங்கையைக் கவனித்துக் கொள்வதுபோல் பார்த்துக் கொள்வாள் உன் மனைவி."

அவதூதர் கோயிலை நோக்கிப் போய்விட்டார். பஞ்சாமி தனியே தனது எண்ணங்களோடு விடப்பட்டார். கோகிலம் அவருடைய பழைய காதலி. அவர் அவளைப் பல காலம்

புறக்கணித்துவிட்டபோதும் அவள் அவருக்கு உண்மையானவளாக, அவருடைய நினைவுகளிலேயே வாழ்ந்து வந்தாள். உடல் முடியாமல் போனவுடன் தன் நிலைமையைத் தெரிவித்து கோகிலம் அவருக்குக் கடிதம் எழுத, வைத்தீஸ்வரன் கோயிலி லுள்ள அவளைப் பார்க்க விரைந்தார் பஞ்சாமி. பூமியில் அவளுடைய கடைசி நாட்களில் அவளை சந்தோஷமாக வைத் திருப்பது எப்படி என்ற கவலையைச் சுமந்தபடி சாத்தனூருக்குத் திரும்பி வந்திருந்தார். அவதூதர் கூறியது மட்டும் நடக்கக் கூடுமென்றால்... ஆனால் அவதூதர் அதைக் கூறியதால் அது நிச்சயம் நடக்கக் கூடும். ஓட்டலுக்குள் போனவர் உடனேயே, நேரத்தை வீணாக்காமல் கோகிலத்தைப் பற்றித் தன் மனைவியிடம் பேசி வாடகை வண்டியில் கோகிலத்தை ஊருக்குக் கூட்டி வரும் தீர்மானத்தோடு வீட்டிற்கு விரைந்தார்.

கோயில் படிகளில் ஏறி பிரகாரத்திற்குள் நுழைந்த அவதூதர், மற்ற பக்தர்கள் கிழக்கிலிருந்து மேற்காகக் கோயிலைப் பிரகாரத்தில் பிரதட்சணம் செய்துகொண்டிருக்க, அவர் மட்டும் மேற்கிலிருந்து கிழக்காகப் பிரதட்சணம் செய்ய ஆரம்பித்தார். இரண்டாவது சுற்றின்போது சம்பிரதாயப்படி கிழக்கிலிருந்து மேற்காக அலமு பிரதட்சணம் வந்து கொண்டிருப்பதைப் பார்த்தார். அவள் அவரைத் தலைகுனிந்து வணங்கி, இரண்டடிகள் முன்னோக்கிச் சென்று பின் அவதூதரை மௌனமாகப் பின் தொடர ஆரம்பித்தாள். அவளுக்கு அன்று மாலை வேலை ஒன்றும் இருக்கவில்லையாதலால் சிதம்பரத்தைச் சந்திக்க விரும்பி, அவனைப் பார்த்து ராயர் சவுக்கண்டிக்கு வரச் சொல்லுவதற்காக அவனைக் காலை முதலே தேடிக்கொண்டிருந்தாள். அவனை மத்தியானம் பூராவும் யாரும் சந்திக்கவில்லை என்று அறிந்து, தானும் பார்க்க முடியாமல், தேடுவதை விட்டுக் கோயிலுக்கு வந்திருந்தாள். அப்பொழுது உச்சி வேளையாதலால் கோயிலில் கூட்டமில்லை. ஒரு சிலரே இருந்தனர். அந்த வேளையற்ற வேளையில் வழக்கமில்லாத வழக்கமாய் அவதூதர் வருவார் என்று அவள் எதிர்பார்க்கவில்லை. அதுவும், அப்பிரதட்சணமாக அவதூதர் போவதைப் பார்த்து ஆச்சரியப்பட்ட அலமு அதையே பேச்சைத் தொடங்க ஒரு விஷயமாகப் பயன்படுத்திக்கொண்டு அவரிடம், “எதற்கு, கிழக்கிலிருந்து மேற்காகத்தான் நாம் பிரதட்சணம் செய்ய வேண்டும் என்ற சம்பிரதாயம் இருக்கிறது என்று நான் எப்பொழுதும் யோசித்திருக்கிறேன். அப்படிச் செய்வதில் ஏதாவது நல்லர்த்தம் இருக்கிறதோ? ஆனால் நீங்கள் வழக்கத்திற்கு நேர்மாறாய் பிரதட்சணம் போகிறீர்கள். அப்படியென்றால் இதுவும் நல்லதாகத்தான் இருக்க வேண்டும். இந்த இரண்டு வகை

பிரதட்சணங்களுக்கும் என்ன அர்த்தம், முக்கியத்துவம் என்று எனக்கு விளக்குவீர்களா?" என்று கேட்டுக்கொண்டாள்.

அவதூதர் பதிலளிக்காமல் இன்னும் துரிதமாக நடக்கலானார்.

அலமு முயற்சியைக் கைவிடாமல் அவர் பின்னோடு தொடர்ந்து போனாள். அவருடைய வேக நடைக்கு இணையாக, அவளுக்கு ஓட வேண்டியிருந்தது.

''தாவூத் ஷா ஏதோ வேலையாக சிதம்பரத்தைக் கூப்பிட்டனுப்பியதால் நான் அந்த வேலையற்ற ஆளைத் தேடி அலைந்து கொண்டிருநந்தேன். எனக்குத் தெரிந்தவரை அந்த ஆள் சாத்தனூரிலேயே இல்லை என்றுதான் தோன்றுகிறது."

தன்னைத் தானே பரிகசித்துக் கொள்வதாய் அவதூதர் முறுவலித்தார். என்றாலும் பதிலளிக்காமலே வேகவேகமாக காலெட்டிப் போட்டபடி தொடர்ந்து போய்க்கொண்டிருந்தார்.

"ஒருவழியாக சிஸ்டர் ஜூடித் என் அம்மாவுடன் பேசி என்னைக் கல்லூரிக்கு அனுப்ப சம்மதிக்க வைத்துவிட்டாள். என்னுடைய விண்ணப்பத்தாளையும் வாங்கிக்கொண்டு போய்விட்டாள்."

இன்னும் அவதூதர் எதுவும் பேசவில்லை.

அலமு தொடர்ந்தாள்: ''டேவிட் மூப்பனும் ரொம்ப நாட்களாகத் தருவதாகக் கூறிக் கொண்டிருந்த நன்கொடையை அளித்தாகிவிட்டது. அந்த மாதாந்திர உதவித் தொகையை வாங்கும் முதல் மாணவி நான்தான் என்று சிஸ்டர் ஜூடித் சொல்கிறார்கள்."

அவதூதர் முழுவதுமாகத் திரும்பி வழக்கமான கிழக்கு – மேற்கு முறையில் பிரதட்சணம் செய்ய ஆரம்பித்தார். அலமு விடாமல் அவரோடு கூட அவசர அவசரமாகத் தொடர்ந்து சென்றபடியே, "உதவித் தொகை மாதாமாதம் இருநூற்றியைம்பது ரூபாயாம்! எக்கச்சக்க பணம். அத்தனை பணத்தை வைத்துக்கொண்டு என்ன பண்ணுவது என்று தெரியவில்லை."

அதற்கும் அவதூதர் ஒன்றும் கூறவில்லை.

அலமு விடாமல் மேலும் கூறினாள்: "ஆயிஷா கணக்கில் நன்றாகத் தேறி வருகிறாள். அவள் பொதுத் தேர்வில் நல்ல முறையில் வெற்றி பெறுவாள் என்பதில் சந்தேகமில்லை; ஆனால், மாப்பிள்ளை வீட்டுக்காரர்கள் கேட்டார்கள் என்பதற்காக பட்டதாரியாவது என்பது... அது கல்வியையே கேலிக்கூத்தாக்குகிறது."

அவதூதர் ஒன்றும் கூறவில்லை. அலமுவுக்கு ஒன்றும் புரியவில்லை. அவதூதருக்கு எப்பொழுதுமே கோபம் வராது என்பது அவளுக்குத் தெரியும். இல்லையென்றால் அவர் கோபமாயிருப்பதால் பேசாமல் மௌனம் சாதிக்கிறார் என்றாவது எண்ணிக் கொள்ளலாம். ஒருவேளை, மௌன விரதம் இருக்கிறாரோ...? அப்படியுமில்லை. மங்களம் பாட்டி அவரருகில் வந்து, "உங்களை நான் பார்க்க வேண்டுமே" என்றதும் "இன்று சாயங்காலம் பார்க்கலாம்" என்று பதிலளித்து அவளை விட்டு நீங்கிப் போனார்.

அவர் பின்னோடு இன்னும் போனபடியே அலமு கூறினாள். "ஒருவேளை பேசும் சக்தியை இழந்துவிட்டீர்களோ என்று நினைத்தேன். இல்லைதானே?"

அதற்கும் அவதூதர் ஒன்றும் கூறவில்லை. அலமுவுக்குக் கவலையாகிவிட்டது. இதற்கு முன்பு எப்பொழுதுமே இப்படி அவளிடம் பேச மறுத்ததேயில்லை அவதூதர். அவள் செய்த காரியத்தினால் அவர் நிச்சயமாக அதிருப்தியடைந்திருக்கிறார். அதனால்தான்.. உளறுவதாய், "வேறு என்ன சொல்வதென்று எனக்குத் தெரியவில்லை" என்றாள் அவள்.

"ஒன்றும் சொல்லாதே" என்று இனிமையாக ஆலோசனை வழங்கியவர் மேற்கொண்டு எதுவும் கூறாமல் இன்னும் அதிகமாக நடையைத் துரிதப்படுத்தினார். அவர் வேகத்திற்கு ஈடு கொடுத்து நடக்க முயன்றும் அலமுவால் அது முடியவில்லை. பிறகு அவரைக் கோயிலுக்குள் காணவில்லை.

இப்பொழுது அலமுவின் நாட்கள் வேலைகள் நிரம்பி யிருந்தாலும், வெறுமையாகவே கழிந்தன. சிதம்பரத்திற்காக விழி பூத்து பார்த்திருந்தாலும் சிதம்பரம் மர்மமாக எங்கேயோ காணாமல் போனவன் போனவன்தான். ஊரில் யாருக்கும் அவன் எங்கே போனான் என்பது தெரியவில்லை. அலமு ஆடிய பாதத்திடமே அது பற்றி விசாரித்தபோது அவனும், "அவதூதர் அவனை எங்கோ அனுப்பி வைத்துவிட்டார். எங்கேயென்று எனக்குத் தெரியாது." என்று கூறிவிட்டான்.

அலமு, மீதமிருந்த விடுமுறை நாட்களை ஆயிஷாவிற்குக் கணக்கு கற்பிப்பதிலும், பிரெஞ்சும், ஓவியக்கலையும் ஒரே சமயத்தில் அயராது பாடுபட்டுக் கற்றுக்கொள்வதிலும், அம்மாவிற்குத் தன் வீட்டிலும், வேறு வீடுகளிலுமான பல்வேறு காரியங்களில் உதவியாயிருப்பதிலுமாய் கழித்து வந்தாள். பிராமணக் குடும்பங்களைச் சேர்ந்த பெண்கள் அலமுவை

வெகுவாகப் பாராட்டினார்கள். அவர்களெல்லாம் படிப்பு வாசனை அற்றவர்கள்; அலமுவோ அதிக மதிப்பெண்கள் வாங்கி சிறந்த முறையில் மெட்ரிகுலேஷன் முடித்தபின்னும்கூட, அவள் எத்தனை அடக்கமாகவும் பணிவோடும் இருக்கிறாள் என்று அவர்களுக்கு எல்லாம் அலமுவிடம் பெருத்த ஈடுபாடிருந்தது. அலமு சிதம்பரத்தோடு கழித்து வந்த நாட்களின் சந்தோஷத்தின் இழப்பை வெகுவாக உணர்ந்தாள். சிதம்பரம் இல்லாதது முக்கியமாக இரண்டு விஷயங்களில் அவளை அதிகம் வருத்தியது. அவனைத் தான் காதலிப்பதாய் எண்ணியிருந்தாள் அவள். தவிர, புதிதாகத் தெரிய ஆரம்பித்திருந்த உடலுறவின்பம் அவளுக்கு மிக இனிமையான சந்தோஷமாக இருந்தது. சிதம்பரத்தோடு சவுக்கண்டியில் கழித்த அந்தப் பொழுதுகளை நினைத்து நினைத்து அதிகமாக இழப்புணர்ந்து நலிந்தாள் அலமு. அதனைப் பற்றி அதிகமாக நினைக்க நினைக்க சிதம்பரம் காணாமல் போனதற்கு அவதூதர்தான் காரணம் என்ற தீர்மானமும் அவளுக்குள் வேரூன்றிக்கொண்டே வந்தது. திரும்ப அவதூதரைப் பார்த்தபோது அதுபற்றிய குற்றச்சாட்டுகளை மறுக்காமல் அவதூதர் சாதாரண மாகக் கூறினார்: "சாத்தனூர் சம்பிரதாயக் கட்டுதிட்டங்களை யெல்லாம் உடைத்தெறிய வேண்டும் என்று நீ நினைக்கலாம். ஆனால் அதைச் செய்ய வேண்டிய விதம் இதுவல்ல. இந்த முறையில் உனக்கும் உனக்குள் வளர்ந்து கொண்டிருக்கும் குழந்தைக்கும் கஷ்டம்தான் உண்டாகியிருக்கும்."

அதிர்ந்துபோனாள் அலமு. சிதம்பரத்தோடு தான் சல்லாபித்திருந்ததன் விளைவாய் தான் கருவுற்றிருக்கக் கூடும் என்று அவள் கனவிலும் கருதியதில்லை. தன்னுடைய கொள்ளுப்பாட்டி அலமு அம்மாளைப் பற்றி அவளுடைய லீலைகளை, அவப்பெயரைப் பற்றியெல்லாம் எல்லா விஷயங்களுமே கேள்விப்பட்டிருந்தாள் என்றாலும் அலமு அம்மாள் மணமான பெண்மணி. கொச்சையாக சொல்லப்போனால் அவளுடைய சல்லாபங்களெல்லாமே அவளுடைய கணவனுக்கு லாபம்தான் உண்டாக்கிக் கொடுத்தது. தவிர சாத்தனூர் பிராமண சமுதாயமும் அவளுடைய ஊர் சுற்றலையெல்லாம் வேடிக்கையாகத்தான் எடுத்துக் கொண்டு கவனித்து வந்தது. ஆனால் அலமுவின் விஷயம் வேறு. அவள் கல்யாணமாகாதவள். தவிர பிராமணனல்லாதவனோடு தவறு செய்து விட்டாள். விஷயம் வெளியே தெரிந்தது என்றால் தனது சமுதாயத்திலிருந்து அவள் சாதிப்பிரஷ்டம் செய்யப்பட்டு விடுவாள். அவளோடு சேர்ந்து, தாங்கள் செய்யாத குற்றத்திற்காக, அவளுடைய பெற்றோர்களும் பழிசுமந்து பின் விளைவுகளைச் சுமந்து கஷ்டப்பட வேண்டும். க்ஷணநேர எதிர்ப்புணர்வில் அவள்

என்ன காரியம் செய்துவிட்டாள்!

அவள் முகத்தில் பரவிவிட்ட அதிர்ச்சியைப் பார்த்த அவதூதர் புன்முறுவல் பூத்தார். பிறகு கூறினார்: “முட்டாள் பெண்ணே, உன்னுடைய அலட்சியத்திற்கும், ஆர்வக்கோளாறுக்குமாய் சிதம்பரம் கஷ்டப்படாதிருக்க நான் வழி செய்தாகி விட்டது. ஆபத்திலிருந்து அவனை தூரப் போக வைத்துவிட்டேன். உனக்கும் புறத்தளவில் எந்த ஆபத்தும் வராது. இப்பொழுது, உன்னுடைய குழந்தை பிறப்பதற்குள்ளாக உன்னை யாருக்காவது திருமணம் செய்து வைத்தாக வேண்டும்.”

“நடந்த விஷயத்தைத் தெரிந்துகொண்ட பின் யார் என்னைக் கல்யாணம் செய்துகொள்ள முன் வருவார்கள்?'' என்று அதிர்ச்சியில் குரலுயர்த்திக் கத்தினாள் அலமு.

“பயப்படாதே. நான் அதற்கு யாரையாவது கண்டு பிடிக்கிறேன். வேறு ஒரு வழியும் கிடைக்கவில்லையென்றால் நான்...” பேச்சை முடிக்காமல் நிறுத்தி, கண்களை விரித்து பயத்துடன் தன்னையே வெறித்துப் பார்த்துக்கொண்டிருந்த அலமுவை நோக்கினார் அவதூதர்.

“என்னுடைய படிப்பு என்ன ஆகும் இப்போது? சிஸ்டர் ஜுடித் என்ன சொல்வார்கள்?” என்று மனம் வலிக்க அழுதாள் அலமு.

“இதைப் பற்றியெல்லாம் முதன்முதலாக ராயர் சவுக்கண்டியில் சிதம்பரத்தைச் சந்திக்க திட்டம் தீட்டியபோதே நீ யோசித்திருக்க வேண்டும். ஆனால், அதெல்லாம் நடந்து முடிந்த விஷயம். உன் படிப்பைப் பற்றிக் கவலைப்படாதே. நீ படிப்பைத் தொடரலாம். உனக்கு உதவி செய்ய சிஸ்டர் ஜுடித்தை நம்பி கேட்கலாம். ஆனால் நீ முட்டாள்தனமாக நடந்துகொண்டதோடு, உன்னுடைய நிஷ்களங்கமான குணத்தையும் முட்டாள்தனமாகவே தொலைத்துவிட்டாய்.”

அலமுவிற்குத் தூரமாவது தள்ளிக்கொண்டே வந்தது. கல்லூரியில் சேர ஆயத்தங்கள் செய்து வந்த சமயத்திலெல்லாம் பயம் மனத்தை அலைக்கழித்தவண்ணமே இருந்தது. அடுத்த தடவை அவதூதரைப் பார்க்கும்போது, விஷயத்தை அம்மா விடம் கூறி விடலாமா என்று கேட்க விரும்பினாள் அலமு. ஆனால் அதற்குள்ளாகவே ரகசியம் அம்பலமாகிவிட்டது. இப்படி வெளியாகியது:

மருத்துவனும், முகச்சவரம் செய்பவனுமான ரங்கசாமி அலமுவிற்கு வந்திருந்த சாதாரண ஃப்ளூ காய்ச்சலுக்கு சிகிச்சை

அளிப்பதற்காக வரவழைக்கப்பட்டான். சிகிச்சைக்காய் அவள் நாடித் துடிப்பைப் பரிசோதித்தவன் உடனடியாக, "கர்ப்ப நாடி கேட்கிறது" என்று தெரிவித்துவிட்டான்.

கர்ப்பநாடி என்ற வார்த்தைப் பதம் எந்தத் தாய்க்கும் மிகவும் பழக்கமானது. கேட்டவுடன் மதுரத்தம்மாள் அதிர்ந்து போய் "எப்படி?" "ஏன்?" என்று பதறிக் கேட்டாள். வந்திருந்த மருத்துவன் முன்னிலையில் ஏதும் நடவாததுபோல், தான் தைரியமாக இருப்பதாகக் காட்டிக்கொள்ள முயன்றாலும் அவளுக்குத் தொண்டை அடைத்துப்போய் கண்களில் நீர் முட்டியது.

"உன் பெண்ணுக்குக் கல்யாணமாகவில்லை என்று எனக்குத் தெரியும் ஆனாலும், அவள் கர்ப்பமாக இருக்கிறாள். இரண்டு மூன்று மாத கர்ப்பம் என்று கூறலாம். இப்பொழுதுகூட ஒன்றும் காலம் கடந்துவிடவில்லை. நான் அவளுக்குச் சில பொடிகளைத் தந்து சரியாக்கிவிட முடியும்."

அந்த வழியைப் பின்பற்ற மதுரத்தம்மாள் தயாராகவே இருந்தாள் என்றாலும் அலமு அவமானமும் வெட்கமுமாய் திக்கித் திணறி "அவதூதர்... அவதூதர்..." என்று ஆரம்பித்து மேலே தொடர முடியாமல் நிறுத்தினாள்.

விளைவு, மதுரத்தம்மாளும் மருத்துவனும் அவள் கூறியதைத் தவறாக அர்த்தப்படுத்திக் கொண்டு விட்டனர். அந்த அம்மாள் கூறினாள்: "அவரை நம்பிய என்னைப் போன்ற ஒரு ஏழைப் பெண்மணிக்கு அவர் எவ்வளவு பெரிய கெடுதியைச் செய்துவிட்டார்? இனி நான் எந்த முகத்தோடு வீடு வீடாகக் காரியம் செய்யப் போக முடியும்? எல்லோரும் என் முகத்தில் காறித் துப்புவார்கள். உன்னை நான் பள்ளிக்கு அனுப்பியிருக்கவே கூடாது. இதுதான் நீ படித்த லட்சணம்."

நாவிதன் ரங்கசாமி அவர்கள் முடிவிற்காகக் காத்திருந்தான். அந்தப் பொடிகளுக்காக அவர்கள் அவனுக்குப் பணம் கொடுக்க வேண்டி வரும். அதைச் செய்ய அவனுக்கு அதிகப் பணமும், உடலுழைப்பும் தேவைப்படும். தவிர, அலமு அவற்றை உபயோகிக்க முன்வந்தாலொழிய அவளுக்கு அவற்றைத் தர அவனும் தயாரில்லை. கருச்சிதைவைச் செய்தான் என்று குற்றஞ்சாட்டப்பட்டு குலாம் கவுஸின் முன் குற்றவாளியாக நிற்கவேண்டிய நிலைமை ஏற்பட்டுவிடலாம். அவன் ஜாக்கிரதையாக நடந்துகொள்ள வேண்டும். அவனுக்கு எப்போதுமே அவதூதரைக் கண்டால் பிடிக்காது. அவன் செய்து வரும் மருத்துவத் தொழிலில் அவர் வெகுவாகக் குறுக்கிட்டு வந்தார் என்பதால்

அவனுக்கும் ஊரிலுள்ள வெகு சிலரைப் போல அவதூதரின் மேல் வெறுப்பும் பொறாமையும் இருந்தது. எனவே இப்போது தங்களுக்கிடையேயான உரையாடலை மெதுவாக அவதூதருக்கு எதிராக மாற்ற முயன்று, "அந்த சாமியாரை ஆழங்காண முடியாது என்பார்கள். உண்மையிலேயே ஆசாமி அழுத்தம்தான்" என்றான் சற்று தயங்கியவாறே.

தான் 'அவதூதர்' என்று கூறியது எத்தனை பெரிய தப்பர்த்தத்தை உண்டாக்கிவிட்டது என்றறிந்து அதிர்ந்து போனாள். ஆனால் குழந்தைக்குத் தகப்பன் சிதம்பரம்தான் என்று தெரிவிக்கத் துணியவில்லை அவள். அவதூதர் தானே அந்தக் குழந்தையை எடுத்துக் கொண்டுபோய் காப்பாற்றக்கூடும். ஒரு முடிவுக்கு வந்தவளாய் கூறினாள்: "அம்மா, இந்த ஆளை வெளியே அனுப்பு. வம்பு பேசாதே என்று இவனைக் கேட்டுக்கொள்வதில் எந்தப் பயனும் இருக்காது. சீக்கிரமே என்னுடைய அவமானக்கதை சாத்தனூரின் பொதுச் சொத்தாகி விடும். ஆனால், அதற்காக இன்னொரு பாபம் பண்ண நான் விரும்பவில்லை. ஏற்கனவே நான் செய்த தவறு என்மேல் பாரமாய் அழுத்திக் கொண்டிருக்கிறது, அந்தப் பாபமே போதும்."

அந்த நாவிதன் – மருத்துவன் நகர்ந்ததும், அம்மாவும் பெண்ணுமாகத் தாங்க முடியாமல் உடைந்து அழுதனர். ஒருவரையொருவர் கட்டிக்கொண்டு அழுதனர். அழுகை எல்லாக் கேள்விகளுக்கும் பதில் என்று எப்பொழுதும் நம்புகிறவர்கள் பெண்கள். "எத்தனை பெரிய அவமானத்தை எனக்கு ஏற்படுத்தி விட்டாய் நீ" என்று திரும்பத் திரும்ப முறையிட்டாள் மதுரத்தம்மாள். கேவிக்கேவி அழுதபடியே ஒருமுறை இதுநாள் வரை தான் அடித்தேயிராத அன்பு மகளை அடிப்பதற்காகக் கையை உயர்த்தினாள். ஆனால் அடிக்காமல் தன்னைக் கட்டுப்படுத்திக் கொண்டுவிட்டாள். ஆனால் அவள் தலை தனக்கு நேர்ந்து விட்ட அளவற்ற அவமானத்தால் கவிழ்ந்தபடியே இருந்தது. தனது வாழ்நாளில் பார்த்தேயிராத தன் மாமியாரின் அம்மாக் காரியைப் பற்றி எத்தனை இடக்காகப் பேசித் தூஷித்திருக் கிறாள்... "அவளுடைய ரத்தம்தான் உன் உடம்பிலும் ஓடுகிறது. அவள் பெயரை உனக்கு வைக்கக் கூடாது என்று நான் அன்றே எதிர்த்தேன். ஆனால் என் மாமியார் – அந்த அப்பழுக்கற்றவள் – அலமு என்ற பெயரை உனக்கு வைத்ததன்மூலம் பெரிய தவறு செய்துவிட்டாள். அதுதான் ஆரம்பத் தவறு. நான் என்ன செய்யப்போகிறேனென்றே எனக்குத் தெரியவில்லை. நாம் சாத்தனூரை விட்டுப் போய்விட வேண்டும். கடவுளே...

அந்த சாமியார் பாவி அவதூதர் – இதைச் செய்தான் என்று நினைக்கும்போது...”

அலமு, அம்மாவின் உதடுகளில் விரல் பதித்து, மேலே பேசாமல் தடுத்தபடி கூறினாள், “அவதூதருக்கும், இதற்கும் எந்த சம்பந்தமுமில்லை. அவர் என்னிடம் குழந்தையைப் பெற்றுக் கொள்ளும்படியும் யாராவது தகுந்த ஆளைப் பார்த்து எனக்கு குழந்தை பிறக்கும் முன்பாகவே கல்யாணம் செய்து விடுவதாகவும் கூறினார்.”

அப்பொழுது ஜூலை மாதம். இன்னும் இரண்டொரு நாளில் கல்லூரி திறந்துவிடும். அதைப்பற்றிப் பேச அந்த சமயமாகப் பார்த்து சிஸ்டர் தெரஸாவும் சிஸ்டர் ஜூடித்தும் அலமுவின் வீட்டிற்கு வந்தார்கள். அம்மாவும் பெண்ணுமாக அழுதுகொண்டிருப்பதை இருவரும் பார்த்தார்கள். சிஸ்டர் ஜூடித் அந்த சமயத்திற்கு ஏற்றவகையில் அவர்களுக்கு ஆறுதல் அளிப்பதாய் கூறினாள்: “அவதூதர் எங்களிடம் எல்லா விஷயங்களையும் கூறிவிட்டார். முன்பே நடக்கப்போவது குறித்து எனக்கு ஓரளவு தெரிந்திருந்தது. நான் அதைப் பற்றி அலமுவை எச்சரிக்கவும் செய்தேன். அவள் நிச்சயமாகத் தவறு செய்தவள்தான். ஆனால் கடவுள் நம்முடைய தவறுகள் எல்லாவற்றையும் மன்னிப்பவர். பாவம் அவளை அதிகம் திட்டி, அடித்துவிடாதீர்கள். நடந்த விஷயம் நமக்கு எல்லோருக்குமே வருத்தமளிக்கிறது என்றாலும் நடந்ததற்கு பாவம், அலமு மட்டுமே பொறுப்பல்ல. சரிபாதிப் பொறுப்பை சாத்தனூர் சமூகமும் ஏற்கத்தான் வேண்டும். அலமு கல்லூரிக்குப் போகட்டும். அங்கே தனது கவலைகளையெல்லாம் மறந்து படிப்பில் ஈடுபட்டிருக்கட்டும். நேரம் வரும்போது நாங்கள் அவளை எங்கள் பொறுப்பில் அழைத்துக்கொண்டு அவளுக்கு வேண்டியதைச் செய்து கவனமாகப் பார்த்துக்கொள்வோம். அவளைத் தண்டிப்பதில் பயனில்லை. அவளைத் தண்டிக்கக் கூடாது என்பதுதான் அவதூதரின் விருப்பமும். இப்பொழுதுதான் அவர் எங்களைப் பார்த்து உடனடியே உங்கள் வீட்டிற்குப் போகுமாறு கூறினார். தயவுசெய்து அமைதியாக இருங்கள். இந்த மாதிரி சந்தர்ப்பங்களில் அமைதியாக இருப்பது சிரமம்தான். நீங்கள் வளர்ந்த சூழ்நிலை வேறானதால் இப்பொழுது உங்களுக்குக் கஷ்டமாகத்தான் இருக்கும். எல்லாம் சரியாகி விடும் என்று என்னால் திட்டவட்டமாகக் கூறமுடியாது என்றாலும் எதிர்காலத்தை நம்பிக்கையோடு வரவேற்போம். இனிமேலும் அழுவதோ, கடிந்து கொள்வதோ, விரக்தியடைவதோ வேண்டாம். நான் கூறுகிறேனென்றில்லை, அவதூதரே எல்லாம் நல்லபடியாக

நடந்து முடியும் என்று நிச்சயமாகக் கூறிவிட்டார். அதற்கு எதிராகச் சொல்ல நாம் யார்? மற்றவர்களையெல்லாம் நம்ப முடியாவிட்டாலும்கூட அவதூதரை நிச்சயம் நம்பலாம் நாம்.”

துயரத்தில் ஆழ்ந்திருந்த அந்த இரண்டு பேருக்கும் சிஸ்டர்களின் பேச்சு அதிக ஆறுதலளித்தது. இதே உலகத்தில் வாழ்ந்து வருபவர்கள்தான் என்றாலும் அந்தக் கிறித்துவ சகோதரிகளின் வாழ்க்கை உலகாயுத வாழ்க்கையுடன் சம்பந்தமற்றது. என்றாலும், மனிதாபிமானமும், புரிந்துகொள்ள முடியாத அளப்பரிய கருணையும் அவர்களிடம் அதிகம் இருந்தது. அவர்களிருவரும் போவதற்கு முன்னர், அலமுவை கல்லூரிக்கு அனுப்புவது பற்றி மதுரத்தம்மாள் தனது முடிவை மாற்றக்கூடாது என்று அவளிடம் வாக்குறுதியும் பெற்றுக்கொண்ட பின்தான் கிளம்பினார்கள்.

ஆனால், சாத்தனூரில் இயங்கி வந்த உலகத்தை சந்தித்தேயாக வேண்டும். ஒரு வாரம் அலமு காய்ச்சலென்ற சாக்கில் வெளியே எங்கும் போகாமல் படுக்கையிலேயே முடங்கிக் கிடந்தாள். உண்மையில், தனக்கு மிகவும் பரிச்சயமான உலகைத் தான் பரிச்சயமில்லாத ஒரு நிலையில் இருக்கும் நேரம் எதிர்கொள்ள பயமாக இருந்தது அலமுவுக்கு. குற்றப்பார்வையுடன் எதிர் கொள்ளும் பகையாகிவிட்டிருக்கக் கூடிய சமூகத்தைச் சந்திக்கத் துணிவோடு கிளம்பினாள் மதுரத்தம்மாள். வீட்டிலேயே முடங்கிக் கிடந்தால் தனக்கும், அலமுவுக்கும் சாப்பாடு கிடைக்காது. வெளியே சென்றவளுக்கு உலகம் எதிரியாகி விடாமல் அவள் கஷ்டத்தைப் புரிந்துகொண்டிருக்கிறது என்று தெரிந்தது.

முதலில் மதுரத்தம்மாள் சந்தித்தது ஆடியபாதத்தைத்தான். நாவித மருத்துவன் அவனிடம் அலமு கர்ப்பமாகியிருப்பதையும், காரணம் அவதூதர் என்பதாகவும் கூறிவிட்டிருந்தான். “சிவ சிவா” என்று காதைப் பொத்திக்கொண்டான் ஆடியபாதம். ஒரு பழுத்த சாமியாரின்மேல் இப்படிப்பட்ட பழியைச் சுமத்துவது இதுவரை நான் கேள்விப்படாத பாபச்செயல். அப்படி பழி கூறுபவர்களுக்கு, கூறி முடிக்கு முன்பாகவே வாய் அழுகிப் போய்விடும். தவிர உங்கள் பெண் அலமுவும் தங்கமான பெண். இந்தக் கிராமத்திலேயே மற்றெல்லாப் பெண்களை விடவும் நல்லவள். கிராமத்தாருக்கு இது தெரியாதா என்ன? நடந்தது நடந்துவிட்டது. யார் குற்றவாளி என்று உங்களுக்குத் தெரியாது. எந்த அசம்பாவிதமும் நடக்காத மாதிரி தைரியமாக வளைய வந்து, விஷயத்தைக் காதும் காதும் வைத்தாற்போல் முடித்து விடுங்கள். யாரும் உங்களைக் குறை சொல்ல முடியாது” என்று ஆறுதல் கூறினான்.

கேவலம், ஒரு வண்டிக்காரன் – இழிகுலத்தைச் சேர்ந்தவன் – இவனிடமிருந்து இத்தகைய வார்த்தைகளைக் கேட்க வேண்டியிருக்கிறதே என்று மதுரத்தம்மாளுக்கு அவமானமா யிருந்தது. என்ன பண்ணுவது – அவளுடைய அன்பு மகள் அலமு இத்தகைய நிலைக்கு அவளை ஆளாக்கிவிட்டாள்... அவனுடைய நல்ல வார்த்தைகளுக்காக அவனுக்கு நன்றி தெரிவித்தாள் மதுரத்தம்மாள். கோயிலிலும், தெருக்களிலும் தெரிந்தவர்களைத் தவிர்த்து தனியாகவே இருக்க முயன்றாலும் அது முடியவில்லை. ஒவ்வொருவருமாக அவளிடம் வந்து பேசினர். வருத்தமாய் விசாரித்தனரே தவிர ஒருவர்கூடக் குறை கூறுவதாகவோ, குற்றஞ்சாட்டுவதாகவோ பேசவில்லை. ராயரின் மனைவி கூறியது ஊராருடைய வருத்தத்தைப் பிரதிபலிப்பதாய் இருந்தது. இப்படி ஒரு இழிந்த விஷயம் அலமுவைப் போன்ற ஒரு நல்ல பெண்ணுக்கு நடந்துவிட்டது மிகவும் கொடுமை. விதி நம்மோடு விளையாடுகிறது. விதியை எதிர்த்து நம்மால் என்ன செய்ய முடியும் மதுரம்?"

முன்னாள் நீதிபதி ஊரார் எண்ணங்களைச் சுருக்கமாகத் தருவதாய் கூறினார்: "நடந்திருக்கக் கூடாதது நடந்துவிட்டது. இங்கே நடந்துவிட்ட ஒன்றை நம்மால் நடக்காததாக்க முடியாது. மதுரத்தம்மாளுக்கு இது சோதனைக் காலம். அவளிடமும், அவள் பெண்ணிடமும் குற்றம் காண்பதற்குப் பதிலாய் நாம் மதுரத்தம்மாளுக்கு முன்னைவிட அதிகமாக உதவியாக இருக்க வேண்டும். பாவம், அவளுக்கு இப்போது அதிக உதவி தேவைப்படும்."

எல்லோரும், முக்கியமாக எல்லாப் பெண்மணிகளும் மதுரத்தம்மாளுக்கு வலியப்போய் உதவிகள் செய்து தந்து, ஆலோசனைகள், ஆறுதல் கூறி அனுசரணையாக இருந்தார்கள். சாத்தனூர் வரலாற்றிலேயே இதற்குமுன் எப்பொழுதும் இவ்வாறு நடந்ததேயில்லை. ஒரு பிராமணப்பெண் திருமணமாவதற்குள் கர்ப்பமாகிவிட்டதாய் தெரியவந்தால் போதும் – அவளையும் அவள் குடும்பத்தையும் சாதிப்பிரஷ்டம் செய்து, ஊர்க் காரியங்களிலிருந்தும் ஒதுக்கிவைத்து, இழிவுபடுத்தி இறுதியில் அந்தக் குடும்பமே ஊரை விட்டு வெளியேறி வேறெங்காவது, தங்கள் விவகாரம் தெரியாத இடத்திற்குப் போய் விடும்படி ஆகும். ஆனால் அலமு குழந்தையுண்டாகியிருக்கும் விஷயம் அனைவருக்கும் ஆச்சரியத்தைக் கொடுத்ததே தவிர பெரிய குற்றமாக, அவள் அம்மாவைச் சமூகக் காரியங்களிலிருந்து ஒதுக்கி வைக்குமளவு தகாத செயலாக யாராலும் கருதப்படவில்லை. இந்த

மாதிரி விஷயங்களில் பெண்கள்தான் முன்னின்று செயல்படுவது. ஆண்கள் அவர்களைப் பின்பற்றி நடப்பது வழக்கம்.

கிட்டத்தட்ட முப்பது வருடங்களுக்கு முன் சர்வமானிய அக்ரஹாரத்தில் இருந்த பிள்ளையார் கோயிலின் பரம்பரை ரீதியாய் வந்த அறங்காவலரும், பள்ளித் தலைமையாசிரியருமான மகாதேவ ஐயரின் பெண் இப்படித்தான் – திருமணத்திற்கு முன் கர்ப்பமாகிவிட்டது தெரிய வந்தது; அவள் அதற்காக முழு அளவில் தண்டனை அனுபவிக்க வேண்டி வந்தது. எங்கு போனாலும் அவளைக் குற்றஞ்சாட்டி, இழிவுபடுத்தி, பரிகசித்து, ஒதுக்கிவைத்து இறுதியில் தன்னால், தனது குடும்பத்திற்கு சமூக விலக்கு ஏற்பட்டுவிட்டதை எண்ணி வருந்தி, அதிலிருந்து அவர்களையும், தன்னையும் காப்பாற்றுவதற்காய் அந்தப் பெண் ஆற்றில் குதித்து உயிரை மாய்த்துக் கொள்ளும்படி ஆயிற்று. இன்றும், பேச்சுவாக்கில் யாரேனும் அந்த விஷயத்தைக் குறித்து ஏதேனும் சொன்னால் மகாதேவ ஐயருக்குத் தனது பெண்ணின் தவறுக்காகத் தங்களைச் சமூகம் நடத்தியவிதமெல்லாம் நினைவிற்கு வந்து மனதை வலிக்கச் செய்யும். அலமுவுக்கு அப்படியெல்லாம் ஆகாமல் இருக்கிறதே என்று அவருக்கு ஒரே ஆச்சரியம். அலமுவும், அவள் செய்த தவறுக்கான முழுப் பலனையும் அனுபவிக்கத்தான் வேண்டும் என்று கருதினார் மகாதேவ ஐயர். மதுரத்தம்மாளைத் தங்கள் சமையலறைக்குள் வேலை செய்ய அனுமதிப்பவர்களிடம் அதுபற்றி இடக்காகவும், பரிகாசமாகவும் ஏதாவது கூறி வந்தார் அவர். பதினேழு வயதாகியும் இன்னமும் திருமணமாகாமல் புறம்போக்குப் புல்வெளியில் மேயும் ஆட்டைப்போல் ஊரைச் சுற்றிக் கொண்டிருப்பதாய் அலமுவைப் பற்றியும் வாழைப்பழத்தில் ஊசி குத்துவதாய் நையாண்டி செய்து புறம்பேசி வந்தார். அவர் வீட்டிற்கு வீடு போய் வம்பளக்கும் பெண்ணைவிட மோசமாக மதுரத்தம்மாளையும், அவள் மகளையும் பற்றிப் பார்ப்பவர்களிடமெல்லாம் அதையும் இதையுமாய் கேவலமாய் பேசிக் கொண்டிருந்தார். அவதூதரைப் பற்றியும், அவருடைய நடவடிக்கைகளைப் பற்றியும் ஒருநாள் வரைமுறையின்றி இழிவாகக் கருப்ப முதலியின் முன்னிலையில் அவர் பேச, கருப்ப முதலி அவரிடம், "மரியாதையாக உன்னுடைய ஊத்தை வாயை மூடிக் கொண்டிரு" என்று எச்சரிக்கை செய்தார். அதைக் கேட்டு ஆத்திரமடைந்த மகாதேவர் இன்னும் அதிகமாக, அவதூதரையும் அலமுவையும் சம்பந்தப்படுத்திக் கேவலமாகப் பேசினார். அவர் வாய் ஓயும்வரை, அவர் பேசியதையெல்லாம் கேட்டுக்கொண்டு நின்றிருந்து விட்டு ஒரு வார்த்தையும் பேசாமல் திரும்பிச் சென்றார் கருப்ப முதலி. அன்றிரவு யாரோ சிலர் மகாதேவ ஐயர் வீட்டிற்குள்

நுழைந்து, வீட்டிலிருந்த எல்லோரையும் கட்டிப்போட்ட பின்பு, மகாதேவ ஐயரை அப்படியே தூக்கிக்கொண்டு வந்து வீட்டு வெளித்திண்ணையில் இருந்த தூணில் தடித்த கயிறுகளால் இறுக்கிக் கட்டிப் போட்டார்கள். பின் இரண்டு முகமூடி அணிந்த மனிதர்கள் அவர் உடல் முழுதும் நரகலை அப்பி, நிறைய நரகலை அவர் வாயிலும் போட்டு நிரப்பி வாயைச் சுற்றி துணியையும் இறுகக் கட்டிவிட்டார்கள். அடுத்த நாள் காலை பிராமணத் தெருவில் அந்தக் கோலத்தில்தான் அவரை சாத்தனூர் வாசிகள் பார்த்தார்கள். இவ்விதமாய் ஒருவனை உடல் பூராவும் நரகலையப்பி வாயிலும் நரகலையடைத்து வைத்துக் கட்டிவைக்கும் தண்டனை பழைய காலத்தில், பிராமணர்களால் அவர்கள் கொடிகட்டிப் பறந்த காலத்தில், அவர்களுடைய அராஜகத்திற்கு எதிராகப் பேசத் துணிந்த ஹரிஜனங்களுக்கு அதற்காய் அளிக்கப்படும் தண்டனையாக இருந்து வந்தது. அப்படிப்பட்ட தண்டனை இறுதியாக வழங்கப்பட்டது 1853இல். அதற்குப் பிறகு வந்த நூறாண்டுகளில் ஒருமுறைகூட சாத்தனூர் வாசிகளுக்குத் தெரிந்தவரை, அந்த தண்டனை நடைமுறைப்படுத்தப்பட்ட தில்லை. அந்த தண்டனை இப்பொழுது ஒரு பிராமணனுக்கு அளிக்கப்பட்டிருந்தது பயங்கர அதிர்ச்சியாக இருந்தது. ஆனால், சர்வமானிய அக்ரஹாரத்திலிருந்த அவரது அண்டைவீட்டார்கள் உட்பட சாத்தனூர் வாசிகள் அனைவருமே மகாதேவருக்கு அந்தத் தண்டனை வழங்கப்பட்டது நியாயமானதும், பொருத்தமானதுமே என்றுதான் நினைத்தார்கள். யாரும் அதனைக் கருப்ப முதலியோடு சம்பந்தப்படுத்திப் பார்க்கவில்லை. யாருக்கும் அப்படி எண்ணிப் பார்க்கும் அளவு கற்பனைத் திறன் இல்லை. ஒருவேளை அதை அவதூதர் செய்திருக்கலாம்! ஆனால் அவதூதருக்கு அத்தகைய கோபமும் ஆத்திரமும் என்றுமே வருவது கிடையாது – மகாதேவ ஐயரின் தரத்திலுள்ள கேடுகெட்ட ஆசாமிகளிடம்கூட அவதூதருக்கு அத்தகைய கோபம் வர சாத்தியமே இல்லை. நடந்தது பற்றி அவதூதருக்கு தெரிய வந்தபோது அவர் அதற்காய் வருத்தப்பட்டார். "இது மனுஷத்தனமற்ற செயல்" என்றார். அன்றிரவு அவதூதர் குலாம் கவுஸ் வீட்டிலேயே தங்கி பக்கத்துக் கிராமம் ஒன்றில் நடந்திருந்த கொள்ளையைப் பற்றிய நியாய அநியாயங்களைப் பற்றி விவாதித்துக் கொண்டிருந்தார். அவருக்கோ, குலாம்கவுஸிற்கோ அதனோடு எந்த சம்பந்தமுமில்லை. கருப்ப முதலிதான் அப்படிச் செய்திருக்க வேண்டும் என்ற மகாதேவ ஐயரின் கூற்றுக்கேற்ப, அவர் சத்தியப் பிரமாணமெடுத்துக் கொண்டு தந்த வாக்குமூலத்தின் பேரில், கருப்ப முதலி கைது செய்யப்பட்டார் என்றாலும், அன்று மாலையே, முன்னாள்

நீதிபதியே அவனுக்கு அலிபி கொடுக்க விடுதலை செய்யப்பட்டு விட்டார். இந்த வழக்கில் யாரைக் கைது செய்வது என்று குலாம் கவுஸ் கேட்டபோது அவதூதர் வேடிக்கையாக, "மகாதேவ ஐயரை" என்றார்.

"அவர் தன்னைத் தானே கயிற்றால் கட்டிக்கொண்டு தன்னுடைய வாயில் தானே மலத்தை அடைத்துக் கொண்டார் என்றா கூறுகிறீர்கள்?"

"அவர்தான் செய்தார். ஆமாம் வேண்டாதது பேசி அவரே தான் அந்தக் கதிக்குத் தன்னை ஆளாக்கிக் கொண்டார்."

அதோடு அந்த விஷயம் முடிந்துவிட்டது. அதற்குப் பின் ஒரு வாரத்திற்குள் ஊரில் எல்லோரும், அலமுவின் குற்றத்திற்காக மகாதேவ ஐயர் தண்டிக்கப்பட்டு விட்டதால் அலமுவின் குற்றம் நீங்கிவிட்டது என்றார்கள். இது என்னவிதமான நியாயம் என்பது பற்றி யாருக்கும் சொல்லத் தெரியவில்லை.

ஒருவேளை, அந்த சமயத்தில் அவதூதரைப் பற்றிய நல்லெண்ணம் மிகவும் கீழே போயிருந்திருக்கலாம்... ஆனால் அதைப் பற்றியெல்லாம் அவர் பொருட்படுத்தியதாகவே தெரியவில்லை. நாவித வைத்தியன் ரங்கசாமியின் ஓட்டைவாய்க் கைங்கரியத்தில் ஊரிலுள்ள அனைவருக்குமே அலமு கர்ப்ப மானதற்குக் காரணம் அவதூதரே என்ற செய்தி போயிருந்தது. சிலர் அதை நம்பினார்கள். பலர் நம்பவில்லை. அவதூதர் அதைப்பற்றி மறுக்கவோ, உண்மையென்று அங்கீகரிக்கவோ இல்லை. அவர் அதைப் பற்றியெல்லாம் சிறிதும் கவலையின்றி தன் வழி சென்றுகொண்டிருந்தார். என்றாலும் தன் மனைவி ஃபாத்திமா பீவி அவதூதர் அலமுவைத் திருமணம் செய்து கொண்டாக வேண்டும்; அவர்களுக்கு ஜோடிப் பொருத்தம் உண்டு என்று அபிப்பிராயப்படுவதாக தாவூத் ஷா அவதூதரிடம் தெரிவித்தபோது அவதூதர் கூறினார்: "எனக்கு ஃபாத்திமா பீவியின் எண்ணம் புரிகிறது. ஆனால் நான் ஒரு பெண்ணைத் திருமணம் செய்துகொண்டு என்னுடைய குழந்தையையும் அடைவதற்கு முன்னர், என்னுடைய ரத்தவோட்டத்திலுள்ள நூறு கிலோ நச்சுப்பொருளை வெளியேற்றியாக வேண்டும். மற்றபடி, ஃபாத்திமா பீவியின் ஆலோசனை மிகச் சிறந்ததுதான். அதற்காக அவளிடம் என் நன்றியைத் தெரிவித்து விடுங்கள்."

சாத்தனூரைப் போன்ற சிறிய கிராமத்தில் எதுவுமே ரகசியம் கிடையாது. அவதூதரின் இந்தப் பதிலும் ஊரிலுள்ள அனைவரிடமுமாய் வலம் வந்து அலமுவின் காதுகளையும் எட்டியது.

•

10

அலமுவின் முதல் மாதக் கல்லூரி வாழ்வு பளபளப்பும், புதுமையும் கூடியதாய் ஒரு கணமும் விரயமாகாமல் நிறைந்திருந்தது. அவளுக்கு ஓய்வாக இருக்க நேரமே கிடைக்கா திருந்தது. ஓரளவுக்கு சிதம்பரம் இல்லாத இழப்பைக்கூட மறக்கடித்தது என்றாலும், அவ்வப்பொழுது அவனை நினைத்து, தன்னுடைய அவசரத்தாலும், அசட்டு தைரியத்தாலும் அவனுக்கு அப்படியொரு நிலையை ஏற்படுத்திக் கொடுத்துவிட்டதற்காக வருந்தவே செய்தாள். சாத்தனூரிலேயே அவன் இனிமையாகக் காலம் கழித்திருக்கக்கூடிய நிலையை மாற்றி அவனை ஊரை விட்டே போகும்படி செய்தது அவள் வேலைதானே.. தினமும் போக ஆறு மைல், வர ஆறு மைல் என்று சாத்தனூரிலிருந்து அவள் வயதொத்த பையன்களோடும் பெண்களோடும் பேருந்தில் பயணமாவது முதல் சில வாரங்களுக்கு மிகவும் உற்சாகமாக இருந்தது. கூட வருபவர்களோடு புது நெருக்கமும், புது சினேகமும் உருவானது என்றாலும் விரைவிலேயே 'புதுக்கருக்கு' அழிந்து அந்த தினசரி நியதியின் இயந்திரகதியை மனம் உணர ஆரம்பித்தது. சாத்தனூர் பையன்களுக்கு அலமுவின் கதை தெரியும். ஆகையால் தாங்கள் அழைத்தால் அவள் வருவாளோ என்று தங்களுக்குள் விவாதித்துக் கொண்டு அவளை எடை போடுவதாய் பார்த்தனர். அதுவும், அவளை இன்னின்ன மாதிரி அணுகினால் அவளை அடைய முடியும் என்றெல்லாம்கூட அவர்கள் எண்ணவோட்டம் சுழன்றது. அதிலும், குறிப்பாக, மகாதேவ ஐயரின் பெண் வயிற்றுப் பேரன் கோபாலன், அலமுவைப் பற்றித் தங்களுக்குள் அலசிக்கொண்டும் அவளை இளக்காரமாகக் கிண்டல் செய்த

படியும் பயணமாகும் வாலிபர் கூட்டத்தின் தலைவனாகவே இருந்து வந்தான். அடிக்கடி அலமுவை ஆபாசமாக நையாண்டி செய்து வந்ததில் அவனுடைய கொட்டத்தையடக்க ஒருநாள் கூட்டம் நிரம்பி வழிந்து கொண்டிருந்த பேருந்தில் எதிரொலி கேட்கும்படியாக அவனைக் கன்னத்தில் அறைந்துவிட வேண்டி வந்தது அலமுவுக்கு. வண்டியிலிருந்த அனைவருக்குமே 'அந்தப் பயலுக்கு வேண்டியதுதான்' என்ற அபிப்பிராயமே என்றாலும், ஒருவர்கூட கோபாலனுக்கு ஆதரவாகப் பரிந்து பேசாத போதும், ராஜாவை அடித்தபோது ஏற்படாத குற்றவுணர்ச்சி இந்த முறை அலமுவுக்கு ஏற்பட்டது. வயிற்றுச் சுமையைப் பற்றிய நினைப்பு எப்பொழுதும் பாரமாக அழுத்திக்கொண்டேயிருந்தது அவளை. ஒருமுறை செய்த தவறினால் இனி அவள் வேறு எவ்வகையிலும் நேர்மையாக இருக்க வழியேயில்லை என்பதாய் தோன்றியது.

தனது ஓய்வு நேரத்தில் பெரும்பகுதியை நொண்டி ஹேமாவுடன் கழித்தாள் அலமு. அவளுடைய சோதனைக் காலத்தில் பெரிதும் உறுதுணையாக இருந்து வருபவள் ஹேமாதான். ஏனெனில், எத்தனையோ சமயங்களில் அலமுவின் மனது சோர்ந்து பலவீனமாகி தன்னைத் தானே மாய்த்துக் கொள்ள, வயிற்றில் வளரும் சிசுவை நாவித வைத்தியன் ரங்கசாமி சொன்ன பொடியை உண்டு சுலபமாகக் கரைத்துவிட – என்றெல்லாம் பலவாறு எண்ணியதுண்டு. அந்தத் தருணங்களை, எண்ணவோட்டத்தைப் பற்றியெல்லாம் அவள் ஹேமாவிடம்தான் ஒளிக்காமல், மறைக்காமல் விவாதிப்பாள். தன் அம்மாவிடம்கூட கூறமாட்டாள். அப்படிக் கூறுபவளைத் தன் மார்போடு அணைத்துக்கொண்டு ஹேமா கூறுவாள்: "ஒரு தவறை இன்னொரு தவறால் சரிக்கட்ட முயலாதே; நீயே உன் அழிவிற்குக் காரணமாகிவிடக்கூடாது. என்னைப் பார். எந்தத் தவறும் செய்யாமலே இப்படி ஊனமாகப் பிறந்திருக்கிறேன். இடுப்பிற்குக் கீழே நான் பெண்ணில்லை. எனக்குத் திருமணம் செய்துகொள்ளவோ, குழந்தை பெற்றுக்கொள்ளவோ என்றுமே முடியாது. தயவுசெய்து உன் குழந்தையைப் பெற்றுக்கொள். உனக்கு அதை வளர்ப்பது கஷ்டமாகிவிட்டால் என் முடியாத வயிற்றில் பிறந்ததாய் அதனை நானே சத்தியமாகக் காப்பாற்றி வளர்க்கிறேன். என்னுடைய முட்டாள் தோழியே, குழந்தையையோ, உன்னையோ அழித்துக்கொள்வது என்று எப்பொழுதுமே நீ எண்ணக்கூடாது."

ஜூலை மாத மத்தியில் ஒரு நாள் – அன்று சனிக்கிழமை யாதலால் அலமுவுக்குக் கல்லூரி கிடையாது. அவள் ஹேமாவுடன் பேசிக்கொண்டிருக்கும்போது எந்தவித முன் அறிவிப்புமின்றி அவர்களிருக்குமிடம் நுழைந்துவிட்ட அவதூதர் ஏதும் கூறாமல்

அவர்களையே பார்த்தபடி நின்றார். அலமு அவர் காலடியில் விழுந்து வணங்க, சக்கர நாற்காலியை விட்டு நகரமுடியாத ஹேமா அவரைக் கைகூப்பி வணங்கினாள். "நான் சில நாட்கள் ஊரில் இருக்க மாட்டேன்" என்றார். அவதூதர் சிறிது நேரம் கழித்து, "நான் அலமுவை உன் பொறுப்பில் விட்டு விட்டுப் போகிறேன். இந்தப் பேதைப்பெண் எதையும் செய்யக் கூடியவள். அவள் முட்டாள்தனமாக எதையும் செய்துவிடாமல் பார்த்துக்கொள். ஆகஸ்டு முடிவதற்குள் எல்லாம் நல்லபடியாக நடந்து முடியும்."

அவர்கள் மறுமொழிக்குக் காத்திராமல் அவதூதர் வெளி யேறிப் போய்விட்டார். அதற்குப் பின் ஒரு மாதத்திற்கு அவரை சாத்தனூரில் யாரும் பார்க்கவில்லை. அவர் தன்னுடைய வழக்கமான, யாருக்கும் ஏதென்று தெரியாத வேலைகளுக்காய் போயிருந்தார். என்ன காரியம் என்பதோ, எங்கே போயிருந்தார் என்பதோ யாருக்கும் தெரிந்திருக்கவில்லை.

அவர் அவர்களை விட்டு கிளம்பிப்போன பிறகு ஹேமா கூறினாள்: ''கொஞ்ச நாட்களுக்கு முன்னால் நான் ஒரு விசித்திரமான கனவு கண்டேன். உன்னிடம் அதைச் சொல்வதா, வேண்டாமா என்று இவ்வளவு நாட்கள் தயங்கிக் கொண்டி ருந்தேன். இப்பொழுது உன்னிடம் சொல்லப் போகிறேன். இன்னும் பக்கத்தில் வா. அப்பொழுதுதான் சமையலறையில் இருக்கும் என் அம்மாவுக்குக் கேட்காமல் இருக்கும் நான் சொல்வது."

அலமு அருகில் வந்ததும், அவள் காதுக்குள்ளாய் ரகசியமாகக் கூறினாள் நொண்டி ஹேமா. "ஒரு திருமணத்திற்கு நான் போயிருப்பதாக சொப்பனம் கண்டேன். அந்த சப்தங்கள், நாதஸ்வரம், கல்யாண சந்தடிகள் எல்லாமே சரியாக இருந்தன. மாப்பிள்ளை ஆறு அங்குல ஜரிகை பார்டர் உள்ள புத்தம் புது சேலம் வேஷ்டியில் விறைப்பாக நின்றுகொண்டிருக்கிறார். அவர் முகத்தை நிமிர்ந்து பார்த்தால் அது..."

"யார் அது" என்று கிசுகிசுத்தாள் அலமு. "அது அவதூதர். அந்த முகம் மிகத் தெளிவாகக் கண்டது. அது அவதூதர்தான்."

"அது இருந்தாற்போல்தான்" என்று முணுமுணுத்த அலமு, "பெண் யார்?" என்று கேட்டாள்.

என்னுடைய கனவிலேயே விசித்திரமான அம்சம் எனக்கு மணப்பெண்ணின் முகத்தைச் சிறிதுகூடப் பார்க்க முடியவில்லை. நான் அவளைப் பார்க்கத்தான் செய்தேன். எனக்கு மிகவும் தெரிந்த யாரை மாதிரியோ இருந்தது அவள் தோற்றம். இருந்தாலும் கனவில் அவள் முகம் சரியாகக் காணவேயில்லை."

அது தானோ என்று அலமுவுக்குள் எண்ணம் எழுந்தாலும் அதை வாய்விட்டுக் கேட்கத் துணியவில்லை அவள். இதுதான் அவதூதர் அவள் பிரச்சனைக்குத் தரும் விடிவு என்றால்...

அவதூதர் சாத்தனூரை விட்டுப்போய் ஒரு மாதம், பத்து நாட்கள் ஆகி விட்டிருந்தன என்றாலும் நிறைய பேர் அவரை அடிக்கொரு தரம் நினைத்தபடியேதான் இருந்தார்கள். நிறைய பேருக்கு அவர் இல்லாதது கையொடிந்தது போல் இருந்தது. வருத்தமாயிருந்தது. அப்படி அவதூதர் இல்லாத குறையை அதிகமாக உணர்ந்தவர்களில் தாவூத் ஷா ஒருவர். ஏனெனில் அவதூதர் அவரிடம் ஒரு கேள்வியை எழுப்பி அதைக் குறித்து அவரை யோசிக்க விட்டுவிட்டுச் சென்றிருந்தார்.

தாவூத் ஷாவுக்கு அந்த நாள் நன்றாக நினைவிருந்தது. எப்பொழுதும் போல் சந்தனம் தடவிக் கொள்வதற்காக தாவூத் ஷாவின் கடைக்கு மத்தியானம் வந்திருந்தார் அவதூதர். சந்தனம் தடவி முடிந்தவுடன் எதிரேயிருந்த ராஜலக்ஷ்மி விலாஸ் சாக்கடையினுள் குதித்து வெகுநேரம் அனுபவித்துக் குளித்தார். ஆனந்தமாகப் பிறர் பெருகியோடும் காவிரியாற்றில் குளிப்பது போல், தனது பாவங்களையெல்லாம் தலை முழுகுவதுபோல் வெகு சந்தோஷமாக சாக்கடையில் அளைந்தார் அவதூதர். அதற்குப் பிறகு, வழக்கமில்லாத வழக்கமாய் தாவூத் ஷா கடைக்குத் திரும்பி வந்து சிறிது நேரம் அந்தக் கிழவனையே உற்றுப் பார்த்தபடி நின்று கொண்டிருந்து விட்டு பின் கூறினார்: "உங்களுக்குத் தெரியுமா தாவூத் ஷா – எனக்கு உங்களை மிகவும் பிடிக்கும் என்றாலும் உங்களோடு பொழுதைக் கழிப்பதைவிட ஃபாத்திமா பீவியுடன் பேசிக்கொண்டிருப்பதுதான் அதிக சந்தோஷத்தைக் கொடுக்கிறது. அவள் உன்னைவிட அறிவாளி."

பதிலுக்கு ஏதும் கூறாமல் தாவூத் ஷா மௌனமாக அடுத்து என்ன வரப்போகிறது என்று எண்ணியபடியே தலையசைத்தார்.

"நீ அவளுக்குத் தகுதியில்லை, தெரியுமா?"

"எனக்குத் தெரியும்."

"அவள் என்னிடம் ஒரு ஆலோசனை கூறினாள். அதை நான் ஏற்றுக்கொள்ளப் போகிறேன். நான் சாத்தனூரை விட்டுப் போகப் போகிறேன். அதற்குப் பிறகு என்றுமே நீங்கள் என்னை அவதூதராகப் பார்க்க முடியாது. இதை உங்களிடம் சொல்ல ஆசையாயிருந்தது. ஏனென்றால், இந்த சாத்தனூரிலேயே உங்களைத்தான் என்னுடைய சிறந்த நண்பனாக மதிக்கிறேன் நான்."

"நாமிருவருமே வாசனைத் திரவ வியாபாரிகள் ஆயிற்றே!" என்று நகைச்சுவையாகப் பேச முயன்றார் தாவூத் ஷா.

"அலமுவின் கல்யாணம் விரைவிலேயே நடக்கப் போகிறது. உன்னுடைய சொந்தப் பேத்தியின் திருமணம்போல அவள் கல்யாண வைபவத்தில் நீ பங்கேற்க வேண்டும் என்பது என் விருப்பம்."

அலமுவின் கல்யாணமா? நிச்சயமாக என்னுடைய ஆயிஷாவின் திருமணத்தில் பங்கேற்கும் அதே அளவு ஆனந்தத்துடனும், பொறுப்புடனும் அலமுவின் கல்யாணத்தில் பங்கேற்பேன். கவலைப்படாதீர்கள். அலமுவுக்கு என்னிடம் சில உரிமைகள் உண்டு..."

பிறகு வந்தது திடுக்கிடவைக்கும் தகவல். "அதற்குப் பின் சீக்கிரமே நீ ஆயிஷாவின் திருமண ஏற்பாடுகளையும் கவனிக்க வேண்டி வரும்."

"ஆனால், அவள் பட்டம் பெறும்வரை அது நடக்காதே. அதற்கு இன்னும் ஐந்து வருடங்கள் இருக்கின்றன, தெரியுமல்லவா?"

"அப்படி நீ நினைக்கிறாய். அவ்வளவுதான். அவள் ஒரு ஹிந்துவை, ஒரு பிராமணப் பையனைத் திருமணம் செய்து கொள்வாள். நீ தேர்ந்தெடுக்கும் வரனைவிட இந்தத் திருமணத்தின் மூலம் அவள் மிகவும் சந்தோஷமாக வாழ்க்கை நடத்துவாள்."

தாவூத் ஷா முற்போக்குச் சிந்தனைகள் உடையவர்தான் என்றாலும் அவதூதர் கூற்றை ஜீரணிக்கும் அளவிற்கு அல்ல. அதிர்ச்சியில் அவருக்கு ஒன்றுமே பேச வாயெழவில்லை. ஆனால் அவர் மறுமொழிக்காகக் காத்திருக்கவில்லை அவதூதர். தாவூத் ஷாவின் மனதில் அந்த எண்ணத்தை விதைத்து விட்டுப் போய்விட்டார் அவர்.

யாரைத் தன்னைவிட அதிகப் பழமைவாதி என்று தாவூத் ஷா கருதி வந்தாரோ அந்த ஃபத்திமா பீவி, அவர் மனைவி, அவதூதரின் ஆலோசனையைக் கணவரை விட சுலபமாகவே ஏற்றுக்கொண்டாள். அவதூதர் கூறியதை அவளிடம் கூறிய போது அவள் கூறினாள்: "நாம் பார்த்து வைத்துள்ள குடும்பத்தில் வாழ்க்கைப் பட்டால் அவள் நிறையக் கஷ்டப்படுவாள் என்று எனக்கு நிச்சயமாகத் தெரியும். இதைத் தவிர்க்க ஆயிஷாவிற்கு வேறு ஏதேனும் வழியிருந்தால், அதற்கு நீங்கள் உதவி செய்தால் நான் சந்தோஷப்படுவேன். ஆனால், பிராமணப் பையனைத் திருமணம் செய்து கொள்வது என்பது... ஆனால் எந்த பிராமணப் பையன்

நம் ஆயிஷாவைத் திருமணம் செய்து கொள்ளத் துணிவான்...? ஆனால், அப்படி அவதூதர் சொல்லியாகி விட்டதென்றால்..."

நெடுநேரம் அதைப் பற்றியே யோசித்தபடி இருந்தார் தாவூத் ஷா. ஆனால் சாத்தனூரிலிருக்கும் எந்த பிராமண இளைஞனும், ஆயிஷாவைத் திருமணம் செய்துகொள்வதாய், அவரால் கற்பனை செய்து பார்க்கவே முடியவில்லை.

தான் மிகவும் மதிக்கும் தாவூத் ஷா, நொண்டி ஹேமா ஆகிய இருவரிடமும் சொல்லிக்கொண்டு அவதூதர் சாத்தனூரை விட்டுப் போய் பத்து நாட்கள் ஆகிவிட்ட பின் ஒருநாள் ஒரு பிரம்மாண்டமான இம்பாலா கார் ஊரினுள் நுழைந்து முருகன் கோயிலின் தெற்குக் கோபுர வாயிலின் முன் சென்று நின்றது. பல வகை கார்களை சாத்தனூர் வாசிகள் பார்த்திருக்கிறார்கள் என்றாலும் இந்தக் காரைவிட அழகும், நேர்த்தியும், பளபளப்பும், பிரமாண்டமுமாக எந்த வண்டியையுமே தங்கள் வீதிகளில் அவர்கள் பார்த்ததில்லை. பஞ்சாமி ஹோட்டலில் காபி அருந்திக் கொண்டிருந்த, சாத்தனூருக்கு வருகை தந்திருந்த சில விருந்தாளிகள், அந்தக் காரின் எண் திரையுலகக் காதல் சக்கரவர்த்தி மணியினுடையது என்று குறிப்பிட்டார்கள். நடிக நடிகையரின் கார், எண்கள், அவர்களின் பிறக்காத குழந்தைகளின் 'பால்' முதலியன பற்றிய விஷயங்களில் தீவிர ஆராய்ச்சி நடத்தி நிபுணத்துவம் பெற்ற பிரபல பத்திரிகையொன்றில் அவர்கள் வந்திருக்கும் கார் எண் பற்றிய வரலாற்று விவரங்களைப் படித்தறிந்திருக்கிறார்கள். அவர்கள் கூறியதைக் கேட்ட பஞ்சாமி கல்லாப்பெட்டியை விட்டுக் கீழிறங்கியவர், மணியும், சிஸ்டர் ஜூடித்தும் காரிலிருந்து இறங்கி நடுத்தெருவில் நுழைவதைப் பார்த்தார். அவருக்கு மணியை அடையாளம் தெரியவில்லையென்றாலும் அது மணிதான் என்ற எண்ணம் தீர்மானமாக எழுந்தது அவருள். பஞ்சாமி திரும்பி, மகளினால் ஏற்பட்ட அவமானத்திற்குப் பின் ஊரெல்லாம் தான் ஒரு செய்தியாக பேசப்பட்ட லோகாயுத விஷயங்களிலிருந்து நீங்கியவராய் தனக்குள் சஞ்சரித்துக் கொண்டிருந்த ராமச்சந்திர ஐயரிடம், பலரை விடவும் அதிகமாய் அவதூதர் இல்லாத வெறுமையை உணர்ந்தவரிடம் கூறினார்; "ஒருவழியாக உங்கள் பிள்ளை திரும்ப உங்களிடமே வந்தாகிவிட்டது."

"என் மகனா? யார் அது? எனக்குப் பிள்ளையேயில்லை" என்று ராமச்சந்திர ஐயர் கோபமாய், காபியைக் கூட குடிக்க மறந்தவராய் கூறினார்.

பஞ்சாமி அவர் கையைப் பிடித்துக்கொண்டு, அவருக்காகக் காபி கலந்தபடி கூறினார்: "உங்கள் பிள்ளையைத் திரும்பித் துரத்தவோ,

அவனிடம் கோபமாகப் பேசவோ செய்யாதீர்கள். அவதூதருக்கு அது பிடிக்காது. ஒருவேளை, அவர்தான் உங்களுடைய இத்தனை கஷ்டங்களுக்குப் பிறகு, ஒரு ஆறுதலாய் மணியை உங்களிடம் அனுப்பியிருக்கக்கூடும். உங்களுடைய கஷ்டங்களுக்கெல்லாம் விடிவாய் மணி வந்திருக்கலாம். பேசாமல் காபியைக் குடித்துவிட்டு வீட்டிற்குப் போய் உங்கள் மனைவி என்ன சொல்லுகிறாளோ அதன்படி செய்யுங்கள், அதுதான் நல்லது."

தொடர்ந்து, அவதூதர் தாவூத் ஷாவிடம் கூறியது போலவே பஞ்சாமியும் ராமச்சந்திர ஐயரிடம் கூறினார்: "உங்களுடைய மனைவி ஆயிரத்தில் இல்லை லட்சத்தில் ஒருத்தி நீங்கள் அவளுக்கு ஏற்றவனேயல்ல."

இத்தகு பேச்சைக் கேட்டபின் இளைய ராமச்சந்திர ஐயருக்குப் பேச எதுவுமில்லை. தன்னுடைய தொலைந்துபோன பிள்ளையை மீண்டும் சந்திக்கும் கட்டத்திற்குப் பயந்தவராய் தயங்கியபடியே மெதுவாக காபியைக் குடித்தபடி காலங்கடத்திக் கொண்டிருந்தார்.

அதற்குள் மணி – அது மணிதான். தனியாக வீட்டிற்குள் இருந்த அம்மாவின் முன் அவமானமும் குற்றவுணர்வுமாய் நின்றிருந்தான். அத்தனை நாள் ஒரு மகனுக்குரிய கடமையை ஆற்றாமல் புறக்கணித்து வந்ததற்காய் மன்னிப்புக் கோருவதேபோல் மதுரத்தம்மாளின் கால்களில் நெடுஞ்சாண்கிடையாக வீழ்ந்து வணங்கினான் மணி. அவன் குற்றங்களோடு சேர்த்தே அதனை ஏற்றுக்கொள்ளும் அளவு அந்தத் தாயின் மனம் விரிந்திருந்தது. ஏதும் கூறாமல் அந்தச் சந்தர்ப்பத்தில் தான் எவ்வகையில் உதவியாயிருக்கக் கூடும் என்று புரியாமல், மௌனமாக நின்றாள் சிஸ்டர் ஜூடித். அவன்தான் சிஸ்டர் ஜூடித்தை சந்தித்து, சென்னையில் தன்னை அவதூதர் வந்து பார்த்து அலமுவின் பிரச்சனையைப் பற்றிக்கூறி இப்பொழுது அவன் சாத்தனூரில் இருப்பது அவசியம் என்று விளக்கி அவனை அனுப்பி வைத்ததாகக் கூறினான். அவதூதர் போன சமயம் அவன் வெகுவாக நோய்வாய்ப்பட்ட நிலையிலிருந்து அப்பொழுதுதான் சிறிது சிறிதாக மீண்டு கொண்டிருந்தான். அவதூதரின் வருகை அவனை மனதளவிலும், உடலளவிலும் முழுவதுமாய் குணப்படுத்தியது. புகழேணியின் உச்சியிலிருக்கும் போதே திரைப்படவுலகத்தைத் துறந்துவிட வேண்டும் என்று எண்ணியவண்ணமிருந்த அவனுக்கு அவதூதரின் வருகை ஒரு தீர்மானத்திற்கு வர பெரிதும் துணை செய்தது. அவனுடைய இடம் அவன் குடும்பம். அதைத் துறந்து தன்னுடைய ஏழை அம்மாவை எல்லாப் பொறுப்புகளையும் சுமக்க வைத்துவிட்டு ஓடி வந்துவிட்டதற்காய் அவன் வருத்தப்பட்டுக் கொண்டிருந்தான். அவதூதர் அவனிடம் அலமுவைப் பற்றி மிகவும்

பெருமையாகப் பேசியிருந்தார். அதனால், அவன் தங்கையைப் பார்க்கப் பெரிதும் ஆர்வமாயிருந்தான். சிஸ்டர் ஜூடித், அன்று வெள்ளிக்கிழமையாதலால் அலமு கல்லூரியில் இருப்பாள்; வீட்டில் அந்நேரத்தில் இருக்க மாட்டாள் என்று சொல்லி வைத்திருந்தாள். நேரே, அவளைக் கூட்டிக்கொண்டு வர அவள் கல்லூரிக்கே போயிருப்பான் மணி. ஆனால், அப்படிச் செய்யக் கூடாதென்று அவதூதர் திட்டவட்டமாக சொல்லிவைத்திருந்தார். அவன் முதலில் சிஸ்டர் ஜூடித்தை அழைத்துக்கொண்டு தன் அம்மாவைப் போய் பார்க்க வேண்டும். பிறகு தன் அப்பாவைப் பார்த்துவிட்டு அதற்கும் பிறகுதான், அலமு கல்லூரியிலிருந்து திரும்பி வந்த பிறகுதான் அவளைப் பார்க்க வேண்டும். "என்னை எதற்குக் குடும்பம் மறுபடி ஒன்று சேரும் வைபவத்தில், இழுக்கிறீர்கள்?" என்று சிஸ்டர் ஜூடித் முணுமுணுத்தாலும் மணியோடு சேர்ந்து அவன் வீட்டிற்குப் போனாள்.

மதுரத்தம்மாள் சமையலறைக்குள் பரபரப்புடன் ஓடியாடி அவர்களிருவருக்கும் காபி கலந்துகொண்டு வந்து கொடுக்கும் சமயம் ராமச்சந்திர ஐயர் வந்து சேர்ந்தார். மனைவியிடம், தான் பஞ்சாமி ஹோட்டலில் காபி குடித்தாகிவிட்டது என்று கூறியவர், இடையிலே ஓடி மறைந்த வருடங்களையெல்லாம் முழுமையாய் மறந்துவிட்டவராய் தன் மகனை வரவேற்றார்.

"உனக்குக் கல்யாணமாகிவிட்டதோ?" என்று என்ன பதில் கிடைக்குமோ என்று பயந்தபடியே, எனினும், அந்தக் கேள்வியைத் தவிர்க்க முடியாமல் கேட்டாள் மதுரத்தம்மாள்.

"இல்லை அம்மா. நீயும், அலமுவும் சேர்ந்துதான் எனக்கு ஏற்ற பெண்ணாகப் பார்க்க வேண்டும்" என்றான் மணி. "நீங்கள் யாரைப் பார்த்து முடிவு செய்தாலும் நான் ஏற்றுக் கொள்கிறேன். நான் நிறைய முட்டாள்தனமான காரியங்களைச் செய்தாகிவிட்டது என்றாலும் நல்லவேளையாக அதில் திருமணமும் ஒன்றில்லை."

லோகாயுதரீதியாகவும், கலைரீதியாகவுமான வெற்றியை மிக எளிதாகச் சுமந்து நின்ற அந்த மனிதன் முன்னிலையில் ராமச்சந்திரன், என்ன செய்ய என்று புரியாமல் நின்றார்.

"நீ நேராகச் சென்னையிலிருந்துதான் வருகிறாயா? நம் அவதூதரைப் பார்க்கும் சந்தர்ப்பம் ஏதாவது கிடைத்ததா?"

கேட்டதற்குப் பதிலாய், சிஸ்டர் ஜூடித் உட்பட அனைவரும் ஆகர்ஷிக்கப்பட்டவர்களாய் நின்று கேட்க, கிட்டத்தட்ட பத்து நிமிடங்கள் அவதூதரைப் பற்றிப் பேசினான் மணி. அவதூதர்

தங்களை விட்டு நீங்கிப் பத்து நாட்கள் ஆகிவிட்டிருந்தபடியால் அவர்களனைவருமே அவதூதரைப் பற்றி விவரமறிய ஒரே ஆவலாயிருந்தனர். அலமுவின் கல்யாண நாளின் முன்நாள் அவதூதர் வந்து சேருவார் என்று அறிவித்ததோடு தன் பேச்சை முடித்துக்கொண்டான் மணி.

"அலமுவின் கல்யாணமா? அது எப்பொழுது நடக்குமாம்?"

"இந்த வருடத்தின் கடைசி முகூர்த்த நாளான ஆகஸ்ட் பதினாலாம் தேதி நடக்குமென்று அவதூதர் கூறினார்."

"மாப்பிள்ளை யார்?" என்று பரபரப்போடு கேட்டாள் மதுரத்தம்மாள்.

"அவதூதர் என்னிடம் சொல்லவில்லை. ஆனால் அவர் யாரைக் கொண்டு வந்து நிறுத்தினாலும் அவரை மாப்பிள்ளையாக ஏற்றுக்கொள்ள அப்பாவும், நீயும், ஏன் அலமுவும்கூடத் தயாராக இருக்கிறீர்கள் என்பதுபோல் இருந்தது அவர் பேசிய விதம்."

"அவர் கூறியது மிகவும் சரி. ஆனாலும் மாப்பிள்ளை யாரென்று எனக்குத் தெரிந்துகொள்ள ஆசையாக இருக்கிறது."

சிஸ்டர் ஜூடித் அவர்களிடமிருந்து விடைபெற்றுச் சென்றாள். பள்ளியில் அவளுக்கு வேலையிருந்தது. அலமு கல்லூரியிலிருந்து திரும்பி வர இன்னும் இரண்டு மணி நேரம் ஆகக்கூடும்.

மதுரத்தம்மாள், சிஸ்டர் ஜூடித் விடைபெற்றுச் சென்றதும், தாய், மகனிடம் பேசுவதாய், மனதில் தேக்கி வைத்திருந்த தனது கஷ்டங்களை, பிரச்சனைகளைப் பற்றியெல்லாம் விரிவாக மணியிடம் எடுத்துரைத்தாள். பேசக் கிடைத்ததே அவளுக்கு பெரிய ஆறுதலாயிருந்தது. அவளுடைய புருஷன் மட்டும் இன்னும் பொறுப்பு வாய்ந்தவனாக இருந்திருந்தால் அவளுடைய பிரச்சனைகளைப் பகிர்ந்துகொண்டு பாரத்தைக் குறைத்திருக்க முடியும்... அதெல்லாம் சேர்ந்து இப்பொழுது அணையுடைத்த வெள்ளமாய் பெருகியது; விரக்தியும், சோர்வும், எரிச்சலும், கூடவே மகன் தங்களை விட்டு நீங்கிச் சென்றாலும் வாழ்வை வளமாக்கிக் கொண்டுவிட்ட, இன்று திரும்பியும் வந்துவிட்ட தங்கள் மகனைக் குறித்து கொஞ்சம் பெருமையும் கலந்த தனிநபர் உரையாடலாய் ஓடியது. அவன் வாழ்வில் அடைந்து விட்ட பேர், புகழ் பற்றி அவளுக்கு அதிருப்திதான் என்றாலும் அவை அவனிடம் கொண்டு வந்து சேர்த்துள்ள செல்வம் பற்றி அவளுக்கு சந்தோஷம்தான். பணமில்லாதவர்களின் பரம்பரைச் சொத்தான சின்னச்சின்ன கஷ்ட நஷ்டத்தையெல்லாம் ஈடு செய்யப் பணத்தால் ஆகும்.

தனது வாழ்வு முறையைக் குறித்த அம்மாவின் அதிருப்தியை ஊகித்துவிட்ட மணி அவளிடமும், அமைதியாகக் கேட்டுக்கொண்டிருக்கும் தன் தந்தையிடமுமாய் தான் தனது திரையுலக வாழ்க்கையை விட்டுவிட்டு வந்து விட்ட விஷயத்தைக் கூறினான். அவன் பணமும், ஓரளவு புகழும் சம்பாதித்தாகி விட்டது. ஆனால் அவனே அந்த வாழ்க்கையில் அதிருப்தி யுற்றவனாய்த்தான் இருந்தான். அந்த வாழ்க்கையிலிருந்து விடுபட்டு புது அத்தியாயம் தொடங்குவதுபற்றி யோசித்துக் கொண்டிருந்த வேளையில்தான் அவதூதர் அவனிருப்பிடத்திற்கு வந்து, அவன் இத்தனை நாட்கள் தனது குடும்பத்திற்கான கடமைகளைச் செய்யத் தவறியதை சரிசெய்வதாய், அதற்கான பிராயச்சித்தமாய் ஒரு வழி கூறினார்... அவர்கள் மூவரின் பேச்சு, விஷயங்களைக் கிரகித்துக் கொள்வதைவிட ஒருவருக்கொருவர் அளவளாவிக் கொள்ளும் சந்தோஷத்தை, ஒரு நெருக்கமான குடும்பமாகிவிட்ட மகிழ்ச்சியை அனுபவிப்பதற்காகவே நடைபெற்றது. அப்பா அதிகம் பேசவில்லை. தனக்கு இத்தனை சந்தோஷம் – பிரச்சனைகளுக்கும், துயரங்களுக்கும் மத்தியில் – தகுமா என்பது பற்றி அவருக்கே சந்தேகமாக இருந்தது. இருபத்தியாறு, இருபத்தியேழு வருடங்களுக்கு முன்னதாக தனது உதிரத்திலிருந்து உதிர்த்த அந்தச் சின்னக் குழந்தை, தன் மகன் நல்ல செல்வந்தனாய், தனக்குத் தானே இல்லா விட்டாலும், சாத்தனூருக்குக் கதாநாயகனாய் திரும்பி வந்திருக்கிறான் என்பதை ஏற்றுக்கொள்வதே கடினமாக இருந்தது ராமச்சந்திர ஐயருக்கு. உண்மை – அவன் சரியாகப் படிக்க வைக்கப்படவில்லை; அவன் நல்ல பணிவான பிள்ளையாக இருந்ததில்லை – ஆனால் அவன் வாழ்க்கையில் வெற்றி பெற்று ஒரு இம்பாலா காரில் வந்திருக்கிறான். வங்கியில் மூன்று நான்கு லட்சங்கள் கொண்டவனாய் ஏறக்குறைய சாத்தனூர் வாசிகளிலேயே தலைசிறந்த பணக்காரனாகிவிட்டான் – பிராமணர்களிலேயே செல்வந்தர்களான முன்னாள் நீதிபதி, மாஜி கலெக்டர், மற்றும் பிராமணரல்லாதவர்களில் பணக்காரராக விளங்கிய சிவஷண்முகம் செட்டியார், தாவூத் ஷா உட்பட எல்லாரையும் மிஞ்சும் பணக்காரனாகிவிட்டான் தன் மகன்...! மணி ஊர் வந்து சேர்ந்த ஒரு மணி நேரத்திற்குள்ளாகவே, பஞ் சாமி ஹோட்டலில் மையம் கொண்டு சாத்தனூர் எங்கும் வீசிய புயலாய் அவன் வந்தது பற்றிய செய்தி பரவிவிட்டது. ராஜலக்ஷ்மி விலாஸ் முதலாளியும் அவர் மகனும் உட்பட சாத்தனூர் வாசிகள் எல்லோருமே ஒருவர் மாற்றி ஒருவராய் மணியைப் பார்க்க வருகை தந்தபடியே இருந்தனர். பஞ்சாமி தன் பிள்ளை ஒரு திரைப்படம் தயாரிக்கப் போவது பற்றிப் பேச ஆரம்பித்ததுமே அவரை இடைமறித்து மேலே பேசவிடாமல் மணி நான் இனியும் திரைப்பட

நடிகன் இல்லை, மாமா. நான் அந்த வாழ்க்கையை பின்னால் விட்டு விட்டு வந்தாகிவிட்டது. நல்ல ஸ்திதியில் இருந்தபோதே நான் வெளியேறிவிட்டேன். அதனால் என்னிடம் இன்னும் கொஞ்சம் பணம் மீதமிருக்கிறது. அது ஒரு திருப்தியேயில்லாத வாழ்க்கை. அதன்மூலம் எனக்குக் கிடைத்த பெயரும், புகழும், செல்வாக்கும் எனக்குப் பிடித்திருந்தாலும் மொத்தத்தில், அந்த வாழ்க்கையை நான் சந்தோஷமாக அனுபவிக்கவில்லை. இப்பொழுதுதான் உணர்கிறேன். எனது இடம் நடுத்தெருவிலிருக்கும் என் அப்பா வோடும் அம்மாவோடும்தான். சாத்தனூர் என்னை ஏற்றுக் கொள்ளுமென்றால் நான் இங்கேயே சந்தோஷமாக இருந்து விடுவேன். என்னுடைய தந்தைக்காகவும், தங்கைக்காகவும் என்னை சாத்தனூர் ஏற்றுக்கொள்ளும் என்று எண்ணுகிறேன்."

அலமு அன்று திரும்பி வர நேரமாகிவிட்டது. வழியில் பஸ் டயர்களில் ஒன்று பழுதாகி அதைச் சரி செய்ய நாற்பது நிமிடங்களுக்கும் மேல் ஆகிவிட்டது. மதுரத்தம்மாள் மிகவும் கவலைப்பட்டுப் போய் விடும்படியாய், அலமு வழக்கமாக வரும் ஐந்து மணிக்கு வராமல் ஆறு மணிக்குத்தான் வந்து சேர்ந்தாள். தெருவில் நுழைந்தபோது கோயில் கோபுரம் பக்கத்தில் இன்னும் நின்றுகொண்டிருந்த அந்தப் பிரமாண்டமான இம்பாலா காரைப் பார்த்தாள். யாரோ கோயிலுக்கு வந்திருக்கும் பணக்கார பக்தரின் வாகனம் போலும் என்று எண்ணிக்கொண்டா ளென்றாலும் தன் வீட்டு வாசலுக்கு முன்பாக வாயைப் பிளந்தபடி பார்த்துக் கொண்டிருக்கும் கூட்டமெதற்காக என்று அவளுக்கு விளங்கவில்லை. அம்மாவுக்குத்தான் ஏதாவது ஆபத்து நடந்துவிட்டது போலும் என்ற பயம் மட்டுமே ஏற்பட்டது. ஆனால், நல்லவேளை இல்லை, அவளுடைய திரைநடிகனாகிவிட்ட அண்ணன்தான் வந்திருக்கிறான்; இது அவதூதரின் செயல்தான் என்பதில் அவளுக்குச் சந்தேகமே யில்லை. அவதூதர் அதுபற்றி ஒருமுறை தனக்கே உரித்தான புதிர்போடுவதாய் பேசும் முறையில் தெரிவித்திருப்பதாய் தோன்றியது அவளுக்கு. என்றாலும் அதனாலெல்லாம் இளகாமல் தன் அண்ணனிடம் விறைப்பாய், "எப்பொழுதிலிருந்து உனக்கு ஒரு தங்கை இருக்கிறாள் என்பது நினைவுக்கு வந்தது?" என்று அவன் முன்பு அனுப்பிய கடிதத்தைப் பற்றி குத்திக் காட்டுவதாய் கேட்டாள். இந்தவிதமான வரவேற்பினால் மணி பொலிவிழந்து போனாலும் சமாளித்துக்கொண்டு, "என் தங்கை இக்கட்டில் இருப்பதாய் அவதூதர் என்னிடம் சொன்னது முதல் தங்கை ஞாபகம் தொற்றிக்கொண்டது" என்பதாய் பதிலடி கொடுத்தான்.

அந்த பதில் அலமுவை அடக்கிவிட்டது. அது முதல் ஒரு அண்ணாவிடம் தங்கை பேசுவதாய் இயல்பாய் பேச ஆரம்பித்தாள் அவள். "அவதூதர் உன்னுடைய தங்கையின் வீழ்ச்சியைப் பற்றிய கதையைக் கொண்டு வந்தாரோ உன்னிடம்?" அவள் கேட்டது அவதூதரைப் பற்றி மேலும் விவரம் கிடைக்குமோ என்பதற்காகத்தான்.

அம்மாவிடம் தான் ஏற்கனவே சொல்லி முடித்திருந்த விவரங்களனைத்தையும் மறுபடி தங்கையிடம் கூறிய மணி விரைவில் வரப்போகும் அவளுடைய திருமணம் பற்றியும் அதற்குத் தான் தயாராக இருக்குமாறு கேட்டுக்கொள்ளப் பட்டதையும் திருமணம் இன்னும் ஒரு மாதத்தில் ஆகஸ்ட் 14ஆம் தேதி நடக்கும் என்றும் விவரமாகக் கூறினான்.

"முதலில் நாமிருக்கும் இந்த வீட்டைப் புதிதாகக் கட்ட விரும்புகிறேன்" என்றான் மணி. ராமச்சந்திர ஐயருக்கு சர்வமானிய அக்ரஹாரத்திற்குக் குடிபோக ஆசை. ஆனாலும், மணிக்கு நிம்மதியளிக்கும் விதத்தில், மதுரத்தம்மாளும் சரி, அலமுவும் சரி – இருவருமே ராமச்சந்திர ஐயரின் ஆசைக்கு எதிராக வாக்களித்துவிட்டார்கள். அடுத்த நாளிலிருந்து நடக்கப்போகும் திருமணத்திற்கு சரியான நேரத்தில் தயாராகி விடும்படி வீட்டைப் புதிதாக நிர்மாணிக்கும் வேலையை மணி ஆரம்பிப்பான். அந்த வீட்டைத் தன் தங்கைக்குச் சீதனமாகத் தந்துவிடுவான். அவனுக்குச் சென்னையில் சொந்த வீடு ஒன்றிருந்தது. அவன் விரும்பினால் பக்கத்திலிருக்கும் தோட்டத்தை வாங்கி அங்கேயும் புத்தம் புதுவீடு ஒன்றை நிர்மாணிக்க முடியும்.

"உன்னுடைய உலகத்திலிருந்து எனக்கு ஒரு மன்னியைக் கூட்டிக்கொண்டு வந்திருக்கிறாயோ?" என்று கேட்டாள் அலமு.

"இல்லை. அந்த விஷயத்தை முடிவு செய்யும் பொறுப்பை உன்னிடமும், அம்மாவிடமுமே விட்டுவிடுகிறேன். சாத்தனூர் பெண் ஒருத்தியை எனக்குப் பாருங்கள்."

"ஆனால், அது கஷ்டமாயிற்றே" என்றாள் அலமு. "திரையுலகக் காதல் சக்கரவர்த்தியோடு குடும்பம் நடத்த எந்த சாத்தனூர் பெண் விரும்புவாள்? என்னால் இரண்டு பேரைத் தவிர வேறு எவரையும் அப்படி நினைக்க முடியவில்லை. ஆனால் அந்த இருவருமே நம்மால் ஏற்றுக்கொள்ள முடியாதவர்கள். ஒருத்தி நொண்டி; திருமணத்திற்கு லாயக்கற்றவள். மற்றவள் ஒரு முஸ்லிம். இன்னொருவனுக்கு நிச்சயப்படுத்தப்பட்டவள். அவர்களிருவரில்

ஏதேனும் ஒருவர் எனக்கு மன்னியாக வேண்டும் என்பது என் ஆசை. ஆனால் அது நடக்க வழியில்லை."

"என்னுடைய திரைப்படமொன்றில் நான் மிகவும் ஆசாரமான பழமைவாதி ஒருவரின் மகனாக வந்து, ஒரு முஸ்லிம் பெண்ணைக் காதலிப்பதாய், அவளுக்காக உற்றார், உறவு, தோட்டம், துரவு எல்லாவற்றையும் தியாகம் செய்பவனாய் நடித்தேன். அந்தப் படம் வசூலைப் பொறுத்தவரை பெருத்த நஷ்டமுண்டாக்கிய படமென்றாலும் நான் நடித்த படங்களிலேயே எனக்கு மிகவும் பிடித்த படம் அது."

"உற்றார், உறவைத் துறப்பவனாய் நீ நடிக்கவேண்டிய தில்லையே. அதெல்லாம் உன்னைப் பொறுத்தவரையில் முழுக்க உண்மையாயிற்றே!" என்றாள் அலமு.

பிரிந்தவர் மீண்டும் ஒன்று சேர்ந்ததற்காய் முருகன் கோயிலில் பூஜை, புனஸ்காரங்கள் எல்லாம் நடந்தேறின. ராமச்சந்திர ஐயர் இந்தத் தடவை மட்டும் வாழ்வில் ஒரே ஒரு முறை – தனக்குள் தீர்மானித்துக் கொண்டவராய் – ஊர்ப் பிராமணர்கள் எல்லோரும் பாராட்டும்படியாக பலவகைப் பதார்த்தங்களுடன் மிக நேர்த்தியாகத் தனது வேலையை செய்திருந்தார். சாப்பாட்டிற்காக வந்திருந்த அவர்களில் மகாதேவ ஐயரும் இருந்தார். என்றாலும் அவரை அலமு இரண்டுமுறை போய் அழைத்து பின்னரே அவர் வந்தார்.

அம்மா, பிள்ளை, பெண் மூவரும் இரவு நெடுநேரமாக பேசிக் கொண்டேயிருந்தார்கள். அதற்கு மேலும் நிறைய பேச இருந்தது அவர்களுக்கு.

அடுத்த நாள் அதிகாலையிலேயே மணி அலமுவைக் கூட்டிக்கொண்டு கிளம்பினான். தன்னை தாவூத் ஷாவின் வீட்டிற்கு அலமு கூட்டிக்கொண்டு போக வேண்டுமென்றும், அவன் சாத்தனூரில் என்ன காரியம் செய்தாலும் அதற்கு தாவூத் ஷாவின் துணையை அவன் நாட வேண்டுமென்று அவதூதர் கூறியிருப்பதாகவும் கூறினான். தாவூத் ஷாவுக்கு மணியை அவன் சின்னப்பிள்ளையாயிருக்கும் போது பார்த்த பழக்கமுண்டு. அவர் அவனை நல்லமுறையில் வரவேற்றார். அவதூதர் எங்கே என்று அவர் கேட்டதற்கு மணி கூறினான்: "நான் சென்னையை விட்டுப் புறப்படுவதற்கு முன்பாக அவரை டில்லிக்குப் போகும் விமானத்தில் ஏற்றிவிட்டுத்தான் வந்தேன். வடக்கே இன்னும் தூரமாகப் போக வேண்டியிருப்பதாகக் கூறினார் அவர். அவர் இமயமலையில் எங்கோ இருக்கும் தன் குருவைப் பார்க்கப் போகிறார் என்பது என்

ஊகம். ஆனால் சரியாக அலமுவின் கல்யாண சமயத்திற்குத்தான் சாத்தனூர் திரும்பிவிடுவதாக என்னிடம் கூறினார்."

அவர்களோடு வந்து சேர்ந்துகொண்ட ஃபாத்திமா பீவி, "அதெப்படி அலமுவின் கல்யாணம் அவதூதர் இல்லாமல் நடக்கும்? அவர் நிச்சயமாக ஆஜராகி விடுவார்தானே?" என்று வினவினாள்.

அவளுடைய வார்த்தையில் ஏதோ உள்ளர்த்தம் கண்டுபிடிக்க முயலுவதாய் அலமு அவளை நிமிர்ந்து பார்த்தாள் என்றாலும் ஃபாத்திமா பீவி அதற்கு மேல் ஏதும் விவரமாகக் கூறவில்லை. தவிர உள்ளே புது மனிதர்கள் வந்திருப்பதை அறியாதவளாய், அப்பொழுதுதான் குளித்து முடித்து எளிமையாக உடுத்திக்கொண்டு அன்றலர்ந்த ரோஜா போல் பொலிவோடு திகழ்ந்த தன் மகள் ஆயிஷா உள்ளே வர, அவள் மேல் ஃபாத்திமா பீவியின் கவனம் விழுந்தது. அவளுடைய அழகு, மணியின் கண்ணைக் கவர்ந்திழுக்கத் தவறவில்லை. சொல்லிக் கொண்டிருந்ததை அப்படியே நிறுத்திவிட்டான் மணி. கிழவர் தாவூத் ஷா அவனிடம் ஆயிஷாவை அறிமுகப்படுத்திக் கூறினார். "இவள் என்னுடைய பிரியத்திற்குகந்த பேத்தியும் அலமுவின் மாணவியும் ஆவாள். இந்த வருடம் பள்ளிப் படிப்பை முடித்துவிடுவாள்."

வந்திருந்த புதியவன் தன்னை அத்தனை வெளிப்படையாக, வைத்த கண் வாங்காமல் பார்ப்பதைக் கவனித்து முகம் சிவந்தவளாய் சீக்கிரமே அலமுவையும் தன்னோடு இழுத்துக் கொண்டு உள்ளறைக்குச் சென்றுவிட்டாள் ஆயிஷா.

தாவூத் ஷா, அலமுவின் கல்யாண ஏற்பாடுகளில் மணிக்கு எந்த உதவியையும் செய்யத் தயாராக முன்வந்தார். ஆனால் மணி திருமணத்திற்கு முன்னதாகவே தங்கள் நடுத்தர வீட்டை, புதுப்பித்துக் கட்டிவிடுவதில் மிகவும் குறியாக இருந்தான். வேலை செய்ய ஆட்கள் தயாராகவே இருந்தார்கள். அந்தப் பருவத்தில் அங்கே வீடு கட்டும் தொழில் களை கட்டியிருக்கவில்லை. தேவையான பொருட்களும் தவிக்க வேண்டி வராமல் கிடைத்ததால் வெகு குறுகிய காலத்திற்குள்ளாகவே வீடு புதிதாகக் கட்டப்பட்டு, கூட ஒரு அறையும் அதிகப்படியாகக் கட்டப்பட்டுவிட்டது. அவர்களுக்கு இரண்டாவது மாடி எழுப்ப முடியாது. மொட்டை மாடிகூட திறந்தவெளிப் பிரதேசமாகத்தான் இருந்தது. ஏனெனில் கோயிலுக்கு அருகாமையிலான சுற்றுப்புறங்களிலோ, அல்லது நான்கு பிரதான வீதிகளிலுமோ கோயில் கோபுரத்தைவிட உயரமாக எந்தக் கட்டடமும் எழுப்பப்படக்கூடாது என்று ஒரு மரபு நிலவியது சாத்தனூரில். அதனால் உயரம் அதிகமாக்க

முடியாததையெல்லாம் சேர்த்து வீட்டைப் பக்கவாட்டில் அகலப்படுத்தியிருந்தார்கள். ராமச்சந்திர ஐயர் கட்டியிருந்த வீடு நல்ல ஸ்திரமாகக் கட்டப்பட்டது. அதன் அஸ்திவாரமும் மிக பலமாகப் போடப்பட்டிருந்தபடியால் அதனை அழிக்க விரும்பாமல் அதன் மேலாகவே தனது புது வீட்டை எழுப்பியிருந்தான் மணி. அவர்கள் வீட்டிற்கு அடுத்தாற்போலிருந்த வீட்டை விலை கொடுத்து வாங்கிவிட்டான் மணி. இடிபாடுகளுடன் இருந்த அந்த வீடு மிகக்குறைந்த விலைக்குக் கிடைக்க, அதையும் தங்களுடைய வீட்டையும் சேர்த்து தாராளமாகப் புழங்கும்படியாய், புழங்க அதிக இடம் இருக்கும் வகையில் அகலப்படுத்தினான் மணி. மணிக்கு வீடு கட்டுவது பற்றி அனுபவம் ஒன்றும் கிடையாதாகையால், தன்னுடைய உதவியாளரிடம் கடையை விட்டுவிட்டு கட்டிட வேலை நடக்கும் தலத்திற்கு வந்து நீண்டநேரம் அங்கே மேற்பார்வையிட்டு வந்தார் தாவூத் ஷா.

மணி எத்தனை தடுக்க முயன்றும், தனது அதிருப்தியைத் தெரிவித்தும் கேளாதவளாய் மதுரத்தம்மாள் எப்பொழுதும் போல் சாத்தனூர் வீடுகளில் பலவற்றில் காரியமாற்றச் சென்று, சமையலறை வேலைகளிலும் அவர்கள் கேளாமலேகூட, கூடமாட உதவிகள் செய்தபடி இருந்தாள். ஆனால் இப்பொழுது தான் செய்யும் வேலைகளுக்கெல்லாம் பணம் வாங்கிக்கொள்ள மறுத்துவிட்டாள். “என் பிள்ளை எனக்கு எக்கச்சக்கமாக பணம் கொண்டு வந்துவிட்டான். எனக்கு எதற்கும் பணம் தர வேண்டாம். இனி எப்பொழுதாவது கடவுள் விரும்பி எனக்குத் திரும்பவும் ஏதேனும் தட்டுப்பாடு வந்தால், நிச்சயமாக உங்களிடம் கேட்பேன் நான். தற்சமயத்திற்கு எனக்கு நீங்கள் பணமெதுவும் தரவேண்டாம்” என்று திட்டவட்டமாகத் தெரிவித்துவிட்டாள்.

ஆகஸ்ட் மாத ஆரம்பத்தில் சாத்தனூருக்கு வருகை தந்த விஞ் ஞானி ராமனும், அவன் மனைவி ஹேமாவும் நடந்த விஷயங் களையெல்லாம் அறிந்து அலமுவுக்காக வருத்தமடையவும், அதே சமயத்தில் சந்தோஷப்படவும் செய்தார்கள். மணியைத் தேடிச் சென்று ராமன் “நானும், நீயும் இனிவரும் பல தலைமுறைகளுக்கு சாத்தனூர் பெருமை கொள்ளப்போகும் இருவர்” என்று கூற, அதற்கு பதிலாய் மணி, “எனக்கு என்னைப் பற்றித் தெரியாது. ஆனால் என்னுடைய உண்மையான சிறந்த நாட்கள் இனிவரப் போகிறதே தவிர எனக்குப் பின்னால் முடிந்து போனவை அல்ல என்பது மட்டும் தெரிகிறது.”

இந்த உரையாடல் அவர்களிடையே நடைபெற்றுக் கொண்டிருக்கும்போது அங்கே இருந்த ஹேமா, “டில்லி, பம்பாய்

போன்ற பெரிய நகரங்களில் வசிக்கும் மனிதர்களெல்லாம் நமது சிறிய கிராமத்து மனிதர்களின் மனோதிடத்தையும், உயிர்ப்பையும் கொண்டு விளங்கினால் எத்தனை நன்றாக இருக்கும் என்று எண்ணத் தோன்றுகிறது," என்றாள்.

"ஒரு குறிப்பிட்ட சிறு அளவு சென்னைக்கு இருக்கிறது" என்றான் மணி.

"சென்னை, கல்கத்தா, ஏன் திருவனந்தபுரத்தில்கூட இருக்கிறது" என்றாள் ஹேமா.

"ஐரோப்பாவிலுள்ள பல நகரங்களில் அது இருக்கிறது – பாரிஸ், வியன்னா, ரோம்..."

"நான் அங்கு எங்கேயும் போனதில்லை" என்றான் மணி, அடக்கமாக. "எனக்குப் போக ஆசைதான்" என்றும் தொடர்ந்து கூறினான்.

திரையுலக நடப்புகளைப் பற்றிய ஹேஷ்யம் சொல்வதிலேயே ஜீவித்து வந்த நாளிதழ்களும், வாராந்திரிகளும் வெகு காலத்திற்கு மணி திரையுலகிலிருந்து மறைந்ததைப் பற்றி அலசி வந்தன. அவன் ஒதுங்கிவிட்டதற்காய் வருத்தப்பட்டன. ஆனால் சில காலம் கழித்து மணி ஒரு பேட்டியின் மூலம் தன்னைப் பற்றிய மர்ம மறைவைக் குறித்து காரணங்கள் கூறித் தெளிவூட்டினான். "அவருக்கு திரையுலக வாழ்வு திருப்தியளிக்கவில்லை. அவரால் முடிந்தபோதே அதை விட்டு விலகிவிட்டார். திரையுலகில் தனது எந்தக் கடமையையும் அவர் முடிக்காமல் விட்டுச் செல்லவில்லை." அதன்பின், ஒரு உழைப்பாளப் பத்திரிகையாளன் அலமுவின் கதையை எப்படியோ சேகரித்துக்கொண்டு, கூடவே அவதூதரைப் பற்றிய விஷயங்களையும் கிரகித்துக்கொண்டு போக நமது நாளிதழ்கள் மிக பக்தியோடு போற்றிப் பாதுகாக்கும் அரசியல்வாதிகளையும் புறமொதுக்கி கொட்டை எழுத்துக்களில் விறுவிறுப்போடு அது பிரசுரமாகி விரைவில் மறந்தும் போனது.

ஆகஸ்ட் மாதம் ஆரம்பமாகி வேகவேகமாக நடந்து கொண்டே வருகையில் அலமு, அவதூதர் அவளுக்குக் கிடைப்பதாய் உறுதியளித்து விட்டுச் சென்றிருக்கும் அந்த மர்ம மாப்பிள்ளை யார் என்று யோசித்தபடியே இருந்தாள். காலையில் ஏற்படும் மயக்கம் இப்பொழுதெல்லாம் அதிகமாயிருந்தாலும், அவள் இன்னமும் கல்லூரிக்குப் போய் வந்து கொண்டிருந்தாள். அவளுடைய சக மாணவியரும் சரி, ஆசிரியர்களும் சரி அவளிடம் மிகவும் அனுசரணையோடு இருந்தனர். வாழ்க்கை கஷ்டமாகவொன்றும் இல்லை. அவள் ஒரு தவறு இழைத்து விட்டாள்தான். என்றாலும்

அதற்காய் வெகுகாலமாய், இல்லை எப்பொழுதுமாய் கஷ்டப்படும், அவப்பெயரைத் தாங்குமளவு நிலைமை வரவில்லை அவளுக்கு. அவளுக்கு வரும் உதவித்தொகையே, அதிகமாய் மணி வீட்டிற்கு வாரி இறைத்துக் கொண்டிருக்கும் பணத்தை சாராமல், தனது சொந்தக்காலிலேயே அவள் நிற்க உதவியாக இருந்தது. தனது நிலையைக் குறித்தெல்லாம் அவளுக்குக் குற்றவுணர்வு குறுகுறுத்தாலும் அந்த குறுகுறுப்பும் அதிக காலம் நிரந்தரமாக நிலைக்கவில்லை. பொதுவாக இந்த மாதிரி விஷயங்களில் மிகக் கேவலமாகப் புறம் பேசும் மனிதர்கள் தன் விஷயத்தில் அப்படியின்றி அன்பும், அனுசரணையுமாக இருப்பது அவளுக்கு மிகவும் அதிசயமாக இருந்தது. எல்லாவற்றிற்கும் பின்னணியில் அவதூதர் மேலான அவளுடைய நம்பிக்கை இருந்தது.

சொன்ன நாளில் அவதூதர் சரியாக வந்து சேர்ந்து விட்டார் என்றாலும் அவர் தனியாகவோ, நிர்வாணமாகவோ வரவில்லை. கச்சிதமாக உடையணிந்த நாகரீக மனிதனாய் பத்து கட்டை வண்டிகளில் மனிதர்கள், ஆண்கள், பெண்கள், குழந்தைகள் புடைசூழ வந்தார். அவருடைய புதிய உருவத்தில் அவரை சாத்தனூரால் அடையாளம் கண்டுகொள்ள முடியவேயில்லை. அவரைப் பழையபடியே பார்க்கத்தான் பிரியப்பட்டிருப்பார்கள் அவர்கள். வண்டியில் வந்தது அவர் குடும்பம். விரைவிலேயே, சாத்தனூர் முழுக்க தங்கள் அவதூதர்தான் அலமுவுக்கு வரப்போகும் கணவன் என்பது தெரிந்துவிட்டது. அவர்கள் வருகையைக் குறித்துப் பேசிய ஹேமா முடிவுரையாய் அலமுவிடம் கூறினாள்: "இப்பொழுது என்னால் அந்த மணப்பெண்ணின் முகத்தைப் பார்க்க முடிகிறது. அது நீதான். நீ அதிர்ஷ்டசாலி அலமு!" தான் தான் உலகத்திலேயே சிறந்த அதிர்ஷ்டசாலி என்பதில் அலமுவுக்கு சந்தேகமேயில்லை!

அவதூதராக மாறுவதற்கு முன்பான அவதூதரின் வாழ்க்கை வரலாறு இப்பொழுது சாத்தனூர் முழுக்கத் தெரிந்தாகிவிட்டது. அவர்கள் தஞ்சாவூரைச் சார்ந்த பிராமணர்கள் போலிருந்தது. இரண்டு தலைமுறைகளாக லாகூரில் வியாபாரம் செய்து வந்தபடியால் அவர்களுக்குத் தங்கள் பிறந்த ஊர் பற்றி ஏதும் தெரியாதிருந்தது. அந்தப் பையன் புத்திசாலியாக அதேசமயம் முரடனாக வளர்ந்தான். அவன் குடும்பத்தைச் சேர்ந்த பெண்ணொருத்தி ஒருசமயம் ஏதோ ஒரு இனக்கலவரத்தில், முஸ்லிம் ஒருவனால் கற்பழிக்கப்பட்டு குழந்தை பெற்றெடுத்தபோது வறட்டு குடும்ப கௌரவத்தைக் காப்பாற்ற வேண்டி அந்தப் பெண்ணை வீட்டை விட்டே துரத்தியடித்துவிட்டார்கள். ஸ்வாமி

என்று செல்லமாக அழைக்கப்பட்டு வந்த அந்தச் சிறுவன் கிருஷ்ணஸ்வாமிக்கு தன் சகோதரியிடம் அதிக அன்பு இருந்தது. அவன் மூன்று பையன்களும், நான்கு பெண்களும் கொண்ட குடும்பத்தின் கடைக்குட்டி. அவன் தன்னுடைய பெற்றோரிடம் அக்காவுக்காக எத்தனையோ வாதாடியும் அவர்கள் மனமிரங்கவில்லை. அவர்களால் வீட்டை விட்டு வெளியேற்றப்பட்ட பெண் தெருவில் உணவு கிடைக்காமல் பசித்து தனது உயிரையும், தனது பச்சிளங் குழந்தையையும் மாய்த்துக் கொள்ள வேண்டியிருந்தது. அப்பொழுது இருபது வயதான அந்தப் பையன் ஸ்வாமி வீட்டை விட்டு வெளியேறி கால்போன போக்கெல்லாம் எங்கெங்கேயோ சுற்றித்திரிந்தபடி இருந்து வந்தவன் இறுதியில் ஒரு குருவை சந்தித்தான். அந்த குரு அவனைச் சரியான வழியில் திருப்பி, அவன் என்று எந்தப் பெண்ணையாவது கண்டு சலனப்படுகிறானோ அன்று அவன் மீண்டும் இல்லற வாழ்விற்குத் திரும்பிவிட வேண்டுமென்று கூறியனுப்பினார். தனது பெற்றோர்களைத் தவிர்ப்பதற்காக வெகுதூரமாய் தென்னிந்தியா பூராவும் தனது பயணத்தைத் தொடர்ந்து சுதந்திரம் கிடைப்பதற்கு முன்தினம் சாத்தனூரை வந்தடைந்தார்.

அவருடைய பெற்றோரும் மற்ற குழந்தைகளுடன் பாகிஸ்தான் பிரிவினைக்குச் சற்று முன்பாகவே டில்லிக்குக் குடிபெயர்ந்து விட்டார்கள். எத்தனையோ தேடியும் ஓடிப்போன மகன் திரும்பக் கிடைக்காததால் அவன் இறந்துவிட்டதாகவே முடிவெடுத்து தேடலையும் நிறுத்திவிட்டனர். தங்கள் பிள்ளைக்கு என்ன ஆயிற்று என்ற விவரமொன்றும் தெரியாமல் எட்டு ஆண்டுகள் கடந்தபிறகு ஒரு நாள் அவன் அவர்களைத் தேடி வந்து தான்தான் அவர்களுடைய தொலைந்துபோன மகன் என்றும் தன்னுடைய திருமண விழாவில் கலந்துகொண்டு நடத்தித் தர அவர்கள் சாத்தனூருக்கு வர வேண்டும் என்றும் கேட்டுக்கொண்டான். அவன் வார்த்தையே அவர்களுக்கு நம்பிக்கையூட்டப் போதுமானதாக இருந்தது என்றாலும் போதாதற்குக் கூடவே ஒரு நீண்ட தாடியணிந்த பெரியவரும் வந்து தனக்கு நானூறு வயதாகிறது என்று கூற, அவர்தான் தன்னுடைய குரு என்று ஸ்வாமி தன் பெற்றோர்களிடம் அந்தப் பெரியவரை அறிமுகப்படுத்தினான்.

அந்த குருவும் திருமணத்திற்கு வந்திருந்தவர்களில் ஒருவர். சாத்தனூர் அவர் அடிபணிந்து வணங்கியது. அவருக்கு நானூறு வயது என்பதை நிச்சயமாக நம்ப முடிந்தது சாத்தனூர் வாசிகளால். நீண்டு வளர்ந்து தொங்கிய வெள்ளை தாடியில் அவர் வயதற்றவராய் தோன்றினார். புதிதாகப் பிறந்த குழந்தை

யைப்போல் அவர் முகத்திலும், கைகளிலுமாக ஏராளமான சுருக்கங்கள் இருந்தாலும் அவருடைய புலனுணர்வுகள் எல்லாம் சரியாக இருந்தன. எல்லோரும் கேட்குமாறு கூறினார் அவர்: "ஸ்வாமி நல்லவன். எப்பொழுதுமாய் அவனை என் சீடராக இருத்திக்கொள்ள எனக்கு ஆசைதான் என்றாலும் ஆண்டவன் சித்தம் அதுவல்ல. அவனுக்கு ஏழு வருட அவதூதர் வாழ்க்கைதான் வாய்த்திருந்தது. அவனிடம் இல்லாத ஒன்றை என்னால்கூடக் கொடுக்க முடியாது.

குருவும், ஸ்வாமியும் அலமுவின் அம்மாவைப் போய்ப் பார்த்தனர். மதுரத்தம்மாள் முதலில் குருவின் கால்களில் விழுந்து வணங்கினாள். பின் முன்னாள் அவதூதர் கால்களிலும் விழுந்திருப்பாள். ஆனால் அப்படிச் செய்யவொட்டாமல் அவளைத் தடுத்துவிட்டார் அவதூதர். "நான் அவதூதராக இருந்தபோது அப்படி செய்தது சரிதான். ஆனால் இப்பொழுது நான் அலமுவுக்குக் கணவனாகப் போகிறவன் மட்டும்தான்."

தாவூத் ஷா தன்னுடைய மிகச்சிறந்த சந்தன உருண்டையுடன் அவதூதரை வரவேற்றார். "எனக்குப் பூசி விடுங்கள்" என்றார் முன்னாள் அவதூதர். அதற்கு தாவூத் ஷா "அதெல்லாம் நீ அவதூதராக இருந்தபோது சரிதான். ஆனால் இப்பொழுது நீ அலமுவின் கணவன். அவள் மட்டும்தான் உனக்குப் பூச முடியும். இல்லை நீயே பூசிக்கொள், நான் செய்ய மாட்டேன்."

கிருஷ்ணஸ்வாமிக்கும் அலமுவுக்கும் இடையேயான திருமணம் 1954ஆம் வருடம், ஆகஸ்ட் 14ஆம் நாள் நடந்தேறியது. அவதூதர் அதற்குப் பின் அவதூதராக இல்லை.

முடிவுரை

அதற்குப் பிறகு, அவதூதராயிராத அந்த அவதூதர் தனது திருமணத்திற்குப் பிறகும் தொடர்ந்து சாத்தனூரிலேயேதான் வசித்து வந்தாரா?

ஆமாம். இன்றும் அவர் அங்கேதான் வாழ்கிறார்.

சாத்தனூர் வாசிகளுக்கு அவருடைய புதிய, சாதாரண மனித அந்தஸ்தை ஏற்றுக்கொள்ளச் சிரமமாக இருந்திருக்கு மில்லையா?

ஆரம்பத்தில் அப்படித்தான் இருந்தது. உண்மையில், பிறரை விட அவர்தான் தன்னுடைய புதிய நிலைக்கேற்ப தன்னை எளிதாக மாற்றிக்கொண்டுவிட்டார். ஆனால் அவதூதரை, அவருடைய உச்சகாலத்தில் அறிந்திருந்த தலைமுறை இறந்து கொண்டே வருகிறது. அவர்களுக்கு அந்த அவதூதரைத் தெரியாது.

அலமு அவரோடு சந்தோஷமாக இருக்கிறாளா?

நிச்சயமாக. அவள் கணவனைக் குறித்து பெருமிதப்படும் மனைவியாக அவனுக்கு மூன்று குழந்தைகளைப் பெற்றெடுத்துத் தந்தாள். முதலாவது ஆணாக, இரண்டாவது பெண் குழந்தையாகப் பிறந்து, மூன்றாவதாக மறுபடியும் ஆண்குழந்தை பிறந்தது. முதலிருவரும் கல்லூரியில் படித்துக் கொண்டிருக் கிறார்கள். மூன்றாமவன் கூடிய விரைவில் கல்லூரியில் சேரப் போகிறான்.

தாயானதால் அலமுவின் கல்லூரி வாழ்க்கை பாதிக்கப் பட்டதோ?

இல்லை. பெரிதாக ஒன்றும் இல்லை. அவள் ஒரு மாதம் விடுமுறையிலிருக்க வேண்டி வந்தது. ஆனால் அவளுக்கு 1954 டிசம்பர் விடுமுறையின்போதுதான் குழந்தை பிறந்ததால் அவளுக்கு அதிகமாகத் தனது வகுப்புகளை இழக்க வேண்டி வரவில்லை.

அலமு கல்லூரியிலும் நன்றாகப் படித்தாளா?

அவள் பி.எஸ்.ஸி படித்துக் கொண்டிருக்கும்போதே, முதல் குழந்தைக்கு இரண்டு வருடங்கள் கழித்து அடுத்த குழந்தையும் பிறந்துவிட்டதென்றாலும் அவள் நன்றாகவே படித்து வந்தாள். தனது இண்டர்மீடியட் பரிட்சையில் சிறந்த முறையில் வெற்றிபெற்று, பி.எஸ்.ஸி சேர்ந்தபோது கணக்கைப் பாடமாக எடுத்து மிக நன்றாகப் படித்து வந்து, பரிட்சை எழுத உட்காருகையில் ஏழு மாதம் கர்ப்பமாக இருந்தாலும்கூட அந்தப் பரிட்சையில் மாகாண அளவில் 'ராங்க்' வாங்கினாள்.

கார்மலைட் சகோதரிகள் சொன்னபடி அவளைத் தங்கள் பள்ளியில் வேலைக்கு அழைத்துக் கொண்டார்களா?

அப்படியே செய்தார்கள். அவளை ஆசிரியர் பயிற்சி பெற அனுப்பி, கூடவே தொடர்ந்து எம்.எஸ்.ஸியும் படிக்க, வேண்டிய உதவிகளையெல்லாம் அவளுக்குச் செய்தார்கள் அவர்கள். எம்.எஸ்.ஸி முடித்த பிறகு அலமு ஆய்வுத்துறையில் ஈடுபட்டு சில பல ஆய்வுக் கட்டுரைகளைச் சமர்ப்பித்து கணிதத்தில் டாக்டர் பட்டமும் பெற்றுவிட்டாள். அவளுக்கு சுலபமாகக் கல்லூரி களில் எதிலாவது வேலைக்குப் போயிருக்க முடியும். கார்மலைட் சகோதரிகளே கூட தங்கள் கல்லூரிகளில் ஒன்றில் அவளை பேராசிரியராக்க சித்தமாயிருந்தனர். ஆனால் அவள் தான் படித்த பள்ளியின் மேலான நன்றியறிதலோடு வேறு எங்கேயும் போக மறுத்து பல தலைமுறைகளுக்கு சாத்தனூர் பெண்களுக்குப் படிப்பு சொல்லிக் கொடுப்பதே நிறைவைத் தருவதாய் அந்தப் பள்ளியிலேயே ஆசிரியையாக சேர்ந்து விட்டாள். அவளைக் குறித்து சாத்தனூருக்கு ஏகப் பெருமை. விஞ்ஞானி ராமன்கூட அறுபதுகளில் நிர்மாணிக்கப்பட்ட அவனுடைய ஆய்வுக் கல்லூரியில் அலமுவைத் தனக்கு கீழ் ஆய்வு செய்ய வரும்படி முயற்சி செய்தான். அவள் தந்த சில ஆய்வுக் கட்டுரைகள் தனக்கு மிகவும் உபயோகமானதாக இருந்ததென்று அவன் கூறியிருக்கிறான்.

சிதம்பரத்திற்கு என்னாயிற்று?

சாத்தனூர் அதற்குப்பின் சிதம்பரத்தைப் பார்க்கவே யில்லை. தனது புது வாழ்க்கையில் திருப்தியடைந்தவனாய் அவன் ஜீஸிட் பாதிரியார் தொழிற்பயிற்சிக் கல்லூரியில் தனது பயிற்சி காலம் முடிந்ததும் மதுரையில் சிறந்த தச்சு வேலை நிபுணனாய் வர பாடுபட்டுக் கொண்டிருந்தான். அவனுடைய வேலைத் திறனைக் குறித்து மக்கள் வெகுவாகப் பாராட்டிப் பேசக் கேட்டிருக்கிறேன். தனக்கென்று பெயரும், ஓரளவுக்குப் புகழும்கூட ஈட்டிக்கொண்டுவிட்டான் சிதம்பரம்.

அதற்குப் பிறகு அவன் சாத்தனூருக்குத் திரும்பி வரவேயில்லையா?

வந்தான். வந்து, அலமு – கிருஷ்ணஸ்வாமி தம்பதியரின் விருந்தாளியாக அவர்கள் வீட்டில் தங்கியிருந்தான். அவர்கள் மூவரிடையே எந்தவிதமான தர்மசங்கடமும் நிலவவில்லை. அலமுவோ, சிதம்பரமோ சிறிது சங்கடப்பட்டாலும்கூட அவதூதர், "அதையெல்லாம் மறந்துவிடுங்கள்" என்று அறிவுரை கூற அவர்களும் அப்படியே மறந்துவிட்டார்கள். அவர் அப்பொழுது அவதூதர் அல்ல என்பது மட்டும்தான் மாற்றம்.

அலமுவின் மூத்த மகனுக்கு சிதம்பரத்தின் சாயல் இருந்ததா?

அச்சாக என்றெல்லாம் இல்லை. அலமுவுக்கே அது குறித்து ஆச்சரியம்தான். ஆனால் முன்பொரு சமயம் அவள் அவதூதரின் முகத்தை வரைந்து காட்டியபோது அவர் கூறியதுபோல அந்தப் பிள்ளைக்கு அவதூதர் முகம் இருந்தாலும், சிதம்பரத்தின் கண்களே இருந்தன. அந்தக் கண்கள் அலமுவை வாழ்நாள் பூராவும் உறுத்திக்கொண்டே இருந்தன. அதனால் தானோ என்னவோ – அவள் மறுபடி எந்தப் புரட்சிக்காரியமும் செய்ய முயலவேயில்லை.

அவள் தன்னுடைய ஓவிய ஆர்வத்தைத் தக்கவைத்துக் கொண்டிருந்தாளோ?

அவ்வளவாக இல்லை. ஆனால் எப்பொழுது ஓவிய ஆசிரியை விடுமுறையில் போனாலும் அப்பொழுதெல்லாம் அவள் வகுப்புப் பெண்களுக்கு சொல்லித் தருவதில் அலமு சந்தோஷமாக ஈடுபட்டாள். அலமு சொல்லித் தருவதை அந்தப் பெண்களும் வெகுவாக விரும்பினார்கள். எதைக் கற்பித்தாலும் அதை சிறந்த முறையில் கற்பிக்கும் ஆசிரியையாக விளங்கினாள் அலமு.

கிருஷ்ணஸ்வாமியும், அலமுவும் நடந்ததைப் பற்றி எப்பொழுதும் சண்டையிட்டதேயில்லையா? அவன் எப்பொழுதுமே அவளை அதுபற்றிக் குத்திக் காட்டி, அதற்கு அவள் அழுது என்று...

யாரும் அறிந்தவரையில் அப்படியொன்றும் இல்லை. இன்றைய இளைய தலைமுறையைச் சார்ந்த சாத்தனூர் வாசிகளுக்கு அலமுவைப் பற்றி அப்படியொரு கதை இருக்கிறது என்பதே ஆச்சரியமாக இருக்கும். அவள் சாத்தனூரின் தற்போதைய பெருமைகளில் ஒன்று; ஒரு மைல்கல் என்றுகூடச் சொல்லலாம். அவதூதர் தங்களிடையே இருந்தபோது தங்கள் பிரச்சனைகளையெல்லாம் அவரிடம் கொண்டுபோன மாதிரி இப்போது அலமுவிடம் போகிறார்கள் சாத்தனூர் வாசிகள். எல்லோருக்கும் உதவியாக, எல்லோரிடமும் கரிசனமாக,

அனுசரணையாக இருப்பவள் அலமு. அவளிடம் உதவி கேட்ட எவரும் தோல்வியோடு திரும்பிப் போனதாகப் பேச்சே கிடையாது.

ஆக, அவர்களிருவரும் எல்லோருக்கும் வழிகாட்டக்கூடிய ஆதர்ஷ தம்பதிகளாகிவிட்டார்கள். அலமுவின் அப்பா, சின்ன ராமச்சந்திர ஐயர் என்ன ஆனார்?

அவதூதரைப் போன்ற ஒரு மனிதர் தன் மகளுக்குக் கணவனாக விரும்பியதில் ராமச்சந்திர ஐயருக்கு ஏகப் பெருமை. கோயில் பரிசாரகர் வேலையை விட்டுவிட்டு பக்திமார்க்கத்தில் ஈடுபட்டார். அதில் தனக்கு உதவி செய்ய மாப்பிள்ளை முன் வருவார் என்ற நம்பிக்கையில். ஆனால் அவரை ஊக்குவிக்காதவராய் மாப்பிள்ளை, ஞானமார்க்கத்தில் அவர் இப்பொழுது இருப்பதைவிட பெரிதாக ஒன்றும் முன்னேற முடியாது என்று கூறிவிட்டார். மகனைப் பற்றிப் பெரிதாக பெருமையொன்றுமே அவருக்கு இல்லை. அதற்குக் காரணமும் இல்லையாயினும் மகனும் தன்னிடம் திரும்பி வந்த பிறகு ராமச்சந்திர ஐயருக்குக் கவலைகள் எதுவுமில்லை. திரும்பி வந்த மணியும் மிகவும் பொறுப்புள்ள மகனாக, தனது கடந்த கால அலட்சியத்திற்கு, புறக்கணிப்பிற்கெல்லாம் ஈடு செய்வதாய் தந்தையின் சிறுசிறு ஆசைகளையும் உடனே நிறைவேற்றித் தந்தான். ராமச்சந்திர ஐயர் தனது மாப்பிள்ளையின் நானூறு வயதான குருவோடு சில காலம் கழித்தாரென்றாலும் குருவாலும் அவருக்குத் திருப்தியளிக்க முடியவில்லை.

குரு சாத்தனூரில் நீண்ட காலம் தங்கியிருந்தாரா?

அவர் ஒரு வருடத்திற்கும் மேலாக சாத்தனூரில் தங்கியிருந்தார். இரண்டு ஆறுகளுக்கும் இடையே அமைந்திருந்த ராயர் சவுக்கண்டியை அவதூதர் அவருக்காக வாங்கிக் கொடுத்திருந்தார். அவர் சாத்தனூரில் வளைய வந்து கொண்டிருந்தார் என்றாலும் அவருக்கும் சாத்தனூரைப் பிடிக்கவில்லை! சாத்தனூருக்கும் அவரைப் பிடிக்கவில்லை. எனவே, ஒருநாள் காலையில் திடீரென்று அவரைக் காணவில்லையென்றான போது அலமு, கிருஷ்ணஸ்வாமி உட்பட யாருக்கும் அது இழப்பாகத் தோன்றவில்லை. அப்படித்தான் இருந்தாற் போலிருந்து மறைந்துவிட வேண்டும் என்று குரு கூறியிருப்பதாகக் கிருஷ்ணஸ்வாமி கூறினான். அதுதான் அவரின் வழி என்றான்.

அவருடைய சீடர் அற்புதங்களைச் சாதித்து சாத்தனூரில் மிகவும் மதிக்கப்பட்டிருந்ததைப் போல குருவும் செய்திருக்க முடியாதா?

செய்திருக்க முடியும் என்பதில் சந்தேகமேயில்லை. அவரே

நடமாடும் அற்புதம்தான். சர்வமானிய அக்ரஹாரத்தை ஸ்தாபிதம் செய்த ராமா பண்டிட்டைப் பற்றி ஊர் வரலாற்றறிஞர்களே வியக்கும்படி பல விவரங்களைக் கூறினார் அவர். ராமா பண்டிட் உயிரோடு இருந்த சமயம்தான் சாத்தனூர் வந்திருப்பதாகக் கூறினார். சாத்தனூர் வாசிகள் சத்தியம் செய்து கூறியதையெல்லாம் வைத்துப் பார்த்தால் அந்த குரு ஒரே சமயம் பல வேறு வேறு இடங்களில், பலர் கண்களுக்குத் தென்பட்டிருக்கிறார். எல்லாவற்றையும் மீறி, அவதூதர் தன்னுடைய அவதூதர் காலத்தில் இருந்திராத ஒரு வகையான அச்சமூட்டும் பாவம், யாரையும் சினேகமாக அண்டவிடாத தன்மை அந்த குருவிடம் இருந்தது.

அது, ஒருவேளை அவருக்கு மனிதர்களோடு தொடர்பு கொள்வதிலான அசிரத்தையாக இருக்கக் கூடுமோ?

அதாகவும் இருக்கலாம். அப்படி இல்லாமலும் இருக்கலாம். இல்லை, ஒருவேளை அவர் வேறு ஒரு தலைமுறையைச் சேர்ந்தவர்; அந்தத் தலைமுறையின் முக்கியத்துவங்கள் வேறு என்ற காரணங்களினால் அவற்றிலிருந்து மாறுபட்ட வழிமுறை கொண்டிருக்கும் நமக்கு அவர் நாகரீகமற்றவராகத் தோன்றி யிருக்கலாம்.

அவதூதரைப்போல் அவரும் முஸ்லிம்கள், ஜைனர்கள், கிறித்துவர்கள், ஹரிஜனங்கள் என்று எல்லா மனிதர்களிடமும் அதே அளவு அனுசரணையோடு இருந்தாரா?

மனிதர்களிடையே அவர் வித்தியாசம் பாராட்டவில்லை என்றாலும், அவதூதர் ஹரிஜனங்களோடும், முஸ்லிம், கிறித்துவர் முதலியவர்களோடும் அடிக்கடி தென்பட்ட அளவு அவர் குருவைப் பார்க்க முடியவில்லை.

அவதூதர், திடுமென்று அவதூதர் ஸ்தானத்தைத் துறந்ததற்கான காரண காரியங்களாய் ஏதேனும் விளக்கங்கள் தந்தாரோ குரு?

தந்தார். அவதூதர்கள் என்பவர்கள் கடவுளரின் பிரத்யேகப் பிள்ளைகளாய் பனிரெண்டு வருட காலத்திற்கு கடவுளிட மிருந்து அற்புத சக்திகளைப் பெற்று விளங்குவார்கள். அதற்குப் பிறகு அந்த அசாதாரண மனித நிலையிலிருந்து சாதாரண மனித நிலைக்குத் திரும்பிவிடுவார்கள் என்றார். அவதூதராக ஒரு இடத்தில் இருந்தபின் அவதூதர் நிலையிலிருந்து நீங்கியதும், தங்களை அவதூதர்களாகப் பார்த்தறியாத வேறு புதிய இடத்திற்கு சாதாரணர்களாக இல்லற வாழ்வு நடத்தச் சென்றுவிடுவார்கள். ஆனால் கிருஷ்ணஸ்வாமி விஷயத்தில் அவன் அவதூதர் வாழ்க்கையை அதற்கான காலகட்டம் முழுவதும் வாழ்ந்து

முடிக்கவோ, அவதூதராக வாழ்ந்த சாத்தனூரை விட்டு விலகி வேறிடத்திற்குச் சென்று புதிய வாழ்க்கையை ஆரம்பிக்கவோ அனுமதிக்கப்படவில்லை.

ஏன்?

ஏனென்று அவர் எதுவும் சொல்லவில்லையென்றாலும் அது அவர் குருவின் கட்டளையாக இருக்கும் என்று தெரிகிறது.

எதற்காக குறிப்பாக அப்படி ஒரு உத்தரவை குரு அவருக்கு இடவேண்டும்?

அவருக்கு அப்படிப் பட்டிருக்கலாம். அவதூதர் அப்படித்தான் இருக்கவேண்டும் என்பது அவருடைய ஆக்ஞை. பிற அவதூதர்களைப் போலில்லாமல் சாத்தனூர் அவதூதர் மோட்சநிலையை முழுமையாக எட்டாமல் பாதியிலேயே விட்டு விட்டபடியால் அவருக்கு அப்படி ஒரு கட்டளையிடப்பட்டது. தனது பெற்றோர்களை, வீட்டை விட்டு ஓடிச்சென்ற பிள்ளை யாய் திரும்பப் போய்ச் சேர வேண்டும்; ஒருமுறை தவறிழைத்த, எனில் இனிமேல் தவறிழைக்காத பெண்ணை மனைவியாக அடையவேண்டும்; பிறருக்கெல்லாம் முன்மாதிரியாக இருக்கும் படியாய், இல்லற வாழ்வை அப்பழுக்கின்றி நடத்திக்கொண்டு போகவேண்டும்.

குரு தனது சீடனைப் பற்றி விரிவாகப் பேசியிருப்பதாகத் தெரிகிறது. இந்த விஷயங்களையெல்லாம் பற்றி அவர் யாரிடம் பேசினார்?

இந்த விவரங்களத்தனையும் திவான் பகதூரால் சேகரிக்கப்பட்டு ஒன்று சேர்க்கப்பட்டது. அவர் ஒருவர்தான் குருவை மகான் என்றவர். திவான் பகதூரிடம் குருதான் இன்னும் ஒரு வருடத்தில் சாத்தனூரை விட்டு மறைந்துவிடுவார் என்றும், அதற்குப் பின் கிட்டத்தட்ட இதே மாதிரி சந்தர்ப்பமொன்றில், இன்றிலிருந்து சரியாக 100 வருடங்கள் கழித்து 2054 ஆம் ஆண்டு திரும்ப சாத்தனூர் வருவார் என்றும் ரகசியமாகத் தெரிவித்திருக்கிறார்.

அவ்வளவு நீண்ட காலம் தான் வாழ்வோம் என்று நம்புகிறாரா அவர்?

திவான் பகதூரிடம் அது பற்றியும் அவர் பேசியிருக்கிறார். தான் சாவை வெற்றி கண்டாகிவிட்டது என்றும், பிரபஞ்சம் இருக்கும் வரை தன்னாலும் இருக்க முடியுமென்றும் தெரிவித் திருக்கிறார்.

அது நம்பமுடியாத விஷயமாக இருக்கிறதே. அதை மக்கள் நம்புகிறார்களா?

நம்புகிறார்கள். இந்திய கலாசாரப்படி சில மனிதர்களால் காலத்தோடு தாங்களும் நிரந்தரமாக இருந்து வரமுடியும்.

அப்படியானால், குரு இன்றும் உயிருடன் இருந்து வருகிறார் – நானூற்றிருபது வயதிற்கும் மேலாகிறது அவருக்கு இல்லையா?

வருடங்களால் கணக்கிடப்படாத வாழ்க்கைக்கு நாள் காட்டியைக் கொண்டு வயதைக் கணக்கிடவேண்டும் என்று நீங்கள் வற்புறுத்துவதாயிருந்தால் – ஆமாம்.

ஒருவேளை, நீங்கள் சாத்தனூரின் முன்னாள் அவதூதரின் குரு 2054ஆம் ஆண்டு திரும்ப சாத்தனூருக்கு விஜயம் செய்வார் என்பதைத் தெரிவிக்கும் குறிப்பை வரலாற்றுப் பதிவாக எழுதி வைத்துவிட்டுப் போனால், அந்த சமயத்தில் வாழ்ந்து கொண்டிருப்பவர்கள் யாரேனும் அதைப் பற்றிய ஆராய்ச்சியில் ஈடுபடக்கூடும்.

அதைச் செய்ய முடியும் என்று எண்ணுகிறேன். இருந்தாலும் அதனால் என்ன பயன் கிடைக்கப் போகிறது? ஒவ்வொரு நாளும் ஒரு புதிய தினம். ஒவ்வொரு தலைமுறையும் ஒரு புதிய தலைமுறை. ஒவ்வொரு ஞானி அல்லது சந்நியாசியும் ஒரு புதிய ஞானி அல்லது சந்நியாசி. நமது அரசியல்வாதிகள் பெரிதாகக் கவலைப்படும் வரலாற்றுத் தொடர்ச்சி என்பதால் உண்மையில் ஆகக்கூடியது என்ன?

எனக்குத் தெரியவில்லை, அதைப் பற்றிச் சொல்லும் அளவிற்கு எனக்கு அறிவு போதாது. உங்களுக்கும் போதாது என்றுதான் எண்ணுகிறேன். வாழ்க்கையின் இந்தப் பரிமாணம் என்னை பாதிப்பதில்லை. நாம் அதிகமும் தினசரி நியதிகளின் பக்கமே திரும்புவோம். நூறு வருடங்களில் திரும்பி வருவதாக உறுதியளித்தபடி குரு போனார். ஆனால் ராமச்சந்திர ஐயரொன்றும் ஞானமெய்திய மனிதரல்ல. அவர் எப்பொழுது இறந்தார்? இல்லை இன்னமும் உயிரோடு, வெட்டியாகப் பொழுதைக் கழித்துக்கொண்டிருக்கிறாரோ?

அலமுவின் திருமணத்திற்குப் பின் பத்து ஆண்டுகள் கழித்து, அவளது மூன்றாவது குழந்தை பிறந்த பிறகு அவர் இறந்து போனார். அவ்வப்பொழுது சாத்தனூருக்கு வருகை தந்த வண்ணமிருந்த சாமியார்களோடு பொழுதைப் போக்கிக் கொண்டு, தனக்கு மிகவும் பிடித்தமான தாயுமானவர் பாடலைப் பாடியபடி,

தனது வாழ்நாளின் பெரும்பகுதியைத் திறமையாக வீணே கழித்தபடி வாழ்ந்திருந்தார். ஆனால் அவருடைய சோம்பேறி வாழ்க்கையிலும் பரபரப்பான தருணங்கள் இல்லாமல் இல்லை – எப்பொழுதெல்லாம் அவர் மாப்பிள்ளை கிருஷ்ணஸ்வாமிக்கு ஏதேனும் காரியங்கள் – ஹரிஜனங்களுக்கு விருந்து படைப்பது, கோயிலிலோ, தேவாலயத்திலோ விசேஷப் பிரார்த்தனைகள் படைப்பது போன்ற காரியங்கள் ஆக வேண்டியிருந்தால் ராமச்சந்திர ஐயர் அவைகளுக்கான ஏற்பாடுகளைச் சுறுசுறுப்பாக செய்து முடிப்பார். அவர் மதுரத்தம்மாளின் மடியில் தலை வைத்துப் படுத்தபடிதான் தனது இறுதி மூச்சை விட்டார்.

அவர் இறந்தபிறகு மதுரத்தம்மாள் நிறைய ஆண்டுகள் வாழ்ந்தாளா?

இன்னும் வாழ்கிறாள். அவளுடைய பேரக் குழந்தைகளின் அருகாமையில் அவள் சந்தோஷமாக, தனது உதவாக்கரைக் கணவனின் மறைவினால் விதவையாகிவிட்ட மகாசோகத்தில் மற்ற சிறுசிறு கஷ்டங்களெல்லாம் மறந்துபோக வாழ்ந்து வருகிறாள்.

அந்தக் குதிரை வண்டிக்காரன் ஆடியபாதம் தன் பிள்ளையோடு போய் சேர்ந்துகொண்டானா?

சேர்ந்துகொண்டான். திண்டுக்கல்லிலிருந்த தொழிற் பயிற்சியில் போய்ச் சேர்ந்துகொண்ட ஒரு வருடத்திற்கெல்லாம் சிதம்பரம் தன் தகப்பனாரை வரவழைத்துக் கொண்டான். சாத்தனூரிலிருந்த எல்லாரிடமும் பிரியா விடைபெற்றுப் போய்ச் சேர்ந்தான் ஆடியபாதம். கிருஷ்ணஸ்வாமிதான் அவருக்கு டிக்கட் வாங்கிக் கொடுத்து ரயில் வண்டியில் ஏற்றிவிட்டதும். அவன் இன்னமும் உயிரோடுதான் – காலாகாலத்தில் கல்யாணம் செய்துகொண்டு மதுரையில் வசித்துவரும் தன் மகனோடு – இருக்கிறார் என்று எண்ணுகிறேன்.

தாவூத் ஷா என்ன ஆனார்?

தாவூத் ஷாவைப் பற்றி உங்களிடம் கூறுவதற்கு முன்னர் அவருடைய பேத்தி ஆயிஷாவைப் பற்றிக் கூறியாக வேண்டும். நிச்சயிக்கப்பட்டிருந்த குடும்பத்தில் தன் பேத்தியை மருமகளாக அனுப்ப ஃபாத்திமா பீவிக்கு இஷ்டமேயில்லை. ஆயிஷா கல்லூரியில் படித்துக் கொண்டிருக்கும்போதுதான் அவளே தன் தாத்தாவிடம் தான் மணியை விரும்புவதாகவும், அவனைத் திருமணம் செய்துகொள்ள முடியாவிட்டால் ஓடிப்போய், அல்லது தற்கொலை செய்துகொண்டு விடுவதாகவும் கூறி விட்டாள். தாவூத் ஷா அதுபற்றி கிருஷ்ணஸ்வாமியிடம் கலந்தாலோசித்தார்.

மணியிடம் பேசி அந்த முஸ்லிம் பெண்ணை மணந்து கொள்ளுமாறு பேசி சம்மதிக்க வைக்க கிருஷ்ணஸ்வாமியும் முன்வந்தார். மணி ஏழைச் சமையற்காரியின் பிள்ளைதான் என்றாலும் அவன் பிராமணப் பையன். ஒருவேளை சம்மதம் தர மறுத்துவிடக்கூடும். அதற்காக யாரும் அவனைக் குறை கூறவும் போவதில்லை. ஆனால் மணியிடம் அதுபற்றி விவாதிக்க வேண்டிய அவசியமே நேரவில்லை. அவன் ஆயிஷாவைப் பார்த்திருக்கிறான். அவளைப் பார்த்த கணந் தொட்டு அவனுடைய சொப்பன ராணியாகவே ஆகிவிட்டிருந்தாள் அவள். அலமுவின் திருமணத்திற்கு மூன்று வருடங்கள் கழித்து மணி – ஆயிஷாவின் திருமணம் நடந்தேறியது. அதை முஸ்லிம் மதப்படியோ, இந்து மரபுப்படியோ நடத்தாமல், சாத்தனூரிலேயே முதல் முதலாக சீர்திருத்தத் திருமணமாக நடத்தி வைத்தார்கள். சாத்தனூர் பிராமணர்கள் அந்தப் புதுமணத் தம்பதியைத் தங்கள் மத்தியில் வாழ அனுமதிக்கமாட்டார்கள் என்பதனால் மணி, சர்வமானிய அக்ரஹாரத்தை விட்டுத் தள்ளி, ஆற்றுக்குப்போகும் வழியில் ஒரு மூன்றடுக்கு மாடி வீடு கட்டி, அதில் அவர்கள் வசித்து வந்தனர். விரைவிலேயே அந்த வீதியில் வெவ்வேறு ஜாதி, மதங்களைச் சேர்ந்தவர்கள் வீடெழுப்பி தனித்தனியாய் இருந்த பிராமணத் தெரு, முஸ்லிம் தெரு, பிள்ளைமார் தெரு முதலியவைகளுக்குச் சவால் விடுவதாய் அது ஜாதிமதமற்ற புதுமைத் தெருவாகியது. வருடமாக ஆக ஆயிஷாவின் அழகு கூடிக்கொண்டே போயிற்று. அவர்களுக்கு ஒரு மகனும் மகளும் பிறந்து 1974ஆம் வருடம் அவர்கள் பெண்ணைப் படிப்பதற்காய் மேல்நாட்டிற்கு அனுப்பிவைத்தனர். அந்தப் பெண் புத்திசாலிப் பெண். அவளுக்கு நல்ல எதிர்காலம் இருந்தது. அலமு அவளை வெளிநாடு போகாமல் சாத்தனூரிலேயே தங்கிப் படிக்கவைக்க முயன்று பார்த்தாளென்றாலும் அது நடக்கவில்லை. முஸ்லிமும் அல்லாத ஹிந்துவுமல்லாத இரண்டுகெட்டான் நிலையில் இங்கு அவள் எதிர்காலம் எப்படியிருக்குமோ என்ற கவலையில், அவள் பெற்றோர்கள் மேல்நாட்டில் படித்து, இந்தியாவில் கலப்புத்திருமணம் செய்து கொள்கிறவர்களை வருத்தும் சமூகக் கட்டு திட்டங்களிலிருந்தும் பிரச்சனைகளிலிருந்தும் அவள் தள்ளியிருப்பதே அவளுக்கு நல்லது என்று தீர்மானித்தனர். அவர்களுடைய ஆரோக்கியமான பிள்ளையான சின்னவனைப் பொறுத்தவரையில் அவர்களுக்கு எந்தக் கவலையுமில்லை. அந்த இளைஞன் எதையும் சமாளித்துவிடக் கூடியவன் என்று அவர்களுக்கு நல்ல நம்பிக்கையிருந்தது.

தாவூத் ஷா?

தாவூத் ஷா 1967ஆம் வருடம் வரையிலும் நிறை வாழ்வு வாழ்ந்தார். ஆனால், 1959இல் தனது கடையை கிருஷ்ண ஸ்வாமிக்கு, தன் பிள்ளைகள் அதைப் பராமரிக்க லாயக்கற்ற வர்கள் என்றும், கிருஷ்ணஸ்வாமிதான் அதற்கு சரியான ஆள் என்றும் கூறி கொடுத்துவிட்டார். அந்தக் கடைக்கு இன்னமும் தாவூத் ஷாவின் வாசனைத் திரவியக் கடை என்றுதான் பெயர் வழங்கி வருகிறது என்றாலும், இப்பொழுது அதற்கு உரிமையாளன் கிருஷ்ணஸ்வாமிதான். அவன் கைகளில் அவனே குழைத்துக் கலக்கும்போது, சந்தனம் இன்னும் அதிகமாக மணக்கிறது.

அந்த வியாபாரம்தான் அவனுக்கு ஜீவனத்திற்கு வழி செய்கிறதா?

அவன் அதனை வாழ்க்கை வருமானத்திற்காய் செய்யவில்லை. தன்மேல் நம்பிக்கை வைத்து, தனக்கே கடையைத் தந்துவிட்ட அருமை நண்பரின் ஞாபகார்த்தமாய்த்தான் இந்தத் தொழிலைத் தொடர்ந்து செய்துவருகிறான். அவனுக்கு அவனுடைய குடும்பச் சொத்தாக அவன் பங்கிற்கு சில பல லட்சங்கள், அலமுவைத் திருமணம் புரிந்துகொண்ட போதே கொடுக்கப்பட்டு விட்டது. மணி, அலமுவுக்கு தான் புதுப்பித்துக் கட்டிய நடுத்தெரு வீட்டைக் கொடுத்துவிட்டான். கூட கொஞ்சம் நிலபுலன்களையும் அவள் பெயருக்கு வாங்கிப் போட்டுவிட்டான். அலமு அந்தப் பள்ளியில் மிகத் தேவையான, சிறந்த ஆசிரியையாக, கார்மலைட் சகோதரிகளால் கொடுக்க முடிந்த அளவு அதிகச் சம்பளம் அவளுக்கு வழங்கப்பட்டு வருகிறது. 1967இல் புதிய பெண்கள் பள்ளியொன்று சாத்தனூரில் வந்தபோது, பள்ளியின் நிர்வாகத்தினர் தங்கள் பள்ளிக்கு அலமுவைத் தலைமையாசிரியையாக நியமிக்க விரும்பினர். ஆனால் அலமு தனது பழைய பதவியே போதும் என்று மறுத்துவிட்டாள். முன்னாள் அவதூதரும் சாத்தனூரில் ஒரு எஸ்டேட்டை வாங்கிப்போட்டு அதில் லாபம் வருமாறு உழுது பயிராக்குவதில் திருப்தியோடு ஈடுபட்டார்.

பின், மணி?

அவன், சாத்தனூரில் நிர்மாணித்த சில தொழில் நிறுவனங்களில் தனது பணத்தை முதலீடு செய்து, இப்பொழுது ஓரளவு வளமாகவே வாழ்ந்து வருகிறான். ஆயிஷா பஞ்சாயத்து போர்டு உறுப்பினராகத் தேர்ந்தெடுக்கப்பட்டு தனது பணிகளை – சாத்தனூரைச் சார்ந்த பெரிய மனிதர்கள் அவளை அலட்சியமாக நடத்துவதை, புறக்கணிப்பதை, அது வலித்தாலும் பொருட்படுத்தாமல் – செவ்வனே நடத்தி வருகிறாள். ஆனால் நாள் போகப்போக சாத்தனூர் சாதி மத பேதமற்ற சமூகமாக மாறிவிடும் என்று

அவர்களிருவரும் நம்புகிறார்கள். அதற்கான அறிகுறிகளும் அங்கு காணப்படுகின்றன. ஒரு காலத்தில் புரோகிதர்களின் தலைவராக இருந்த மங்களேஷ்வர தீட்சிதரின் மகன் ஒரு ஹரிஜனப் பெண்ணை மணந்துகொண்டு புரட்சி செய்தான். அந்த சமயத்தில் அதுபற்றி பயங்கர பரபரப்பு இருந்தாலும் கூடிய சீக்கிரமே அது மறைந்து போய் இப்பொழுது அவன் தற்சமயம் சர்வமானியத் தெரு என்று வழங்கப்பட்டு வரும் சர்வமானிய அக்ரஹாரத்திலேயே வசித்து வருகிறான். சமூகக் கட்டுப்பாடுகளையெல்லாம் எதிர்த்து சவால் விடுவதாய் கிருஷ்ணஸ்வாமியே, அவன் உணர்விற்கு அந்த ஜோடி சரியானது என்று பட்டால், முன்னின்று இத்தகைய கலப்புத் திருமணங்களை ஊக்குவித்து வருகிறான்.

அதாவது, அவதூதராக இருந்து எல்லா சமூகங்களையும் இணைக்க அவர் செய்து வந்த முயற்சிகளைத் தொடர்ந்து செய்து வருகிறார் என்கிறீர்களா?

ஆமாம். அதற்காக சாத்தனூரில் நிறைய பேர் அவரை நல்லவிதமாகத்தான் எண்ணுகிறார்கள்.

தான் அவதூதராக இருந்த நாட்களைக் குறித்த நினைவுகளில் மூழ்குவதுண்டோ கிருஷ்ணஸ்வாமி?

அபூர்வமாக எப்பொழுதாவதுதான். தனது முன்னிலையில் யாரும், ஏன் தன் மனைவிகூட அந்நாட்களைப் பற்றிப் பேசுவதை அவர் விரும்புவதில்லை.

குலாம் கவுஸிற்கும், நஜ்மா பீவிக்கும் என்னாயிற்று?

பிரான்சிஸின் பதவிக்கு, அவருடைய ஓய்வுக் காலத்திற்குப் பிறகு, கும்பகோணத்தில் சர்க்கிள் ஆக உயர்ந்துவிட்டான் குலாம் கவுஸ். அடிக்கடி சாத்தனூருக்குத் தனது மனைவியையும், ஆறு குழந்தைகளையும் கூட்டிக்கொண்டு வருவான். அவ்வப் பொழுது கிருஷ்ணஸ்வாமி, அலமு வீட்டில் தங்கி விடுமுறை யைக் கழிப்பதுமுண்டு. மணியின் பிள்ளை, குலாம் கவுஸின் அழகான பெண்களில் ஒருத்தியைத் திருமணம் செய்துகொள்ள வேண்டுமென்பது அந்த இரு தம்பதியரின் விருப்பமும். அது நடக்கவும்கூடும்.

ஆக, சாத்தனூரின் வாழ்க்கை ஓடிக்கொண்டே இருக்கிறது. 2054ஆம் ஆண்டு முன்னாள் அவதூதரின் குரு திரும்பி வரும்வரை அப்படியேதான் ஓடிக்கொண்டிருக்குமில்லையா?

அப்படித்தான் நம்பப்படுகிறது. பார்க்கவும் அப்படித்தான் தெரிகிறது.